பாபாசாஹேப் டாக்டர் அம்பேத்கர்

(14 ஏப்ரல் 1891 – 6 டிசம்பர் 1956)

இந்துமதத் தத்துவம்

பாபாசாஹேப் டாக்டர் அம்பேத்கர்

தமிழில்:

சிவசங்கர். எஸ்.ஜே

எதிர் வெளியீடு

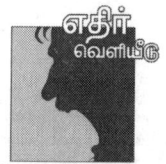

இந்துமதத் தத்துவம்
பாபாசாஹேப் டாக்டர் அம்பேத்கர்
தமிழில்: சிவசங்கர். எஸ்.ஜே

முதல் பதிப்பு: ஜனவரி 2025

எதிர் வெளியீடு,
96, நியூ ஸ்கீம் ரோடு, பொள்ளாச்சி - 642 002
தொலைபேசி: 04259 - 226012, 99425 11302

விலை: ரூ. 220

Intumatat Tattuvam
PHILOSOPHY OF HINDUISM
DR. BABASAHEB AMBEDKAR

Translated by Sivasankar S.J
First Edition: January 2025

Published by
Ethir Veliyeedu, 96, New Scheme Road, Pollachi - 2
email: ethirveliyedu@gmail.com
www.ethirveliyeedu.com

ISBN: 978-81-19576-90-6
Cover Design: Negizhan
Printed at Jothy Enterprises, Chennai.

All rights reserved. No part of this book may be reprinted or reproduced or utilised in any form or by any electronic, mechanical or other means, now known or hereafter invented, including Photocopying and recording, or in any information storage or retrieval system, without permission in writing from the Publisher.

சிவசங்கர். எஸ்.ஜே
(மொழிபெயர்ப்பாளர்)

எழுத்து; காட்சி ஊடகம்; படைப்பிலக்கிய, சமூக, கோட்பாட்டு ஆய்வுகள், மொழிபெயர்ப்பு எனப் பன்முகத்தளங்களில் தொடர்ச்சியாக இயங்கிவருபவர். ஐந்து குறும்படங்கள், இரு ஆவணப் படங்கள் இவரது உருவாக்கத்தில் வெளிவந்துள்ளன. குமரி மாவட்டம் தக்கலையைச் சேர்ந்தவர்.

நூல் ஆக்கங்கள்:

கடந்தை கூடும் கேயாஸ் தியரியும்
சர்ப்பம் அவளை வஞ்சிக்கவில்லை
யா–ஓ (மறைக்கப்பட்ட மார்க்கம்)
இது கறுப்பர்களின் காலம்
அம்பேத்கர் கடிதங்கள்
பிக்காஸோ ஓர் எருதை வரைகிறார்
யா–ஓ–2
நானே நிலம் நிலமே நான்
நீலகேசி
ரோஸ் கலர் ஆனை
வின்சென்ட் வேன்ஹாவைக் கொன்றவனை எனக்கும் தெரியாது

தொடர்புக்கு: prismshiva@gmail.com
98425 62500

உள்ளடக்கம்

முன்னுரை — 09

இந்துமதத் தத்துவம்
- இயல் I — 13
- இயல் II — 48
- இயல் III — 52
- இயல் IV — 127
- இயல் V — 156
- பொருளடைவு — 166
- சமஸ்கிருதச் சொற்கள் — 170

பின்னிணைப்பு 1
- சடங்குகள் — 171
- சமஸ்காரங்கள் — 172

பின்னிணைப்பு 2
- நூல் சுருக்கம் — 173

இந்துமதத் தத்துவம்

இந்துமதத் தத்துவத்தைக் குறித்த இந்தப் பிரதி இணைத்துத் தைத்துக் கோர்க்கப்பட்டிருந்ததால் அதனளவிலேயே முழுமையானது என உணர்ந்தோம். ஒரு பெரும் திட்டவரைவின் ஓர் அத்தியாயமாக இந்தப் பிரதி இருந்திருக்கலாம் எனத் தோன்றுகிறது. முழு அளவு வெள்ளைத்தாளில் தட்டச்சு செய்யப்பட்டிருந்த இப்பிரதியானது 169 பக்கங்களைக் கொண்டிருந்தது.

– பாபாசாஹேப் டாக்டர் அம்பேத்கர் பேச்சும் எழுத்தும்
ஆங்கிலத் தொகுதி-3இன் பதிப்பாசிரியர்கள்

முன்னுரை

'வெறுப்பை வெறுப்பால் வென்றெடுக்க முடியாது,
வெறுப்பை அன்பால் மட்டுமே வென்றெடுக்க முடியும்.'

- தம்மபதம்

இந்துக்களுக்கு எதிரானவராக அண்ணலை நிறுத்துவார்கள். இந்துமதத்துக்கு எதிரானதாக அண்ணலின் எழுத்துக்களை நிறுத்துவார்கள். உண்மையில் அண்ணலின் இந்த நூல் இந்துக்களுக்கானது. ஒவ்வொரு இந்துவும் படித்து உணர வேண்டிய புத்தகம் இது. எளிய இந்து ஒருவர் வெறும் சடங்காகவும், பண்டிகைகளாகவும், கோவில், பக்தி என அறிந்த ஒரு மதத்தின் தத்துவப் பக்கத்தை இந்தப் புத்தகத்தின் மூலம் அறியலாம். இந்து மதத்தை வெறுமனே பின்பற்றாமல் இந்துமதத்தின் தத்துவத்தை அறிந்து கொள்வது ஓர் இந்துவுக்கு நிச்சயமாக நன்மையையே செய்யும். இந்துமதத்தின் தத்துவப் பகுதியை அறிமுகப்படுத்துவதோடு அதை விமர்சனத்தோடு அணுகுவதுதான் இந்த புத்தகத்தின் மையக்கருத்து. இதன் மூலம் கிடைக்கும் அனுபவம் அலாதியானது. இந்தியாவில் இருக்கும் எல்லா மதங்களையும் விட பன்முகத்தன்மையும், நெகிழ்ச்சியும் கொண்டது 'இந்து' மதம். பல்வேறு தத்துவங்களை, தன்மைகளை, வழிபாடுகளை தன்னகத்தே கொண்டு இயங்கி வருவது. அது காலங்களுக்கு ஏற்ப தன்னை தகவமைத்துக்கொண்டது. சதி, உடன்கட்டை, மொட்டையடித்தல், வெள்ளைப்புடவை உடுத்தல், கடல்கடக்காமை போன்ற பல்வேறு காலத்துக்கு ஒவ்வாத சடங்குகளை தூரவீசி தன்னைப் புதுப்பித்துக் கொண்ட ஒன்று. ஆனால் தற்காலத்துக்குப் பொருந்தாத சாதிப் படிநிலை, பிறப்படிப்படையிலான பிரிவினை போன்ற பழைமைவாதக் கருத்துகளை தூக்கி எறிய வேண்டிய தேவை

இந்துமதத்திற்கு இருக்கிறது. உலகின் எல்லா மதங்களும் இதை பின்பற்றியிருக்கின்றன. மதங்கள் தன்னளவில் இப்போது நவீனத் தன்மையை அடைய வேண்டியது காலத்தின் கட்டாயம். இந்து மதத் தத்துவத்தைப் படிக்கின்ற ஓர் இந்து தன்னை நிச்சயம் 'நவீன' இந்துவாக உணர்வார் என்ற நம்பிக்கை உண்டு. 'சனாதன இந்து' என்பதிலிருந்து 'சனநாயக இந்து' எனத் தன்னைப் புதுப்பித்துக் கொள்வார். சக மனிதனைச் சமமாக நடத்தாவிட்டாலும் சக இந்துவை சமமாக நடத்தாமலிருப்பதற்கான காரணத்தை 'இந்துமதத் தத்துவம்' அவருக்குச் சொல்லிக் கொடுக்கும்.

சுதந்திரம், சமத்துவம், சகோதரத்துவம் இம்மூன்றும் ஏதோ புரட்சிகரமான முழக்கங்கள் இல்லை, இவை ஒரு மனிதனுக்கான அடிப்படைத் தேவைகள். அண்ணல் பௌத்தத்திலிருந்து தருவித்துக் கொண்ட இந்த மூன்றையும் கொண்டே சமத்துவம், சக மனிதன் மீதான மரியாதை ஆகியவற்றை உலகளாவிய உதாரணங்களோடு விளக்குகிறார். இந்துமதத்தில் நிலவும் சமத்துவமின்மையைக் கேள்விக்குட்படுத்துகிறார். அதன் வேரைச் சுட்டிக்காட்டுகிறார். நவீன இந்துவாக தன்னை உணரும் ஒவ்வொருவரும் இந்த நூலை விருப்பு வெறுப்பின்றிப் படிக்கட்டும். அவர்கள் தங்களைச் சுயபரிசோதனை செய்து கொள்ளட்டும். குற்றம் சாட்டுவதாலோ, கடும் சொற்களாலோ, கேலியாலோ இந்தச் சுயபரிசீலனையைச் செயல்படுத்த முடியாது என நான் நம்புகிறேன். யாரையும் வெறுத்து எதையும் புரிய வைக்க முடியாது. வெறுப்பிலிருந்து எதையும் உருவாக்க முடியாது.

ஏராளமான தத்துவச் சொல்லாடல்களும் மேற்கோள்களும் பயின்றுவரும் இந்த நூலை மொழிபெயர்க்க முதலில் கவனம் கொண்டது மொழியில் எளிமை. இதற்காகக் கொஞ்சம் அதிக சுதந்திரம் எடுத்துக்கொண்டு வாக்கியங்களை உடைத்திருக்கிறேன். நீள் வாக்கியங்களாலான மேற்கோள்களை முடிந்த அளவு எளிமையாகவும் அதே நேரம் நீர்த்துப் போகாத வண்ணமும் மொழிபெயர்த்திருக்கிறேன். மூலத்தையும் பழைய மொழிபெயர்ப்புகளையும் ஒப்பிட்டால் இதை உணரமுடியும். தத்துவச் சொல்லாடல்கள் சிலவற்றைப் பெயர்க்கையில் அதன் அர்த்தங்கள் திரிந்து போகும் வாய்ப்புள்ளதால் அவற்றிற்கான ஆங்கிலப் பொருளடைவையும் பின்பகுதியில் சேர்த்துள்ளேன். புத்தகத்தில் குறிப்பிடப்பட்டுள்ள அறிஞர்கள் குறித்த சிறு அறிமுகமும் அடிக்குறிப்பில் இருக்கின்றது. வடமொழி சொற்கள், புராணப் பெயர்கள் ஆகியவற்றையும் இயன்றளவுக்கு

இணைத்துள்ளேன். எனினும் தத்துவ மேற்கோள்களை ஓரளவுக்கு மேல் எளிமைப்படுத்த முடியவில்லை. ஆனால் அதற்கான விளக்கங்களையும் இந்துமதத்தில் அதன் பொருத்தப்பாடுகளையும் அண்ணல் அதனதன் கீழேயே தொகுத்தும் விரித்தும் அளித்திருப்பதால் வாசிப்பதில் எவ்விதச் சிரமங்களும் இருக்காது. முதன்முறையாக நூலின் சுருக்கம் பின்னிணைப்பாகக் கொடுக்கப்பட்டுள்ளது.

இந்த புத்தகத்தின் உருவாக்கத்தில் துணை நின்ற அன்பு இணை எழிலரசி, பிள்ளைகள் ராகேஷ் நந்தன், விஷ்வா நந்தன் மூவருக்கும் அன்பு.

புத்தகமாகக் வெளிக்கொண்டுவரும் எதிர் வெளியீடு, அனுஷ், சீனி, முன்கையெடுத்த நண்பன் ஜாகிர் ஹுசைன், நண்பன் கா.பா ஆகியோருக்கு நன்றி.

தக்கலை
2-4-24

அன்புடன்
சிவசங்கர். எஸ்.ஜே

இந்துமதத் தத்துவம்

I

இந்துமதத்தின் தத்துவம் என்பது என்ன? தர்க்கரீதியாக இந்தக் கேள்வி எழுவது இயல்பு. எனினும் தர்க்கத்துக்கு அப்பாற்பட்டும் இந்தக் கேள்வியின் முக்கியத்துவத்தைத் தவிர்க்க இயலாது. இந்தக் கேள்வி கேட்கப்படவில்லையென்றால் இந்துமதத்தின் கொள்கைகளைப் பற்றியும், அதன் நோக்கங்களைப் பற்றியும் யாராலும் புரிந்துகொள்ள முடியாது.

இது குறித்த ஆய்வைச் செய்வதற்கு முன் அடிப்படை ஐயங்களைப் போக்குவதும் இதில் எடுத்தாளப்படும் சொல்லாடல்களை வரையறுத்துக்கொள்வதும் குறைந்தபட்சம் மேற்கொள்ளப்பட வேண்டியவை.

தொடக்கத்திலேயே இந்தத் தலைப்பு எதைக் குறித்து நிற்கிறது எனக் கேட்கப்படும். மதங்களின் தத்துவமும் இந்துமதத் தத்துவமும் ஒரே தன்மையுடையதுதானா?[1] நான் இதில் ஏதேனும் ஒரு வகையில் முடிவுக்கு வரவேண்டும் என விரும்புகிறேன். எனினும் என்னால் அது இயலாது. இந்தப் பொருள் குறித்து நான் நிறையவே கற்றிருந்தபோதும், எனக்கு மதத்தின் தத்துவம் என்றால் என்ன என்பது பற்றிய தெளிவான சிந்தனையைப் பெற முடியவில்லை என்பதை நான் ஒத்துக்கொள்ள வேண்டும். இதற்குக் காரணமாக இரண்டு உண்மைகளைச் சொல்ல வேண்டும். ஒன்று மதம் என்பது தெளிவாக வரையறுக்கப்பட்டது. ஆனால், தத்துவத்தில் எதுவும் அப்படியாக வரையறுக்கப்பட்டது அல்ல. இரண்டாவதாகத் தத்துவமும் மதமும் எதிரெதிரானவை, அல்லது பகையாளிகள் என்றும் சொல்லலாம். இதனைத் 'தத்துவவாதியும் இறையியலாளரும்' என்கிற கதையிலிருந்து அறியலாம். அந்தக் கதையின்படி இருவரும் ஒரு சர்ச்சையில் ஈடுபட்டிருந்தனர். இறையியலாளர் தத்துவவாதியிடம்

---
1. தத்துவம் குறித்த கட்டுரை – மன்றோவின் கல்வி கலைக்களஞ்சியம்.

"பார்வையற்றவர் இருட்டறையில் இல்லாத கறுப்புப் பூனையைத் தேடுபவரைப் போல"த் தத்துவவாதி இருப்பதாகக் குறை சொல்ல, பதிலுக்குத் தத்துவவாதி இறையியலாலரை நோக்கி "இருட்டறையில் இல்லாத கருப்புப் பூனையைத் தேடிவிட்டு அது கிடைத்துவிட்டதாக அறிவித்த பார்வையற்றவரைப் போல இறையியலாளர் இருக்கிறார்" எனக் குற்றம் சாட்டினார்.

-மதத்தின் தத்துவம்- இது ஒரு துன்பகரமான தலைப்பு. இதன் குறிப்பான வரையறையை வகுப்பதிலேயே குழப்பங்களை ஏற்படுத்தும். எனினும் மதத்தின் தத்துவத்தைப்[2] பற்றிய சிறப்பான அறிவுப்பூர்வமான அறிக்கையைப் பேராசிரியர் பிரிங்கிள் பேட்டிசன்[3] அவர்களிடம் துல்லியமாகப் பெற்றேன். அவரது நோக்கில்,

> *"மதத்தின் தத்துவம் என எதைச் சாதாரணமாகப் பொருள் கொள்கிறோமோ அதைப் பற்றிய விளக்கங்களுக்குச் சில சொற்கள் பயனுள்ளதாக இருக்கும். பண்டைய காலத்தில் பிளாட்டோ விஷயங்களைப் பற்றிய சுருக்கமான கருத்தே தத்துவம் என்றார். அதாவது உலகின் விஷயங்களை ஒட்டுமொத்தமாக அறிவதற்கு, அவற்றை ஒருசேரப் பார்ப்பதற்கு, முழுமையான ஒன்றின் பகுதியாக அவற்றின் இடையே உள்ள உறவைக் காண்பதற்கு முயற்சிப்பதே தத்துவம் என்பதாகும். அப்படிப் பார்ப்பதன் மூலம்தான் நாம் எது முக்கியம் எது முக்கியமல்லாதவை என்கிற உணர்வை அடைய முடியும், உலக நடப்புகளை உலக நிகழ்வுகளைக் குறித்த அறுதியான முடிவுகளை அடைவதற்கும், குறிப்பிட்ட யதார்த்தப் போக்குகளின்*

---

2. மதத்தின் தத்துவம்–ஆக்ஸ்போர்ட் பக்–1–2

3. **பிரிங்கிள் பேட்டிசன் (1856-1931),** ஸ்காட்லாந்தின் இலட்சியவாதியான ஆண்ட்ரூ சேத் பிரிங்கிள் பட்டிசன், எடின்பர்க்கில் பிறந்தார். எடின்பர்க் பல்கலைக்கழகத்தில் காம்ப்பெல் ஃப்ரேசரின் கீழ் தத்துவம் பயின்றார். 1880 முதல் 1883 வரை அவர் எடின்பர்க்கில் பேராசிரியர் ஃப்ரேசரின் உதவியாளராகப் பணியாற்றினார், பின்னர் கார்டிஃபில் உள்ள சவுத் வேல்ஸ் பல்கலைக்கழகக் கல்லூரியில் தத்துவத் துறைத் தலைவராக இருந்தார். பல்கலைக்கழக ஆசிரியராக முப்பத்தொன்பது ஆண்டுகள் பணியாற்றினார்.

ப்ரிங்கிள் பேட்டிசனின் எழுத்து இம்மானுவேல் காண்ட், ஹெகல் ஆகியோரின் தாக்கம் பெற்றிருந்தது. அவர் தத்துவ அமைப்புகளின் மதிப்பைப் பற்றிச் சந்தேகம் கொண்டிருந்தார், பிரபஞ்சத்தை அதன் தனிப்பட்ட பகுதிகளை நாம் அறிந்துகொள்ள முடியாது என்று நம்புகிறார்; அழியாமை என்பது தத்துவம் அல்லது மதத்தின் மையமாக இருக்க வேண்டிய அவசியமில்லை என்றார்.

முக்கியத்துவத்தை மதிப்பிடவும் முடியும். அதற்கேற்ப மதங்களின் தத்துவம், கலைகளின் தத்துவம், சட்டங்களின் தத்துவம் போன்ற குறிப்பிட்ட துறை சார்ந்த அனுபவத் தொகுப்புகளின் தத்துவங்களும் மனிதனையும் அவன் வாழும் உலகையும் குறித்த நமது கருத்துகளுடன் இணைக்கிறது. எந்தக் கேள்விக்குட்பட்ட அனுபவத்தையும் பகுத்தாய்ந்து விளக்கியுரைப்பதே அத்துறையின் தத்துவம் எனக் கூறலாம். நாம் கவனம் குவிக்கும் உண்மைகள் உலகப் பொதுவானதாக இருக்கையில், கூடவே அதன் தன்மையில் குறிப்பிடத்தகுந்ததாகவும் இருக்கையில், - மத வரலாற்றில் வெளிப்படுத்தப்படும் உண்மைகள் போன்றே மனிதனின் மத அனுபவம் குறித்த தத்துவமும்- நமது பொதுவான தத்துவார்த்த முடிவுகளுக்குக் குறிப்பிடத்தகுந்த தாக்கத்தை ஏற்படுத்தாமல் இருக்காது. யதார்த்தத்தில் குறிப்பிட்ட விவாதங்களைப் பொதுவான விவாதங்களோடு பல எழுத்தாளர்களும் இணைக்கின்றனர்.

மதத்தின் தத்துவங்கள் கவனம் செலுத்தும் உண்மைகள் யாவும் அதன் விரிந்த பொருளில் மத வரலாற்றோடு தொடர்பு கொண்டவையாகவே உள்ளன. டீலே[4] குறிப்பிடுவதுபோல்,

"நாகரிமுள்ள அல்லது நாகரிமற்ற, இன்று நிலுவையிலுள்ள அல்லது எப்போதோ மறைந்துபோன எல்லா மதங்களுமே அவற்றின் எல்லா வெளிப்பாடுகளிலும் ஒரு வரலாற்று நிகழ்வாகவும் உளவியல் நிகழ்வாகவுமே வெளிப்பட்டுள்ளன.

---

4. டீலே, சி.பி. (1830-1902), டச்சு நாட்டைச் சேர்ந்த மதங்களின் வரலாற்றாசிரியர். ஆம்ஸ்டர்டாம் பல்கலைக்கழகத்தில் இறையியல் பயின்றார், இருபது ஆண்டுகள் (1853-1873) ரெமான்ஸ்ட்ராண்ட் அமைச்சராக இருந்தபோது அவர் பண்டைய மதங்களைப் படிப்பதில் தன்னை ஈடுபடுத்திக் கொண்டார். 1872இல் அவர் லைடன் பல்கலைக்கழகத்தில் பட்டம் பெற்று அடுத்த ஆண்டு ரெமான்ஸ்ட்ராண்ட்ஸ் செமினரியில் பேராசிரியரானார், அங்கு அவர் மதங்களின் வரலாற்றைக் கற்பித்தார். 1877ஆம் ஆண்டில், லைடன் பல்கலைக்கழகத்தில் மதங்களின் வரலாறு மற்றும் மதத்தின் தத்துவத்தின் தலைவராக டீலே நியமிக்கப்பட்டார், டீலே 'மத அறிவியலின்' முன்னோடியாக இருந்தார். பண்டைய ஈரான், மெசபடோமியா, எகிப்தின், மதங்களின் வரலாற்றை ஓர் உறுதியான மொழியியல்-வரலாற்று அடிப்படையில் முன் வைத்தவர். மதங்களின் வரலாற்றாசிரியர்கள் மத நிகழ்வுகளை அவற்றின் வளர்ச்சியின் நிலை மற்றும் திசைக்கு ஏற்ப ஒப்பிட்டு வகைப்படுத்த வேண்டுமென வலியுறுத்தினார்.

இந்த உண்மைகள்தாம் மதங்களின் தத்துவத்திற்கான தரவுகளாக அமைகின்றன என்பதைக் குறிப்பிட வேண்டும். அவை தாமாக ஒரு தத்துவமாக அமைவதில்லை அல்லது டீலேயின் சொற்களில் கூறுவதாகயிருந்தால் மதத்தின் விஞ்ஞானம் ஆகிவிடுவதில்லை. தற்போது நிலுவையிலுள்ள எல்லா மதங்களையும் அவற்றின் கோட்பாடுகள், தொன்மங்கள், சடங்குகள், பழக்கவழக்கங்கள் அவற்றால் ஒட்டிக்கொள்ளும் சம்பிரதாயங்கள், அவற்றைப் பின்பற்றுவோரின் அமைப்புகள் ஆகியவற்றை நான் பல்வேறு மதங்களின் தோற்றத்தையும் அவற்றின் பரவலையும் அழிவையும் உன்னிப்பாகப் பதிவு செய்து துல்லியமாக வர்ணித்துள்ளேன் என்றால் அவை மத அறிவியல் செயல்படும் ஆதாரங்களில் இருந்து தொகுத்துக்கொண்டதுதான் என்கிறார். வரலாற்று ஆவணங்கள் எத்தனை முழுமையாக இருப்பினும் போதுமானவையல்ல. தூய வரலாறு தத்துவமாகாது. மதங்களின் தத்துவத்தை நாம் அடைவதற்கு அதன் பன்மையான வெளிப்பாடுகளிலிருந்து ஒரு பொதுவான கோட்பாட்டை நாம் கண்டுபிடித்தாக வேண்டும். அந்தக் கோட்பாடானது மனித இயல்பின் வேர்களை அதன் பரிணாமத்தை ஆராய வேண்டும். வளர்ச்சியைச் சிறியதிலிருந்து பெரியது வரையும் மிகத் தகுந்த வடிவங்களைக் கண்டடைய வேண்டும். மனித நாகரிகத்தின் பிற முக்கிய கூறுகளோடான உறவுகள், இவை எல்லாவற்றையும் ஆராய்ந்தால் மட்டுமே கண்டுபிடிக்க முடியும்.”

இதுதான் மதங்களின் தத்துவம் என்றால், ஒப்பீட்டுச் சமயங்கள் எனக் குறிப்பிடப்படும் ஆய்வுத்துறை ஒன்றின் மற்றொரு பெயர்தான் இதுவென எனக்குத் தோன்றுகிறது, அதன் கூடுதல் நோக்கம் பல்வேறு மதங்களின் வெளிப்பாடுகளிலிருந்து பொதுவான கோட்பாடைக் கண்டறிவதே. அதன் நோக்கமும் மதிப்பும் எதுவாக இருந்தபோதும், நான் மதங்களின் தத்துவம் என்ற தலைப்பினைப் பேராசிரியர் பிரிங்கிள் பேட்டிசன் பயன்படுத்தும் நோக்கிற்கும் பொருளுக்கும் வேறுபட்டே பயன்படுத்துகிறேன். தத்துவம் என்ற சொல்லை அதன் மூல அர்த்தத்திலேயே பயன்படுத்துகிறேன். அது இருபடித்தான பொருள் கொண்டது. சாக்ரடீஸ் தத்துவம், பிளாட்டோ தத்துவம் என மக்கள் பேசுகையில் அது உண்மையில்

அவர்களின் போதனைகளையே குறிக்கின்றது. மற்றொரு வகையில் பல்வேறு நிகழ்வுகளிலும் விஷயங்களிலும் தீர்ப்புகள் வழங்கப்படும்போது அது விமர்சன தர்க்கத்தைக் குறிக்கின்றது. இந்த அடிப்படையில் பார்த்தால் மதங்களின் தத்துவம் என்பது என்னைப் பொறுத்த வரையில் ஒரு விளக்கமுறை அறிவியலாக மட்டுமே நான் பார்க்கவில்லை. அதை விளக்கமுறையாகவும் நெறிமுறையாகவும் பார்க்கிறேன். மதத்தின் தத்துவம் போதனைகளைக் கைக்கொள்வதால் விளக்கமுறை அறிவியலாகவும், அந்தப் போதனைகள் மீதான தீர்ப்புகளை விமர்சனதர்க்கப் பூர்வமாக உள்ளடக்குவதால் அது நெறிமுறை அறிவியலாகவும் இருக்கின்றது. இதிலிருந்து இந்துமதத் தத்துவம் குறித்த ஆராய்ச்சியில் நான் எதைக் குறித்து கவனம்கொள்கிறேன் என்பது தெளிவாக இருக்கிறது. வெளிப்படையாகச் சொல்வதாக இருந்தால் இந்துமதம் ஒரு வாழ்வியல் முறையாக இருப்பதற்கான தகுதியை நான் விசாரணைக்கு உட்படுத்தப்போகிறேன்.

நிலைப்பாட்டின் ஒரு பகுதி இங்கு தெளிவு படுத்தப்பட்டுவிட்டது. மற்றொரு பகுதியும் தெளிவுபடுத்தப்பட வேண்டும். அது சம்பந்தப்பட்ட அம்சங்களின் உறுதிப்பாடுகளையும் நான் பயன்படுத்தும் சொல்லாடல்களின் வரையறைகளைப் பற்றியும்தான்.

மதத் தத்துவம் பற்றிய ஆராய்ச்சியானது என்னைப் பொறுத்தவரை மூன்று பரிணாமங்களை நிர்ணயிப்பதாக உள்ளடங்கியிருக்கிறது. அதைப் பரிணாமங்கள் என நான் அழைப்பதற்குக் காரணம் அவை ஒரு பொருளின் உள்ளே நாம் அறிந்திடாத அம்சங்கள் இருப்பதைப் போன்றவை. மதத் தத்துவம் குறித்த பரிசீலனைகள் பயனுள்ளதாக இருக்க வேண்டுமென்றால் அதன் இந்தப் பரிணாமங்களை ஒருவர் உறுதிப்படுத்தவும் வரையறுக்கவும் வேண்டும்.

இந்த மூன்று பரிணாமங்களில் முதன்மையானது மதம். குதர்க்கமான விவாதங்களைத் தவிர்க்கும் பொருட்டு ஒருவர் மதம் என்பதை எப்படிப் புரிந்துகொள்கிறார் என்பதை வரையறுக்க வேண்டும். மதத்தைப் பொறுத்தவரை இது மிகவும் அவசியமானது. ஏனென்றால் மதத்தின் துல்லியமான வரையறைகள் குறித்த உடன்பாடுகள் பொதுவாக இல்லை. இந்தக் கேள்வியைப் பற்றிய விரிவான விளக்கத்துக்கு இது

இடமல்ல. தொடரும் விவாதங்களில் இந்தச் சொல்லை எந்தப் பொருளில் பயன்படுத்துகிறேன் என்பதைச் சொல்வதோடு என்னை ஆற்றுப்படுத்திக்கொள்கிறேன்.

இறையியல் என்ற பொருளிலேயே நான் மதம் என்ற சொல்லைப் பயன்படுத்துகிறேன். வரையறை என்ற அளவில் இதில் போதாமை இருக்கலாம். ஏனெனில் பல வகையான இறையியல்கள் உள்ளன, நான் எதைச் சுட்டுகிறேன் என்பதைக் குறிப்பிட்டாக வேண்டும். வரலாற்று ரீதியாகப் பேசப்பட்டுவரும் இரண்டு இறையியல்கள் உள்ளன. அவை புராண இறையியல், சமூக இறையியல் ஆகியன. இவற்றை வகைப்படுத்திய கிரேக்கர்கள் இரண்டுக்கும் தீர்க்கமான உள்ளடக்கங்களைத் தந்தனர். கடவுளர்களின் கதைகளையும் அவர்களது லீலைகளையும் இன்றைய இலக்கியப் புனைவுத் தன்மையில் சொல்லப்படுவது புராண இறையியல் எனக் குறிப்பிட்டனர். சமூக இறையியல் என்பது அவர்களது கருத்துப்படி அரசாங்க நாள்காட்டிகளில் உள்ள பண்டிகைகள், நோன்புகள், அவற்றுக்குரிய சடங்குகள் குறித்த அறிவுத்தொகுப்பு ஆகும். இந்த இரண்டு பொருளிலும் நான் இறையியல் என்ற பதத்தைப் பயன்படுத்தவில்லை. இறையியலை, இயற்கையின் பிரிக்கவொண்ணா பகுதியாக விளங்கும் கடவுள் கோட்பாட்டையும் தெய்வீகக் கோட்பாட்டையுமே நான் இயற்கை இறையியல்[5] என்ற பொருளில் பயன்படுத்துகிறேன். 'இயற்கை இறையியல்' மரபாகப் புரிந்துகொள்ளப்பட்டபடி மூன்று கோட்பாட்டு முடிவுகளை முன்மொழிகிறது.

1) கடவுள் இருக்கிறார். இயற்கை அல்லது பிரபஞ்சத்தைப் படைத்தவர் அவரே.

2) இயற்கை உருவாக்கும் எல்லா நிகழ்வுகளையும் கடவுளே கட்டுப்படுத்துகிறார்.

3) கடவுள் அவரது இறையாண்மையின் நல்லொழுக்கச் சட்டங்களின்படி மனித இனத்தை ஆட்சி செய்கிறார்.

இயற்கை இறையியலிலிருந்து வேறுபடும் தெய்வீக உண்மையைத் தன்னியல்பாக வெளிப்படுத்தும் "வெளிப்பாட்டு இறையியல்" என அழைக்கப்படும் மற்றொரு இறையியல் வகைமை உண்டு என்பதை அறிவேன். எனினும் இந்த வேறுபாடு பொருட்படுத்தத்

---

5. இயற்கை இறையியல் தன்னை ஒரு தனித்துறையாக அடையாளப்படுத்துவதற்கு பிளாட்டோவிற்குக் கடமைப்பட்டுள்ளது. –பார்க்க. பிளாட்டோவின் 'சட்டங்கள்'.

தக்கதல்ல. முன்னரே குறிப்பிட்டுள்ளதைப் போன்று வெளிப்பாட்டு இறையியல் என்பது மனிதர்களின் முயற்சிகளல்லாது கிடைக்கப் பெற்ற கூடுதல் அறிவினால் பெறப்பட்ட முடிவுகளை எந்தத் திருத்தமுமின்றி செலுத்திக் கிடைக்கப்பெறும் இயற்கை இறையியலை அப்படியே விட்டுவிடுவது என்பதாகும். அல்லது உண்மையான வெளிப்பாட்டின்படி அது வெளிப்பாட்டில் கிடைக்கப்பெற்ற வெளிச்சத்தின்படி இயற்கை இறையியலை இன்னும் ஆழமான பொருளோடும் செழுமையோடும் மாற்றியமைப்பதாகும். ஆனால், உண்மையில் ஒரு மெய்யான இயற்கை இறையியலும் ஒரு மெய்யான வெளிப்பாட்டு இறையியலும் ஒன்றுக்கொன்று முரண்பட்டதாக இருப்பது நடைமுறை சாத்தியமில்லை என்பதால் அதை விலக்கி விடலாம்.[6]

இறையியலின் மூன்று கோட்பாடுகளான 1)கடவுள் உண்டு 2) பிரபஞ்சத்தின் மீதான கடவுளின் ஆட்சி 3) மனித இனத்தின் மீதான கடவுளின் நல்லொழுக்க ஆட்சி ஆகியவற்றை எடுத்துக்கொண்டால், இதில் மனிதர்கள் ஒழுக்கமான வாழ்வை வாழ்வதற்கான சமூக அமைப்பை வலியுறுத்தும் கடவுளின் ஆட்சி என்கிற லட்சியத் திட்டத்தை முன்மொழிவதே மதம் என நான் புரிந்துகொள்கிறேன். இந்த விவாதத்தில் மதம் என்பதை இந்தப் பொருளிலேயே பயன்படுத்துகிறேன்.

மதம் எதற்காக, எந்த லட்சியத் திட்டத்திற்காக நிற்கிறதோ அதைத் தெரிந்துகொள்வது இரண்டாவது பரிணாமம். எந்தவொரு சமூகத்திலும் மதமொன்றின் நிலையான நிரந்தரமான ஆதிக்கமான பகுதி என்னவென வரையறுப்பதும், அதன் இன்றிமையாத குணாதிசியங்களைத் தேவையற்றவற்றிலிருந்து பிரிப்பது கடினமான ஒன்றாகும். இப்படிக் கடினமாக

---

6. ஏ.இ. டெய்லர் 'நல்லொழுக்கவாதியின் விசுவாசம்' (பக்கம்–19)

ஆல்ஃபிரட் எட்வர்ட் டெய்லர் (1869-1945), A.E. டெய்லர் எனப் பரவலாக அறியப்படுபவர். பிரிட்டிஷ் இலட்சியவாதத் தத்துவஞானி ஆவார், அப்பாலைத் தத்துவம், மதத்தின் தத்துவம், தார்மீகத் தத்துவம் இலட்சியவாதத்தின் தத்துவத்திற்கு அவர் செய்த பங்களிப்புகளுக்காக மிகவும் பிரபலமானவர். பிளேட்டோவின் தத்துவத்தில் கரைகண்ட அறிஞர். பிரிட்டிஷ் அகாடமியின் ஃபெல்லோஷிப் உறுப்பினராகவும், 1928 முதல் 1929 வரை அரிஸ்டாட்டிலியன் சொசைட்டியின் தலைவராகவும் இருந்தார். ஆக்ஸ்போர்டில் 1931இல் நியூ காலேஜின் கௌரவ உறுப்பினராக அவர் நியமிக்கப்பட்டார். இலட்சியவாதம் அவரது ஆதர்ச நோக்காக இருந்தது.

இருப்பதற்கான காரணம் ஒருவேளை பேராசிரியர் ராபர்ட் ஸ்மித்[7] கீழ்கண்டவாறு சுட்டிக்காட்டியதாக இருக்கலாம்.

அவர் கூற்றின்படி[8]

> *"பல நூற்றாண்டுகளாக மதங்களின் மரபான பயன்பாடுகள் படிப்படியாக வளர்ந்து வந்துள்ளன. மனிதனின் அறிவு, அறம் ஆகியவற்றின் வளர்ச்சியின் பல்வேறு கட்டங்களிலும் அதன் சிந்தனைப் போக்குகளின் குறிப்பிடத்தகுந்த பழக்கங்களை அவை பிரதிபலிக்கின்றன. எனினும் கடவுளின் இயல்பினைக் குறித்த எந்தக் கருத்தாக்கமும், ஆதிமனித காலத்திலிருந்து மரபுத் தொடர்ச்சியில் ஒவ்வொரு பண்பாடாக மாறி மேல்நோக்கி நகர்கிறது. பின்னர் அதன்மூலம் புறச்சமயங்கள் பெற்றுக்கொண்ட சடங்காச்சாரங்களின், கூட்டுப் பண்பாடுகளின், காரணங்களைப் புலப்படுத்திவிட இயலாது. மத நிறுவனங்களால் பாதுகாக்கப்படும் மனிதகுலத்தின் மதச் சிந்தனைகளின் பதிவுகள் எப்படியிருக்கிறது என்றால், பூமியின் மேலடுக்கில் பழையவையும் புதியவையும் அருகருகே அல்லது ஒன்றின் மேல் ஒன்றாகப் பாதுகாக்கப்படும் வரலாற்றைப் போன்றே இருக்கின்றது."*

இதேபோன்றுதான் இந்தியாவிலும் நிகழ்ந்துள்ளது. இந்தியாவின் மதங்களின் வளர்ச்சி பற்றிப் பேசும்போது பேரா. மாக்ஸ் முல்லர்[9] கூறுவதாவது:-

---

7. வில்லியம் ராபர்ட்சன் ஸ்மித் (1846-1894), ஸ்காட்லாந்து நாட்டைச் சார்ந்த கீழைத்தேயவாதி. விவிலியத்தின் பழைய ஏற்பாட்டு அறிஞர், பேராசிரியர், ஸ்காட்லாந்தின் ஃப்ரீ தேவாலயத்தின் அமைச்சர் ஆவார். என்சைக்ளோபீடியா பிரிட்டானிக்காவின் ஆசிரியராகவும், என்சைக்ளோபீடியா பிப்லிக்காவுக்கு பங்களிப்பாளராகவும் இருந்தார். மதத்தின் ஒப்பீட்டு ஆய்வில் அடிப்படை நூலாகக் கருதப்படும் 'செமிட்டிகளின் மதம்' என்ற புத்தகத்திற்காகவும் அறியப்படுபவர். எடின்பரோவில் உள்ள நியூ கல்லூரியில் பிண்டர் பின் பதினைந்தாவது வயதில் அபெர்டீன் பட்டம் பெற்றார். 1870ஆம் ஆண்டில், பேராசிரியர் மார்கஸ் சாக்ஸுக்குப் பிறகு, அபெர்டீன் ஃப்ரீ சர்ச் கல்லூரியில் ஹுப்ரு மொழி இருக்கையின் தலைவராக அமர்ந்தார் .மதங்களின் ஆய்வில் வரலாற்று விமர்சன முறையியலைக் கைக்கொண்டவர்.

8. செமிட்டிகளின் மதம் (The religion of Semites) (1927)

9. ஃபிரெட்ரிக் மாக்ஸ் முல்லர் (1823 - 1900), ஜெர்மனியில் பிறந்த தத்துவவியலாளரும், கீழைத்தேயவாதியும் ஆவார், தனது வாழ்நாள் முழுவதும் பிரிட்டனில் வாழ்ந்து படித்தார். இந்திய ஆய்வுகள் மற்றும் மத ஆய்வுகளின் மேற்கத்திய கல்வித் துறைகளின் நிறுவனர்களில் ஒருவர் 'மதத்தின் அறிவியல்' 'இந்தியவியல்' போன்ற தலைப்புகளில் அறிவார்ந்த, பிரபலமான படைப்புகளை எழுதினார். கிழக்கின் புனித புத்தகங்கள், ஆங்கில

"எளிமையான குழந்தைத்தனமான பிரார்த்தனை நிலையிலிருந்து மிக உயர்ந்த அப்பாலைத் தத்துவங்களின் நுண்மையாக்கத்தைக் கொண்ட ஒரு மதம் ஒவ்வொரு கட்டம் கட்டமாக வளர்ந்துவந்ததை நாம் பார்க்கிறோம். பெரும்பாலான வேத மந்திரங்களில் இந்தக் குழந்தைப்பருவத்தை நாம் அடையாளம் காணலாம். பிராமணங்களிலும் பலிச் சடங்குகளிலும், அன்றாட அறநெறிச் சடங்குகளிலும் வளர்ந்த மனிதனைக் காணலாம். உபநிடதங்களில் வயோதிக வேதச் சமயத்தைக் காணலாம். இந்தியச் சிந்தனை வளர்ச்சியின் வரலாற்றுப் போக்கில் பிராமணங்களின் முதிர்ச்சியை எட்டியவுடன் குழந்தைத்தனமான பிரார்த்தனைகளைக் கைவிட்டதை நாம் நன்றாகப் புரிந்துகொள்ளலாம். மேலும் பலிச்சடங்குகளின் பகட்டுகளும் பழைய கடவுள்களின் உண்மையான தன்மைகளும் கண்டுகொள்ளப்பட்டபோது அவற்றை உயரிய உபநிடத மதம் ஒதுக்கிவைத்துவிட்டது. என்றாலும், அது மெய்யல்ல. இந்தியாவில் வெளிப்பட்ட எல்லா மதச் சிந்தனைகளும் புனித மரபாக வாரிசுரிமையாக கையளிக்கப்பட்டவை எல்லாம் நன்கு பாதுகாக்கப்பட்டு வந்தன. இந்தியாவின் குழந்தைப் பருவ இளமைப் பருவ முதியப் பருவ என்கிற மூன்று வரலாற்றுக் காலகட்டங்களின் சிந்தனைகள், ஒவ்வொரு தனிமனிதரின் மூன்று பருவக் கட்டங்களிலும் பின்பற்றப்படுமாறு பணிக்கப்பட்டன. வேதம் என்கிற புனிதமான நியதி, ஒவ்வொரு காலகட்டத்தின் மதச் சிந்தனைகளை தன்னகத்தே பதிவு செய்துள்ளது. அதே நேரத்தில் ஒன்றுக்கொன்று முற்றிலும் முரணான கோட்பாடுகளையும் கொண்டிருந்தது என்பதையும் விளங்கிக்கொள்ள முடியும்."

நேர்மறை மதங்களில் பெருமளவில் இவ்வாறான பிரச்சினைகள் இல்லை. நேர்மறை மதங்களின் அடிப்படை குணாம்சமாக யுகம் யுகமாக மௌனமாகச் செயல்பட்டுவரும் ஆழ்மன விசைகளின் கீழுள்ள புராதன மதங்களைப் போல அவை வளர்ச்சியடையவில்லை. ஆனால், அவற்றின் தோற்றம் தெய்வீக வெளிப்பாடுகளைப் போதித்த மாபெரும் மதங்களைத் தோற்றுவித்தோர்களின் போதனைகளை அடிப்படையாகக்

மொழிபெயர்ப்புகளின் 50 தொகுதிகள் இவரது வழிகாட்டுதலின் கீழ் தயாரிக்கப்பட்டது. துரேனிய மொழிக் குடும்பம் என்ற கருத்தையும் அவர் ஊக்குவித்தார்.

கொண்டவை. நினைவு மனத்தின் தெளிவின் விளைவாக உருவானதால் நேர்மறை மதங்கள் கண்டடைவதற்கும் எடுத்துச் சொல்வதற்கும் எளிதானவை. யூத மதம், கிறிஸ்தவ மதம் போன்றே இந்து மதமும் பிரதானமாக ஒரு நேர்மறை மதம். அதன் தெய்வீக ஆட்சிமுறை குறித்து யாரும் அலைந்து திரிந்து தேடித்தெரிந்துகொள்ள வேண்டியதில்லை. அது எழுதப்படாத அமைப்புச் சட்டம் போன்றதல்ல. இந்து மதத்தின் தெய்வீக ஆட்சிமுறை நியதிகள் ஓர் எழுதப்பட்ட அமைப்புச் சட்டத்தில் பொறிக்கப்பட்டுள்ளது. அதைத் தெரிந்துகொள்ள விரும்பும் எவரும் அதை ஒரு புனித நூலில் காணலாம். அதன் பெயர் மனுஸ்மிருதி. நுட்பமான விபரங்களுடன், இந்துக்களின் ஆசார, சமூக வாழ்வினை ஆளும் விதிமுறைகளை எடுத்துரைக்கும் ஒரு புனித நெறிமுறை அது. இந்துக்களின் விவிலியம் என அதைக் கருதலாம். இந்துமதத் தத்துவம் அதில் அடங்கியுள்ளது.

ஒரு குறிப்பிட்ட மதத்தை அது எதற்காக நிற்கிறதோ அதன் தெய்வீக ஆட்சிமுறையின் முழுமையான லட்சியத் திட்டத்தின் மதிப்பினை மதிப்பீடு செய்வதற்கான அளவுகோல்களே மூன்றாவது பரிமாணமாகும்.[10] மதம் நிச்சயமாக விசாரணைக்கு உட்படுத்தப்பட வேண்டும். ஆனால், எந்த அளவுகோல்களின்படி உட்படுத்துவது? இதுவே விதிமுறைகளின் வரையறைக்கு இட்டுச் சென்றது. மூன்று பரிமாணங்களில் மூன்றாவதான இதுவே மதிப்பிடுவதற்கும் வரையறுப்பதற்கும் சிரமமான ஒன்றாகும்.

மதத் தத்துவங்களைப் பற்றி ஏராளம் எழுதப்பட்டுவிட்டாலும் இந்தக் கேள்விக்கான விடை கிடைத்ததாகத் தெரியவில்லை. இந்தப் பிரச்சினையைத் தீர்ப்பதற்கான வழிமுறையும் கண்டுபிடிக்கப்படவில்லை. ஒவ்வொருவரும் அவரவருக்கான

---

10. மதங்களைப் பற்றிய ஆய்வில் சில மாணவர்கள் எல்லாம் முதல் இரண்டு பரிமாணங்களில் மட்டுமே அடங்கியுள்ளன எனக் கருதுகின்றனர். மதங்களின் தத்துவம் பற்றிய ஆய்வுக்கு மூன்றாவது பரிமாணம் அவசியத் தேவை என்பதை அவர்கள் கருத்தில் கொள்ளவில்லை. இதனுடைய விளக்கத்துக்கு ஹேஸ்டிங்க்ஸின் 'மதம் மற்றும் விழுமியங்களின் கலைக்களஞ்சியம்' தொகுதி xii பக்கம் 393இல், திரு டி.எஸ். ஆடம்ஸ் எழுதிய கட்டுரையைக் காண்க. இந்தக் கருத்திலிருந்து நான் வேறுபடுகிறேன். மதத் தத்துவம் என்பதை ஒரு நியமங்களின் ஆய்வாகவும் விவரண ஆய்வாகவும் நான் கருதுவதே இந்த வேறுபாட்டிற்குக் காரணமாக இருக்கக்கூடும்.பொதுவான மதத் தத்துவம் என ஒன்று இருப்பதாக நான் நினைக்கவில்லை. ஒவ்வொரு மதமும் அதற்கான தத்துவத்தைக் கொண்டிருக்கிறது. மதத் தத்துவம் என ஒன்று என்னைப் பொறுத்த வரையிலும் கிடையாது. ஒரு மதத்தைக் குறித்த தத்துவம்தான் இருக்கின்றது.

தனிப்பட்ட வழிமுறையைத் தீர்மானிக்கும்படி விடப்பட்டுள்ளனர். என்னைப் பொறுத்த வரையில் ஓர் இயக்கம் அல்லது ஓர் அமைப்பின் தத்துவத்தை ஆய்வு செய்யவேண்டுமென்றால் அந்த இயக்கம் அல்லது அமைப்பு கடந்துவந்த புரட்சிகளைக் கருத்தில் கொள்வதே பாதுகாப்பான கண்ணோட்டம் என நினைக்கிறேன். புரட்சி, தத்துவத்தின் தாய் அல்லது அது தத்துவத்தைப் பிரகாசிக்க செய்யும் விளக்கு. இந்த விதிமுறைக்கு மதங்களும் விலக்கல்ல. எனவே மதத் தத்துவங்களை ஆராய்வதற்கு மதங்கள் கடந்து வந்த புரட்சிகளைக் கருத்தில்கொள்வதே நம்பகமான வழிமுறையாகக் கருதுகிறேன். இந்த ஆய்வுமுறைமையையே நான் கடைப்பிடிக்க உத்தேசித்துள்ளேன்.

வரலாற்று மாணவர்கள் ஒரு மதப் புரட்சியைக் குறித்து நன்கறிவார்கள். அந்தப் புரட்சி மதங்களின் எல்லையையும் அதன் அதிகார எல்லையையும் குறித்ததாகும். மதமானது மனித அறிவின் முழுப் பரப்பைத் தழுவியதாகவும் அதன் போதனைகள் நம்பகமானவையாகவும் கருதப்பட்ட காலம் ஒன்று இருந்தது. அது வானியலை உள்ளடக்கியிருந்தது, பிரபஞ்சத்தின் மையத்தில் பூமி நிலைகொண்டிருப்பதாகவும் அதைச் சுற்றிச் சூரியன், சந்திரன், பிற கோள்களும் நிலையான நட்சத்திர மண்டலங்களும் அதன்தன் வட்டத்தில் சுழன்று வருவன என்ற பிரபஞ்சக் கொள்கையினை அறிவித்தது. அது புவியியலையும் உயிரியியலையும் உள்ளடக்கி, பூமியின் உயிர்களின் வளர்ச்சி ஒரே நேரத்தில் தோற்றுவிக்கப்பட்டதாகவும், இப்போதுள்ள எல்லா வானத்துக் கோள்களும் மிருகங்களும் தாவரங்களும் பிரபஞ்சம் தோன்றிய போதே இருந்ததாக எடுத்துரைத்தது. மருத்துவம் அதன் எல்லைக்குட்பட்டது என அது உரிமை எடுத்துக்கொண்டது. நோய் என்பது பாவத்திற்கான தெய்வீக வருகை அல்லது பேய்களின் வேலை, அதை முனிவர்களின் நேரடித் தலையீட்டாலோ அல்லது புனிதத் தோத்திரங்கள், பிரார்த்தனைகள் அல்லது புனித யாத்திரைகளினாலோ அல்லது (பேய்களினால் ஆனது எனில்) பேய் விரட்டல் மூலமாகவோ பேய்களும் (நோயாளியும் கூட) அருவருக்கும் சிகிச்சைகள் மூலமோ அவற்றைக் குணப்படுத்த முடியும் எனக் கற்றுக்கொடுத்தது. உடலியலும் உளவியலும் கூடத் தன் எல்லைக்குட்பட்டவை என அது உரிமை கோரியது. உடலும் உள்ளமும் (ஆன்மாவும்) தனித்தனிப் பொருள்கள் என அது போதித்தது.

சிறிது சிறிதாக மதங்களின் இந்தப் பரந்துபட்ட சாம்ராஜ்யம் தகர்க்கப்பட்டது. கோபெர்நிகஸின்[11] புரட்சி வானியலை மதங்களின் ஆதிக்கத்திலிருந்தும் அதிகாரத்திலிருந்தும் விடுவித்தது. டார்வீனியப்[12] புரட்சி உயிரியலையும் புவியியலையும் மதத்தின் வலையியிலிருந்து விடுவித்தது. மருத்துவத் துறையில் இன்னும் இறையியலின் அதிகாரம் முற்றிலும் அழிக்கப்பட்டுவிடவில்லை. மருத்துவத்துறையில் அதன் தலையீடு இன்னும் தொடர்கிறது. மக்கள்தொகைக் கட்டுப்பாடு, கருக்கலைப்பு, குறைபாடுகொண்ட கருக்களைக் கலைத்தல் தொடர்பான கருத்துகளில் இறையியல் கொள்கைகள் இன்றளவிலும் செல்வாக்கு செலுத்துகின்றன. உளவியல் துறை இன்னும் முழுமையாக அதன் பிடியிலிருந்து விடுவித்துக் கொள்ளவில்லை. இழந்த தன் சாம்ராஜ்யத்தை மீட்க எந்த முயற்சியையும் மேற்கொள்ள முடியாத அளவிற்கு இறையியல் அதிகாரத்துக்கு டார்வினியம் கொடுத்தது பலத்த அடியாகும்.

---

11. நிக்கோலாஸ் கோப்பர்னிக்கஸ் (1473–1543), இவர் ஐரோப்பிய மறுமலர்ச்சியில் பெரும் பங்கு வகித்த பல்துறை நிபுணர், கணிதவியலாளர், வானியலாளர், சட்டத்துறையில் முனைவர் பட்டம் பெற்ற சட்ட நிபுணர், மருத்துவர், நான்கு மொழிகள் அறிந்திருந்த மொழிபெயர்ப்பாளர், பழங்கலை அறிஞர், கலைஞர், கத்தோலிக்க குரு, ஆளுநர், அரசுத் தூதர் மற்றும் பொருளியலாளர் ஆவார். சிலர் இவர் போலந்தில் பிறந்தவர் என்றும், சிலர் இவர் செருமானிய வம்சாவளியைச் சேர்ந்த போலந்து நாட்டவர் என்றும் கருதுகிறார்கள். சூரியனை மையமாகக் கொண்ட புரட்சிகரமான கொள்கையை வகுத்துத் தந்து வானியலில் புதிய ஒரு வளர்ச்சிக்கு வித்திட்டவர். 15 ஆம் நூற்றாண்டில் ஐரோப்பாவில் நிலவியிருந்த பூமி மையக் கொள்கையை மாற்றிக் கதிரவனை மையமாகக்கொண்டே கோள்கள் இயங்குகின்றன என உலகிற்குக் காட்டியவர்.

12. சார்லஸ் ராபர்ட் டார்வின் (1809–1882), ஓர் ஆங்கிலேய இயற்கையியல் அறிஞர். இதுவரை வாழ்ந்த உயிரியலாளர்களில் மிகவும் செல்வாக்கு உள்ளவர்களுள் ஒருவராகக் கருதப்படுகிறார். இவர் முன்வைத்த உயிரினங்களின் பரிணாம வளர்ச்சிக் கொள்கை ஓர் அடிப்படையான புரட்சிகரமான அறிவியற் கொள்கை. இவர் தாம் கண்டுபிடித்த உண்மைகளையும், கொள்கைகளையும், 1859 ஆம் ஆண்டில் உயிரினங்களின் தோற்றம் (The Origin of Species) என்னும் தலைப்பில் ஒரு நூலாக வெளியிட்டார் இது மிகவும் புகழ்பெற்ற நூல். மனித இனம் குரங்கு இனத்தோடு தொடர்புகொண்டது என்று இவர் அஞ்சாமல் கூறிய கருத்துக்கள், அன்று இவரைப் பலர் எள்ளி நகையாட வைத்தது. எனினும், இவருடைய கருத்துகள் இன்று அறிவியல் உலகில் பெருமதிப்புடையவை. இவரே மனிதன், குரங்கிலிருந்து பரிணமித்தவன், உலகில் விலங்குகள் மற்றும் உயிரினங்களில் வளர்ச்சி என்பது, 'தக்கன பிழைக்கும்' என்ற கோட்பாட்டின் அடிப்படையில் அமைந்தது, அதாவது தகுதியானது உயிர் வாழும் என்றதன் அடிப்படையில் அமைந்தது என்பன போன்ற புதிய அறிவியல் கோட்பாடுகளைக் கண்டறிந்தவராவார்.

மதச் செல்வாக்கின் சீர்குலைவை ஒரு பெரும் புரட்சியெனக் கருதுவது இயற்கையானதுதான். இறையியலுக்கு எதிராக அறிவியல் 400 ஆண்டுகள் தொடுத்த போரின் விளைவே அது. இரண்டுக்குமிடையே பல்வேறு போர்கள் நடைபெற்றுள்ளன. கொழுந்துவிட்டெரிந்த இந்தப் புரட்சியினால் தாக்கம் பெறாதவர்கள் யாரும் இல்லையெனச் சொல்லும் அளவிற்கு அதன் எழுச்சி அமைந்திருந்தது.

இந்த மதப் புரட்சி பெரும் வரம் என்பதில் சந்தேகமில்லை. அது சுதந்திரச் சிந்தனையை நிலைநிறுத்தியது. ஒரு காலத்தில் மூடநம்பிக்கைகளைப் பகிர்ந்துகொண்ட உலகத்தைத் தனதாக்கி அதன் மீது தன் கட்டுப்பாட்டைக் கொண்டு வரச் சமூகத்துக்கு வழி செய்தது, தேவையற்ற முந்தைய பயங்களை, துணிச்சலுடன் எதிர்கொள்ளச் செய்தது. அதன்மூலம் மர்மங்களின் கட்டுக்குள் இருந்து விடுபட்டுத் தங்குதடையில்லாச் செயல் வெளியையும், சுதந்திரச் சிந்தனை வெளியையும் சொந்தமாக அமைத்துக் கொள்ள வழியேற்படுத்தியது.

நாகரிகத்திலிருந்து பண்பாட்டை வேறுபடுத்திக் காட்டுவதால் மதச்சார்பின்மைச் செயல்பாடுகள் அறிவியலாளர்கள் மத்தியில் மட்டுமல்ல, மதச் சார்புடைய ஆண்கள் பெண்கள் மத்தியிலும் வரவேற்பைப் பெற்றுள்ளன. அவர்களின் அன்றாட மத வாழ்க்கைக்கு இறையியல் கற்றுக்கொடுத்தவை தடையாக உள்ளதென்றும் அதன் காட்டுத்தனமான வளர்ச்சியைக் கட்டுப்படுத்துவது வரவேற்கத்தக்கதே என்றும் உணரத் தொடங்கியுள்ளனர்.

ஆனால் மதத்தின் தத்துவத்தை மதிப்பிடுவதற்கான சட்டகத்தை அடைய மதத்தில் நடைபெற்ற மற்றொரு விதமான புரட்சியை நோக்கி நம் கவனத்தைத் திருப்ப வேண்டும். அந்தப் புரட்சி கடவுளுக்கும் தனிமனிதனுக்குமான உள்ள உறவுகள், தனிமனிதனுக்கும் சமூகத்துக்கும், மனிதனுக்கும் மனிதனுக்குமான உறவுகளைக் குறித்த நடைமுறைக் கோட்பாடுகளின் தன்மையையும் உள்ளடக்கத்தையும் பற்றியதாகும். ஆதிமனிதச் சமூகத்திலிருந்து நாகரிகச் சமூகத்தைப் பிரிக்கும் வித்தியாசங்களிலிருந்து இந்தப் புரட்சியின் மகத்துவத்தை உணரலாம்.

மதப் புரட்சிகளைப் பற்றி முறையான ஆய்வுகள் மேற்கொள்ளப்படாதது விநோதமாக இருக்கின்றது. வெகு சிலரே

இதை உணர்ந்திருப்பதுபோல் தோன்றினாலும் ஆதிமனிதச் சமூகமும் நாகரிகச் சமூகமும் இதுகாறும் கருதிவந்த மதத் தன்மையில் முழுமையான மாற்றத்தைக் கொண்டுவந்தது என்ற அளவில் இந்தப் புரட்சி மகத்தானதும் மிக ஆழமானதுமாகும்.

காடுவாழ் சமூகத்துக்கும் நாகரிகச் சமூகத்துக்குமான ஒப்பீட்டுடன் இதைத் தொடங்குவோம்.

காடுவாழ் சமூகத்தின் மதத்தில் இரண்டு விஷயங்கள் எவரையும் வியப்படையச் செய்யும். முதல் விஷயம் சடங்குகளும், கொண்டாட்டங்களும். இரண்டாவதாக மந்திரங்கள், தீட்டுகள் கடைப்பிடிப்பது, குலதெய்வ, குலக்குறி வழிபாடும் சில குறிப்பிட்ட நிகழ்வுகளோடு அவற்றின் கவனத்திற்குரிய தொடர்புகளுமாகும். அந்தக் குறிப்பிட்ட நிகழ்வுகள் பெரும்பாலும் மனிதனின் நெருக்கடியான காலகட்டத்தினைக் குறிப்பதாகும். அதாவது பிறப்பு, முதல் குழந்தை பிறப்பு, வாலிபப் பருவம் அடைதல், பெண்கள் பருவமடைதல். திருமணம், நோய்வாய்ப்படுதல், மரணம், போர் ஆகிய நிகழ்வுகளின்போதே பொதுவாகச் சடங்குகளும், கொண்டாட்டங்களும் குலக்குறி வழிபாடும் மந்திரச் சடங்குகளும் கடைப்பிடிக்கப்படுகின்றன.

மதத்தின் தோற்றமும் வரலாறும் பற்றி ஆய்வு செய்யும் மாணவர்கள், மதத்தின் தோற்றத்தையும் அதன் உள்ளடக்கத்தையும் விளக்க முற்படும்போது, மந்திர தந்திரங்கள், குலவிலக்குகள், குலக்குறிகள் சடங்காச்சாரங்கள் கொண்டாட்டங்கள் விழாக்கள் பற்றிக் குறிப்பிடுகின்றனர். ஆனாலும் அவற்றிற்கும் அவை சம்பந்தப்பட்ட குறிப்பிட்ட நிகழ்வுகளுக்கும் உள்ள தொடர்பு பொருட்படுத்தத்தக்கதல்ல என்று கருதுகின்றனர். இதனுடைய விளைவாக மதம் என்பது மாய வித்தைகள் அல்லது மூட நம்பிக்கைகளிருந்து (உருவ வழிபாடு) தோன்றியதாக விளக்கமளிக்கும் கோட்பாடுகள் எழுந்துள்ளன. இதைவிடப் பெருந்தவறு இருக்க முடியாது. ஆதிமனிதச் சமூகத்தில் மந்திர தந்திரங்கள், ஆவிகொள்கைச் சடங்குகள், விலக்குகள், குலக்குறி வழிபாடுகள் நடைபெற்றது உண்மைதான். ஆனால் இதுவே மதம் என்றோ அல்லது மதத்தின் தோற்றுவாய் என்றோ பொருள்கொள்வது தவறானதாகும். அப்படிக் கருதுவது தற்செயல் உண்மைகளை முதன்மை உண்மைகளாக உயர்த்திச் சொல்வது போலாகும்.

காடுவாழ் மனிதர்களின் மதத்தில் முதன்மை விஷயம் வாழ்வு; இறப்பு, பிறப்பு, திருமணம், போன்ற மனித இருப்பின் அடிப்படை உண்மைகளே. மந்திரதந்திரங்கள், குலவிலக்குகள், குலக்குறி வழிபாடுகள், ஆகியன தற்செயல் உண்மைகளே அவை முதன்மையான உண்மைகள் அல்ல. அவை அதற்கான வழிமுறைகள். இறுதியானது வாழ்வு மட்டும். வாழ்வைப் பாதுகாப்பது மட்டுமே. மந்திர தந்திரங்கள், குலவிலக்குகள், குலக்குறி வழிபாடுகள் ஆகியன ஆதிமனிதச் சமூகத்தில் அந்தச் சடங்குகளுக்காகக் கடைப்பிடிக்கப்படவில்லை, மனித வாழ்வைப் பாதுகாக்கவும் தீமைகள் வாழ்வுக்குச் சேதாரம் விளைவிக்காமல் இருக்கவும்தான் கடைப்பிடிக்கப்பட்டன. ஆதிமனிதச் சமூகத்தில் மதங்களின் பொருளும் தோற்றுவாயும் வாழ்வோடும் வாழ்வைப் பாதுகாப்பதோடும் தொடர்புடையது. வாழ்வைப் பாதுகாப்பது தொடர்பான அக்கறை பெருமளவில் இருந்ததால் அவர்கள் அதையே தங்கள் மதத்திற்கான அடிப்படையாக அமைத்துள்ளனர். அவர்களின் வாழ்வுப் போக்குகளைப் பாதிக்கும் எல்லாவற்றையும் அவர்களுடைய மதத்தின் பகுதியாக மாற்றிக்கொண்டனர். அவர்களின் சடங்குகள் வெறுமனே பிறப்பு, பருவமடைதல், பூப்பெய்துதல், திருமணம், நோய்வாய்ப் படுதல், இறப்பு, போர் ஆகியவற்றோடு மட்டுமன்றி உணவோடும் தொடர்புடையதாக இருந்தன. மேய்ச்சல் சமூக மக்களுக்கு மந்தைகளும் கால்நடைகளும் புனிதமானவையாக இருந்தன. விவசாயச் சமூகங்களில் பயிர் நடவு அறுவடைக் காலங்களில் பயிர்களின் வளர்ச்சிக்கும் பாதுகாப்பிற்குமாகத் தொடர்புடைய சில சடங்குகள் நடைபெறுகின்றன. அதைப் போல வறட்சியிலும் வெள்ளத்தின்போதும் அல்லது இதர எதிர்பார்க்கவியலாத, வழக்கமில்லாத இயற்கை நிகழ்வுகளின்போதும் சடங்குகள் கடைப்பிடிக்கப்படுகின்றன. விளைச்சலும் பஞ்சமும் ஏன் மதச் சடங்குகளுடன் இணைக்கப்பட வேண்டும்? ஏன் இத்தனை மந்திர தந்திரங்கள் விலக்குகள் விழாக்கள்? ஆதிமனிதனுக்கு இவை ஏன் முக்கியத்துவம் வாய்ந்தவை? இதற்கான ஒரே விடை இவை அனைத்தும் வாழ்வின் பாதுகாப்போடு தொடர்புடையவை, அதைப் பாதிப்பவை. இதுவே பிரதானக் காரணம். ஆதிமனித மதத்தின் மையமும் உட்கருவும் இதுவே ஆகும். பேராசிரியர் க்ராலி[13] *கூறுவதைப் போன்று*

---

13. ஆல்ஃபிரட் எர்னஸ்ட் க்ராலி (1867-1924), இங்கிலாந்தைச் சேர்ந்த ஒரு ஆங்கிலப் பள்ளி ஆசிரியர், பாலியல் வல்லுநர், மானுடவியலாளர், விளையாட்டுத்துறை பத்திரிகையாளர். எர்னஸ்ட் க்ராலி லிங்கன்ஷையரில் உள்ள லிங்கனில் பிறந்தார், கேம்பிரிட்ஜில் உள்ள

ஆதிமனிதர்களின் மதம் வாழ்வினை உறுதிப்படுத்தி அதைப் பாதுக்காப்பதில்தான் ஆரம்பிக்கவும் முடியவும் செய்கிறது.

வாழ்விலும் வாழ்வைக் காப்பதிலும் ஆதிமனித மதம் அடங்குகிறது. ஆதிமனித மதம் பற்றிய உண்மை எதுவோ அதுவே பிற எல்லா மதங்களின் உண்மை. எங்கு காணப்பட்டாலும் அதுவே மதங்களின் சாரமாகும். இன்றைய காலகட்டத்தில் இறையியல் மேம்படுத்தப்பட்டுள்ளதால் மதத்தின் சாரம் மறைக்கப்பட்டும் மறக்கப்பட்டும்விட்டது உண்மை. ஆனாலும், இன்றைய சமூகத்தில் வாழ்வும் வாழ்வைப் பாதுகாப்பதுமே மதத்தின் சாரமாக இருப்பது கேள்விக்கு அப்பாற்பட்டது. இன்றைய மனிதச் சமூகத்தின் மத வாழ்வு பற்றிப் பேராசிரியர் க்ராலி சொல்கையில்,

> *“ஒரு மனிதனின் மதம் அவனது தொழில் வாழ்விலோ சமூக வாழ்விலோ விஞ்ஞானக் கலை தருணங்களிலோ நுழைவதில்லை. நடைமுறையில் அன்றாட வாழ்வு தவிர்த்த வாரத்தின் ஒரு நாளில் அது தனது முக்கிய கோரிக்கைகளை நிறைவேற்றிக்கொள்கிறது. உண்மையில் அவனது வாழ்வு இரு பகுதிகளாலானது, அதில் மதம் சார்ந்த ஒரு பகுதி அடிப்படையானது, பிறப்பு இறப்பு குறித்த ஆழமான சிந்தனைகள், பொதுவாகக் கூறினால் அவனது ஓய்வுநாளின் சாராம்சமே, அத்தோடு பிரார்த்தனைப் பழக்கம், உணவுக்கு முன் நன்றி சொல்வது, பிறப்பு இறப்பு தொடர்ச்சி, திருமணம் எல்லாம் மதத்தால் முறைப்படுத்தப்பட்டவை என்கிற உள்ளுணர்ச்சி அதேநேரத்தில் உருவகமாகவோ அல்லது மத உணர்வின் அதீதத்தாலோ வணிகமும் இன்பமும் ஒருவேளை புனிதப்படுத்தப்படலாம்”*

என்கிறார்.

செட்பெர்க் பள்ளி மற்றும் இம்மானுவேல் கல்லூரியில் கல்வி பயின்றார். க்ராலியின் சிறந்த அறியப்பட்ட மானுடவியல் புத்தகம், தி மிஸ்டிக் ரோஸ் (1902), திருமணச் சடங்குகளின் முக்கியத்துவத்தை அதில் அவர் வலியுறுத்தினார் பாலியல் மற்றும் திருமண வழக்கங்களைத் தடையைக் குறிப்பிட்டு விளக்கினார் ‘அபிஷேகம்’, ‘கற்பு’, ‘சாபமும் ஆசீர்வாதமும்’, ‘ஆடை’, ‘பானங்கள், குடி’, ‘நெருப்பு’, ‘நெருப்பு–கடவுள்கள்’, போன்ற பல்வேறு மானுடவியல் தலைப்புகளில் மதம் மற்றும் நெறிமுறைகளின் கலைக்களஞ்சியத்திற்கு அவர் பங்களித்தார். அவர் ராயல் ஆந்த்ரோபாலஜிகல் இன்ஸ்டிடியூட், சோஷியலாஜிக்கல் சொசைட்டியின் உறுப்பினராக இருந்தார்.

இன்றைய மனிதர்களின் மத விளக்கங்களை ஆதிமனிதர்களின் அக்கறைகளோடு ஒப்பிடுகையில், கோட்பாட்டளவிலும் நடைமுறை அளவிலும் ஆதிமனித மதமும் தற்போதைய மனிதனின் மதமும் இரண்டுமே ஒன்றுதான் என்பதை யாரால் மறுக்க முடியும்?

ஆதிமனிதச் சமூகமும் நாகரிகச் சமூகமும் ஒரு விஷயத்தில் ஒத்துப்போகின்றன என்பது தெளிவாகத் தெரிகிறது - வாழ்வியல் கட்டங்களில் தனிமனிதன் பாதுகாக்கப்பட்டு இனம் செழிக்க வேண்டும் என்பதில் இரண்டுக்குமிடையே மெய்யான வேறுபாடுகள் இல்லை. ஆனால் ஒரு முக்கியமான விஷயத்தில் அவை வேறுபடுகின்றன.

கடவுள் கருத்து குறித்த எந்தத் தடங்களும் ஆதிமனித மதத்தில் இல்லை. அவர்களின் மதத்தில் விழுமியங்களுக்கும் மதத்திற்கும் எவ்விதப் பிணைப்புமில்லை. ஆதிமனிதச் சமூகம் கடவுள் இல்லாத மதத்தைக் கொண்டிருந்தது. ஆதிமனிதச் சமூகத்தில் விழுமியங்கள் இருந்தன. என்றாலும் மதத்திலிருந்து விடுபட்டு அவை சுதந்திரமாக இருந்தன.

எப்போது அப்படி கடவுள் கருத்தானது மதத்தோடு ஒன்றிணைந்தது எனக் கூறுவது சாத்தியமில்லை. கடவுள் கருத்தாக்கத்தின் தோற்றம் சமூகத்தின் மாபெரும் மனிதனை வழிபடுவதில் தொடங்கி இருக்கலாம்- அதிலிருந்து வாழும் கடவுளை நம்புகின்ற-இறையச்ச -கடவுள் கோட்பாடு உருவாகியிருக்கலாம்-அல்லது கடவுள் கருத்தாக்கத்தின் தோற்றம், உயிர்களை உருவாக்கியது யார் என்கிற மிக முக்கிய தத்துவார்த்த யூகத்தின் விளைவாக -கடவுள் படைப்பாளர் - பிரபஞ்சத்தை உருவாக்கியவர் கடவுள்[14] என்பதாக இருக்கலாம். எதுவாக இருந்தாலும் கடவுள் கருத்தாக்கம் மதத்துடன் இணைந்ததாக இல்லை. எப்படி அது மதத்தோடு இணைந்தது என்பதைத் திட்டவட்டமாக விளக்க இயலாது. மதத்திற்கும் வாழ்வியல் விழுமியங்களுக்குமான உறவைக் குறித்து இந்த அளவிற்கே சொல்ல முடியும். மதத்துக்கும் கடவுளுக்குமான உறவு முழுமையானதல்ல என்றாலும்

---

14. இந்த இரண்டு திசைகளிலும் கடவுள் என்னும் கருத்தாக்கம் உருவாகியிருக்கலாம் என்பதை இந்து மதம் நன்றாக விளக்கியுள்ளது. இந்திரன் கடவுள் என்கிற கருத்தாக்கத்தையும் பிரம்மா கடவுள் என்கிற கருத்தாக்கத்தையும் ஒப்பிட்டு நோக்கினால் இதை அறியலாம்.

மதத்துக்கும் வாழ்வியல் விழுமியங்களுக்குமான உறவு முழுமையானது. மதமும் விழுமியங்களும் மனித வாழ்வின் அடிப்படைகளான - பிறப்பு இறப்பு திருமணம் போன்றவற்றுடன் பிணைக்கப்பட்டுள்ளன. மதம் இந்த வாழ்வியல் அம்சங்களைப் புனிதப்படுத்துகிறது. அதேவேளையில் விழுமியங்களை அவற்றைப் பாதுகாக்கும் விதிகளை உருவாக்குகிறது. மதங்கள் வாழ்வியல் அடிப்படைகளைப் புனிதப்படுத்தியதோடு பாதுகாப்பின் பொருட்டு சமூகம் ஏற்படுத்திக் கொண்ட வாழ்வியல் விழுமியங்களையும் புனிதப்படுத்தியது. இந்தப் புள்ளியிலிருந்துதான் மதங்களுக்கும் விழுமியங்களுக்குமான ஒருங்கிணைப்பு ஏற்பட்டது என எளிதாக விளக்கிவிடலாம். மதத்துக்கும் கடவுளுக்கும் இடையேயான பிணைப்பை விட இது மேலும் நெருக்கமானதும் இயற்கையானதுமாகும். எனினும் இந்த இணைவாக்கம் எப்போது தொடங்கியது என்பதைத் துல்லியமாகச் சொல்ல இயலாது.

அப்படியிருக்க, ஆதிமனிதச் சமூக மதம் நாகரிகச் சமூக மதத்திலிருந்து வேறுபடும் இரண்டு முக்கிய அம்சங்கள் உண்டு. நாகரிகச் சமூகத்தில் கடவுள் மதத்தின் மையத்திற்கு வருகிறார். நாகரிகச் சமூகத்தில் விழுமியங்கள் மதத்தால் புனிதப்படுத்தப்படுகின்றன.

இதுவே, நான் பேசிக்கொண்டிருக்கும் மதப் புரட்சியின் முதல் கட்டம், மதத்தின் வளர்ச்சிப் போக்கில் இந்த இரண்டு விஷயங்கள் உருவாகியதும் மதப் புரட்சி முடிவடைந்துவிட்டதாகக் கருத வேண்டியதில்லை. நாகரிகச் சமூகத்தின் மதத்தில் இந்த இரண்டு கருத்துகளும் அமைப்பு விதியின் பகுதிகளாக ஆனபோதும் இரண்டுமே மாற்றத்துக்கு உள்ளாகி அவற்றின் அர்த்தத்தையும் தார்மீக முக்கியத்துவத்தையும் புரட்சிகரமாக ஆக்கியுள்ளன. மதப் புரட்சியின் இரண்டாவது கட்டமானது ஒரு தீவிர மாற்றத்தைக் குறிப்பிடுகிறது. நாகரிகச் சமூகம் -புராதனச் சமூகம்- நவீனச் சமூகம் என இரண்டாகப் பிளவுபடும் அளவிற்கு அந்த மாற்றம் மிகப் பெரியதாகும். ஆகவே, நாகரிக மதத்தைப் பற்றிப் பேசுவதற்குப் பதிலாகப் புராதானச் சமூக மதம் அதற்கு எதிராக நவீனச் சமூக மதம் எனப் பேச வேண்டிய அவசியம் ஏற்படுகிறது.

ஆதிமனிதச் சமூகத்திலிருந்து நாகரிகச் சமூகத்தைப் பிரித்துக் காட்டும் மதப் புரட்சியை விடப் புராதனச் சமூகத்திலிருந்து

நவீன சமூகத்தை வேறுபடுத்திக் காட்டும் மதப் புரட்சி மிகப் பெரியது. கடவுள், மனிதன், சமூகம் ஆகியோருக்கு இடையேயான உறவுகளைப் பற்றிக் கருத்தோட்டங்களில் அது ஏற்படுத்தியிருக்கும் மாற்றங்களைக் கொண்டு அதன் பரிமாணங்களைத் தெளிவாக அறியலாம்.

முதல் முக்கிய வேறுபாடு சமூகத்தின் ஒருங்கமைவு குறித்ததாகும்.

நாம் இயற்கையான சமூகம் என அழைக்கும் ஒன்றில் ஒரு மனித உயிர் தனது எந்த விருப்பும் இன்றி பிறப்பினடிப்படையிலும் வளர்ப்பினடிப்படையிலும் அதன் உறுப்பினர் ஆகிவிடுகிறான். அவன் ஒரு குறிப்பிட்ட குடும்பத்தின் அல்லது தேசத்தின் நபராக ஆகிவிடுகிறான். இந்த உறுப்பினராதல் என்னும் அந்தஸ்து கால ஓட்டத்தில் அவன் செய்யவேண்டிய சில பொறுப்புகள், கடமைகள் ஆகியவற்றைக் கையளிக்கிறது. அதை அவன் நிறைவேற்ற வேண்டிய பொறுப்பு அவனுக்கு இருக்கின்றது. தவறுகையில் சமூகத் தடைகளை, சமூகத் தண்டனைகளை அனுபவிக்க வேண்டியிருக்கிறது, இருந்தாலும் அவனுக்கு அது சமூக உரிமைகளையும் நன்மைகளையும் அளிக்கின்றன. இந்த விஷயத்தில் பழைய சமூகமும் புதிய சமூகமும் ஒன்றுதான். பேராசிரியர் ஸ்மித்தின் வார்த்தைகளில்[15]-

> *"முக்கியமான வித்தியாசம், பண்டைய கால உலகில், புராதன கால இனக்குழுச் சமூகங்கள் அல்லது தேசியச் சமூகங்கள் நவீன அர்த்தத்தில் இயற்கையானவை என்று கறாராகச் சொல்லிவிட முடியாது. ஏனென்றால் அங்கு மனிதனுக்கும் கடவுளுக்கும் சமமான இடம் இருந்தது. ஒரு மனிதன் பிறந்த வட்டமானது வெறுமனே உறவினர்களும் சக குடிமக்களும் மட்டும் கொண்டதல்ல. மாறாக அது பல தெய்வீகப் பிறவிகளையும், குடும்ப தெய்வங்களையும், நாட்டின் தெய்வங்களையும் உள்ளடக்கியதாக இருந்தது. அவை புராதன எண்ணத்தின்படி சமூகத்தின் வட்டத்தின் உறுப்பினர்களுடன் இணைந்து அந்த இனத்தின் ஒரு பகுதியாக இருந்தன. பண்டைய தெய்வங்களுக்கும் அதன் வழிபாட்டாளர்களுக்குமான உறவானது மனித உறவுகளின் மொழியிலேயே வெளிப்பட்டன. அந்த மொழி குறியீட்டுப் பொருளில் இல்லாமல் நேரடி பொருளிலேயே பயன்படுத்தப்பட்டது. ஒரு கடவுள் தந்தையாகவும் அவரை*

---

15. ஸ்மித் –மேற்குறிப்பிட்ட நூல்.

வழிபடுபவர்கள் அவரது வாரிசாகவும் சொல்லப்பட்டால், அதன் பொருள் அந்த வழிபாட்டாளர்கள் ஒரே கூட்டத்தைச் சேந்தவர்கள் என்பதாகும். கடவுளும் இவர்களும் இயல்பாகவே ஒரு குடும்பம் என்பதாகும். எனவே ஒருவருக்கொருவர் ஆற்ற வேண்டிய கடமைகள் கொண்டவர்கள் என்றும் அர்த்தமாகிவிடுகிறது. ஒருவேளை கடவுளை அரசர் என்றும் வழிபாட்டாளர்களைச் சேவகர்கள் என்றும் அழைத்தால், அதன் பொருள் அந்த நாட்டின் உச்சபட்ச வழிகாட்டுதல் அரசரின் கைகளில் உள்ளது. முக்கிய விஷயங்களில் அவரது வழிகாட்டுதலைப் பெற வேண்டும். அவரை அரசனுக்குரிய மதிப்பு, மரியாதை, வணக்கங்கள் உடன் அணுக வேண்டும் என்பதாகும்.

“தனது சக மனிதர்களுடன் எத்தகைய உறவோடு பிறக்கிறானோ அதைப் போலவே குறிப்பிட்ட கடவுள்களுடனும் அதே நிலையான உறவோடு ஒரு மனிதன் பிறக்கிறான். மேலும் அவனது மதம், கடவுளோடான அவனது உறவினால் தீர்மானிக்கப்படும். அவனது நடத்தை என்பது சமூக உறுப்பினர் ஆவதற்கான பொதுவான நடத்தையின் ஒரு பகுதியாகும். அன்றாட வாழ்வுக்கும் மதத்தின் எல்லைக்கும் எந்தப் பாகுபாடும் கிடையாது. ஒவ்வொரு சமூக நடவடிக்கையும் கடவுளுக்கும் மனிதனுக்கும் தொடர்போடே அணுகப்படுகிறது. ஏனென்றல் சமூக அமைப்பு என்பது வெறும் மனிதர்களை மட்டும் கொண்டதல்ல, அது மனிதர்களையும் கடவுள்களையும் கொண்டது.”

அப்படியாகப் பண்டைக் காலச் சமூகத்தில் மனிதர்களும் கடவுள்களும் சேர்ந்து சமூக, அரசியல், மத முழுமையை அமைத்திருந்தனர். மதம், கடவுளுக்கும் வழிபாட்டாளர்களுக்கும் இடையே உள்ள ரத்த உறவில் கட்டமைக்கப்பட்டது. நவீனச் சமூகம் தனது கட்டமைப்பிலிருந்து கடவுளை வெளியேற்றிவிட்டது. அதில் மனிதர்களுக்கு மட்டுமே இடமுண்டு.

புராதனச் சமூகத்திற்கும் நவீனச் சமூகத்திற்குமான இரண்டாவது வித்தியாசம், கடவுளுக்கும் சமூகத்துக்குமான பிணைப்பு பற்றியதாகும். பண்டைய உலகில் பல்வேறு சமூகங்களும்,

“பல கடவுளர்களின் இருப்பை நம்பினர், அவர்களது சொந்தக் கடவுளர்களையும் அவர்களது பகைவர்களின் கடவுளர்களையும் உண்மையென்று நம்பினர். ஆனால் தங்களது எதிர்பார்ப்புக்குப் பாத்தியப்படாத, தங்களது காணிக்கைகளையும், படையல்களையும் நிராகரிக்கும் விநோதக் கடவுள்களை அவர்கள் வழிபடுவதில்லை. ஒவ்வொரு குழுவுக்கும் அதற்குச் சொந்தமான கடவுள் இருந்தது. சிலவற்றில் ஆண் கடவுளும் பெண்கடவுளுமாக இருந்தன, அவற்றிற்கும் பிற கடவுள்களுக்கும் எவ்விதத் தொடர்பும் இருந்திருக்கவில்லை.”

புராதன கடவுள் முற்றிலும் பிரத்தியேகமான கடவுள் ஆவார். கடவுள் ஒரேயொரு தனிக் குழுவுக்குச் சொந்தமானவராகவும், அவர்களோடு பிணைக்கப்பட்டவராகவும் அவர் இருந்தார். இது பெரும்பாலும்

“வழிபடுவோரின் சண்டைகளிலும் போர்களிலும் கடவுளின் பங்கைப் பொறுத்ததாகவும் இருக்கும். கடவுளின் எதிரிகள் என்பவர் அவரது மக்களின் எதிரிகள்தாம். பழைய ஏற்பாட்டில் கூட ‘ஜெஹோவாவின் எதிரிகள்’ என்பது இஸ்ரேலின் எதிரிகளைத் தவிர வேறு யாருமல்லர். ஒவ்வொரு யுத்தத்திலும் ஒவ்வொரு கடவுளும் தமது மக்களுக்காகப் போரிடுகிறார். வெற்றியும் அவருக்கே உரித்தாக்கப்படுகிறது. மோவாபியருக்கு செமொஷ்யரும், அசிரியாவுக்கு ஆசீரும் வெற்றியைத் தந்தனர். மீண்டும் மீண்டும் தெய்வ உருவமோ அல்லது சின்னமோ போரின் போது படைகளுடன் துணையாகப் போகிறது. இஸ்ரேலின் முகாமிற்கு யூதர்களின் (பத்துக் கட்டளைகள் அடங்கிய) புனிதப் பேழை கொண்டுவரப்பட்டபோது இஸ்ரேலின் எதிரிகளான பிலிஸ்தியர்கள் சொல்லினர் “நமது பாசறையில் கடவுள்கள் வந்துள்ளனர். அவர்தம் நடவடிக்கைகளால் நம்மை மீட்பர், பால்பெராஸிம்மை தாவீது தோற்கடித்தபோது, கொள்ளையடிக்கப்பட்ட பொருட்களின் ஒரு பகுதி, போர்க்களத்திற்குக் கொண்டுவரப்பட்ட அவர்களின் கடவுள் சிலைகளாகும். கார்த்தேஜினியர்கள், மாசிடோனியா பிலிப்புடன் செய்துகொண்ட உடன்படிக்கையில் “போரில் பங்குபெற்ற கடவுளர்களைப்” பற்றிப் பேசுகையில், அவர்கள் போரின்போது தளபதியின் கூடாரத்துக்கு அருகே எழுப்பப்பட்ட புனித கூடாரங்களைப் பற்றியே பேசினர்

என்பதில் சதேகமில்லை. போரில் வெற்றியடைந்த பிறகு அந்தப் புனித கூடாரத்தின் முன்தான் போர்க் கைதிகள் பலியிடப்பட்டனர். ஒரு அரபுக் கவிஞர் "மோராதுக்கு எதிராக யாகூத் நமக்காகப் போரிட்டார்" அதாவது போருக்கு யாகூத் கடவுள் உருவம் எடுத்துச் செல்லப்பட்டது எனக் கூறுகிறார்.

இவ்வுண்மை கடவுளுக்கும் சமூகத்துக்குமான இணக்கத்தை உருவாக்குகிறது.

"எனவே, கடவுளர்களுக்கும் வழிபட்டாளர்களுக்கும் இடையேயான ஒருமைப்பாட்டைப் பொறுத்தவரை, அரசியல் சமூகத்தில் தவிர்க்கவியலா கீழ்கண்ட பண்பானது மதத்தின் வட்டத்திலும் மீள திரும்பவும் தோன்றுகிறது. அதாவது, ஒரு குறிப்பிட்ட குழுவின் அல்லது அந்த நகரத்தின் மரியாதைக்கும் சேவைக்கும் உரிய கடவுளுக்கு எவரெல்லாம் எதிரியோ அவரெல்லாம் அந்த மக்களுக்கு எதிரிகளாகவும் எவரெல்லாம் அன்னியரோ அவரெல்லாம் அந்த மக்களுக்கும் அன்னியராவது தேவையாகிறது[16]."

கடவுள் ஒரு சமூகத்தோடு இணைக்கப்பட்டுள்ளார், அந்தச் சமூகம் கடவுளோடு இணைக்கப்பட்டுள்ளது. கடவுள் அந்தச் சமூகத்தின் கடவுளாகவும், அந்தச் சமூகம் கடவுளின் தேர்ந்தெடுக்கப்பட்ட சமூகமாகவும் ஆகிவிடுகிறது.

இந்தப் பார்வைக்கு இரண்டு விளைவுகள் உள்ளன. புராதனச் சமூகம் ஒருபோதும் கடவுளை எல்லோருடைய கடவுளாகவோ, உலகப் பொதுவான கடவுளாகவோ கருதவில்லை. புராதனச் சமூகம் உலகப் பொதுவான மனிதம் என்கின்ற ஒன்றைப் பற்றிக் கருத்தில் கொள்ளவேயில்லை.

பண்டைய சமூகத்துக்கும் நவீனச் சமூகத்திற்குமான மூன்றாவது வேறுபாடு கடவுளின் தந்தைமை குறித்ததாகும். பண்டைய சமூகத்தில் கடவுள் அவரது மக்களின் தந்தையாவார். ஆனால் தந்தையாதல் என்பது முழுக்க உடல் சார்ந்த ஸ்தூலமான ஒன்றாக இருந்தது.

"செமிடிக் மதங்கள் சாராத புற மதங்களில் கடவுளர்களின் தந்தைமை அம்சம் ஸ்தூலமானது. உதாரணமாக

16. ஸ்மித் – மேற்குறிப்பிட்ட நூல்.

கிரேக்கர்களில் பானை வனைவோர் உருவங்களை வடித்தெடுப்பது போல் கடவுளர்கள் களிமண்ணிலிருந்து மனிதர்களை உருவாக்கினர் என்று கருதினார்கள் இது ஒப்பீட்டளவில் நவீனமான கருத்து. பண்டைய கருத்தின்படி மனித இனங்களின் மூதாதையர்களாகக் கடவுள்களே இருந்தனர். கடவுளுக்கும் மனித இனத்துக்கும் பொதுவானவையாகவே பூமியின் குழந்தைகள் கருதப்பட்டன. மனித இனத்திற்கும் கடவுள்களுக்கும் பொதுவான தாய் இருந்ததாகவும், பொது மூதாதையாகக் கடவுள்களையே கருதினர். எனவே மனிதர்கள் கடவுள்களின் உறவினர்களே. பழைய செமிட்டிக் மதத்தினரும் இதே கருத்தைக் கொண்டிருந்தன என்பது விவிலியத்தின் மூலம் தெரிய வருகிறது." எரேமியா 'நீயே என் தந்தை' என உருவ வழிபாட்டாளர்கள் ஒரே குலத்தவர்களிடம் சொல்லுவதாகவும், ஒரு கல்லைப் பார்த்து 'நீயே என்னை வெளிக்கொணர்ந்தாய்' என்றும் சொன்னதாகச் சொல்லுகிறார். (எண்ணாகமம் xxi 29) செமொஷின் மகன்களாகவும் மகள்களாகவும் மொவாபியர்கள் அழைக்கப்பட்டனர். சமீபக் காலங்களில் தீர்க்கதரிசி மலாச்சி ஒரு புற சாதிப் பெண்ணை அந்நியக் கடவுளின் வழி மகள் என்றார். சந்தேகத்துக்கு இடமின்றி யூதரல்லாத இஸ்ரேலின் அண்டை நாட்டினர் தங்களைப் பற்றிக் குறிக்க பயன்படுத்திய சொற்கள் இவை. சிரியாவிலும் பாலஸ்தீனத்திலும் ஒவ்வோர் இனக் குழுவும் அல்லது இன்னும் சிக்கலான சிறு தனிக் குழுக்களும், தங்கள் குழுவின் தோற்றத்தை முதல் மூல மூதாதையில் அடையாளம் தேடினர். கிரேக்கத்தைப் போன்றே இனத் தந்தை அல்லது இன மூதாதை அந்த இனத்தின் கடவுளே என இனம் காணப்பட்டதைக் குறிப்பிட்டனர். நவீன ஆய்வாளர்கள் பலரும் விவிலிய ஆதியாகமம் புத்தகத்தில் பல்வேறு தேசங்களின் மரபு வரலாற்றில் பல்வேறு கடவுள்களின் பெயர்கள் இடம்பெற்றிருக்கின்றன என நிர்ணயித்துள்ளனர். உதாரணமாக ஏடோமையடியர்களின் மூல முன்னோடியான ஏடோம், யாக்கோபின் சகோதரரான ஈசாவுடன் இனங்காணப்பட்டார். ஆனால், யூதரல்லாதவருக்கு 'ஏடோமை வழிபடுபவர்' எனப் பொருள் கொண்ட ஓபித்தோம் என்ற தெய்வீகப் பெயரின்படி அவரும் ஒரு கடவுளே. பீனிசிய, பாபிலோனிய அண்டவியல்

கோட்பாடுகள் பழங்குடி மதமும் குறிப்பிட்ட குழுக்களுடன் இணைக்கப்பட்ட தனிப்பட்ட கடவுள்களுடனான உறவும் மறக்கப்பட்டுவிட்டன. பின்னுக்குத் தள்ளப்பட்டுவிட்ட எஞ்சி நிலவக்கூடிய மீதங்களிலிருந்து இது தெரிய வருகின்றது. ஆனாலும் மனிதர்கள் கடவுள்களின் வாரிசுகள்தான் என்ற கருத்து இன்றளவிலும் நீடிக்கிறது. பிலோ பேபிலசின் பினீசியன் அண்டவியலில் இந்தக் கருத்து புராணக் கதைகளுக்கு ஆசிரியரின் வரலாற்று விளக்கங்களின் நம்பகத்தனம் இன்மையால் ஒரு குழப்பமான வடிவில் காணப்படுகிறது. அதாவது தத்தம் இனத்தவருக்குப் பெரும் புரவலர்களாக இருந்த தெய்வமாக்கப்பட்ட மனிதர்களே வழிபாட்டுக்குரிய கடவுள்களாக இருந்தனர் என்பது அவரது கோட்பாடு. அதுபோல பெரோஸசால் பாதுகாத்து வைக்கப்பட்ட சால்த்தியன் தொன்மக் கதையில் மானுடர்கள் கடவுளின் குருதியிலிருந்து தோன்றியவர்களே என்ற நம்பிக்கை மிகவும் புராதன காலத்தில் என்றில்லாவிட்டாலும் சற்று அதீத பண்படாத தன்மையில் கூறப்பட்டிருக்கிறது. ஏனெனில் விலங்குகளும் மனிதர்களும் தலை துண்டிக்கப்பட்ட கடவுளின் குருதியுடன் களிமண்ணில் பிசைந்து உருவாக்கப்பட்டனர் என அதில் கூறப்படுகிறது.[17]

கடவுளுக்கும் மனிதனுக்கும் இடையிலான இந்த ரத்த சம்பந்த உறவுக் கோட்பாடு ஒரு முக்கிய விளைவை ஏற்படுத்தியுள்ளது. புராதன உலகத்தில் கடவுள் ஒரு மனிதப் பிறவி எனவே அந்தக் கடவுள் முழுமையான நல்லொழுக்கமோ முழுமையான நற்பண்புகளோ கொண்டிருக்க முடியாது. உடலளவிலும் கடவுள் மனிதனைப் போன்றே இருந்ததால் மனிதன் எத்தகைய வேட்கைகளும், பலவீனங்களும், தீய எண்ணங்களும் ஆட்படுவனவோ அவை அனைத்துக் கடவுளையும் பீடிக்கும். மனிதனின் எல்லாத் தேவைகளும் எல்லாப் பசிகளும் அந்தப் புராதனக் கடவுளுக்கும் இருந்தன. மனிதர்களில் பலரும் ஈடுபடும் தீய களியாட்டங்களில் கடவுளும் ஈடுபட்டார். தங்களைத் தீய சோதனைகளுக்கு ஆட்படுத்தக் கூடாது என மனிதர்கள் கடவுளிடம் மன்றாட வேண்டியிருந்தது.

---

17. ஸ்மித் – மேற்குறிப்பிட்ட நூல்.

நவீன உலகில் தெய்வீகத் தந்தைமை என்கிற கருத்தாக்கம் இயற்கை தந்தைமை என்கிற அடிப்படையிலிருந்து முழுதுமாக விலகிவிட்டது. அதற்குப் பதில் மனிதன் கடவுளின் சாயலில் உருவாக்கப்பட்டான் அவனைக் கடவுள் பெற்றெடுத்ததாகக் கருதப்படவில்லை. கடவுளின் தந்தைமை குறித்த இந்தக் கருத்தில் ஏற்பட்ட மாற்றமானது கடவுளின் தன்மையில் பெருமளவு வித்தியாசத்தைத் தந்தது. பிரபஞ்சத்தை ஆள்பவரான கடவுள் அவரது அடிப்படையான இயல்பில் முழு நல்லொழுக்கம் கொண்டவராகவோ நற்பண்பானவராகவோ இருக்க முடியாது. கடவுளுக்கே நேர்மை தேவைப்படும்போது இந்த உலகத்திற்கு நேர்மையை ஒரு மாறாத கோட்பாடாக வலியுறுத்த முடியாது. இப்படி மனிதனின் தொடர்பிலிருந்து கடவுள் விலக்கப்பட்டபோது அவரை முழுமையான நற்பண்பும் நல்லொழுக்கமும் கொண்டவராக உருவகப்படுத்துவது சாத்தியமானது.

நான்காவது வேறுபாடு தேசிய இனத்தின் மாற்றத்தின் போது மதம் வகிக்கும் பங்கைப் பற்றியது.

புராதன உலகில் தேசிய இனமாற்றம் என்பது மதமாற்றம் நிகழ்ந்தாலன்றி சாத்தியமானதல்ல.

> "ஒரு தனிநபர் தனது தேசிய இனத்தை மாற்றாமல் மதத்தை மாற்றிக் கொள்ள முடியாது. ஒட்டுமொத்தச் சமூகமுமே வேறொரு தேசத்தால் அல்லது குழுவால் உட்கிரகிக்கப்பட்டாலொழிய தங்கள் மதத்தை மாற்றிக்கொள்வது சாத்தியமல்ல. மதங்கள் அரசியல் பிணைப்புகள் போலத் தந்தையிடமிருந்து மகனுக்குக் கடத்தப்படுகிறது. ஒரு மனிதன் தன் விருப்பத்தின்படி புதிய கடவுளைத் தேர்ந்தெடுக்க முடியாது. ஒரு புதிய குழுவின் நாகரிகக் குழுவிலும் புதிய மத வாழ்விலும் அவன் ஏற்றுக்கொள்ளப்பட்டாலொழிய தனது தந்தைவழி கடவுள்களே அவனது நட்புக்குரியவர்களும் வணக்கத்துக்குரியவர்களும் ஆவர்."

விவிலியத்தின் பழைய ஏற்பாட்டில் சமூக ஒன்றிணைப்புக்கு நவோமிக்கும் ரூத்துக்கும் இடையேயான உரையாடலில் விளக்கமாக இதைக் காணலாம்.

"உனது சகோதரி அவளது மக்களோடும் அவளது கடவுளோடும் சென்றுவிட்டாள்"

என்று நவோமி ரூத்திடம் சொல்ல அதற்கு பதிலாக ரூத்

"உனது மக்கள் எனது மக்களாயிருப்பர் உனது கடவுள் எனது கடவுளாயிருப்பார்"

என்றாள்.

புராதனச் சமூகத்தில் தேசிய இன மாற்றம் என்பது பண்பாட்டு மாற்றத்தோடு சேர்ந்தது எனத் தெளிவாகத் தெரிகிறது. அதைப்போல் சமூக ஒன்றிணைவு என்பதும் மத ஒன்றிணைவுடன் சேர்ந்தது.

நவீனச் சமூகத்தில் சமூக ஒன்றிணைவுக்கு மதத்தைக் கைவிடவோ வேறொரு மதத்தைத் தழுவிக்கொள்ளவோ தேவையில்லை. நவீனச் சொல்லாடல்களிலிருந்தும் குடியுரிமைச் சட்டங்களிலிருந்தும் இது தெளிவாகிறது. ஓர் அரசின் குடிமகன் அந்தக் குடியுரிமையைத் துறந்து மற்றொரு அரசின் குடிமகனாக மாறலாம். இந்தக் குடியுரிமை மாற்றத்தில் மதத்துக்கு எவ்வித இடமும் இல்லை. சமூக ஒன்றிணைவு அதாவது குடியுரிமை மாற்றம் மத ஒன்றிணைவு இல்லாமலேயே நடைபெற இயலும்.

நவீனச் சமூகத்தைப் புராதனச் சமூகத்திலிருந்து வேறுபடுத்த நவீனச் சமூகம் மனிதர்களை மட்டும் மையப்படுத்தியது என்று கூறுவது போதுமானதல்ல. பல்வேறு கடவுள்களை வழிபடும் மனிதர்களைக் கொண்டது என்றும் சேர்த்துச் சொல்ல வேண்டும்.

ஐந்தாவது வேறுபாட்டு அம்சம் மதத்தின் பகுதியான கடவுளின் தன்மை குறித்த அறிவின் அவசியம் பற்றியதாகும்.

"புராதனப் பார்வையிலிருந்து, கடவுள்கள் எப்படிப் பட்டவர்கள் என்பது ஒரு மதப் பிரச்சினை அல்ல, அது யூகத்தை அடிப்படையாகக் கொண்டது. மதத்திற்குத் தேவையானதெல்லாம் கடவுள் எப்படிச் செயல்படுவார் என்கிற நடைமுறை விதிகள் பற்றியும், அதன் அடிப்படையில் அவரை வழிபடுபவர்கள் தங்கள் செயல்பாட்டினை எப்படி வகுத்துக் கொள்ள வேண்டும் என்பது பற்றியுமே. அதாவது அந்த நிலத்தின் கடவுளின் நடைமுறைகள் அல்லது பாரம்பரிய விதிகள் ஆகியவற்றைத் தெரிந்துகொள்வதாகும்.

இது பழைய ஏற்பாட்டில் ராஜாக்கள்-xvii :26-இல் காணப்படுகிறது. இஸ்ரேலின் மதத்தைப் பொறுத்து கூட இதுவே உண்மை. இஸ்ரேலில் கடவுள் ஆட்சியின் சட்டங்கள் விதிமுறைகள் பற்றித் தீர்க்கதரிசிகள் பேசும்போது, சுருக்கமாக மதம் பற்றிய வெளிப்பாடானது, (யூதர்களின் கடவுளான) ஜெஹோவாவைக் குறித்த அறிவும் அச்சமுமே ஆகும். அதாவது ஜெஹோவா பரிந்துரைத்த அறிவென்பது கீழ்ப்படிதலோடு இணைந்த அறிவாகும். எல்லா மத யூகங்கள் பற்றிய அதீதச் சந்தேகக் கருத்துகளும் விவிலிய பழைய ஏற்பாட்டின் சாலமன் எழுதிய பிரசங்கிகள் அதிகாரத்தில் பரிந்துரைக்கப்படுகிறது. இறை பக்தியே சரியான அணுகுமுறை என அது கூறுகிறது. ஏனென்றால் பெருமளவில் விவாதம் செய்தாலும் “கடவுளுக்குப் பயந்து அவரது கட்டளைப்படி நடக்கவேண்டும் “என்கிற தெளிவான விதிமுறைக்கு அப்பால் மனிதனால் எதுவும் செய்ய இயலாது. இந்த ஆலோசனையை ஆசிரியர் சாலமன் வழியாகக் கூறுகிறார்; நவீன காலகட்டத்தில் மதிப்பிழந்து வரும் மதங்களின் பழைய கண்ணோட்டங்களைத் தொகுத்துச் சொல்கையில் நாணயமாகவே சொல்கிறார்.

ஆறாவது வேறுபாடு, மதத்தில் நம்பிக்கையின் இடம் பற்றியதாகும்.

புராதனச் சமூகத்தில்-

“சடங்குகளும் நடைமுறைப் பயன்பாடுகளும் பண்டைய மதங்களின் கூட்டுத் தொகுப்புகள். ஆதிகாலத்தில் மதம் நடைமுறைச் செயல்களைக் கொண்ட ஒரு நம்பிக்கை சார்ந்த அமைப்பு அல்ல. இறுக்கமான மரபார்ந்த செயல்பாடுகளைக் கொண்டதொரு அமைப்பாகும். அதன் ஒவ்வொரு உறுப்பினரும் மன உறுதிக்கான பற்றுக்கோடாக அதனைப் பின்பற்றினர். தங்கள் செயலுக்குத் தக்கக் காரணமின்றி எதையும் செய்பவர்கள் மனிதர்கள் அல்ல. ஆனால் புராதன மதத்தில், கோட்பாட்டு அடிப்படையில் காரணங்கள் முதலில் உருவாக்கப்பட்டு அதற்கேற்ப நடைமுறைகள் வெளிப்படவில்லை, முரணாக/ கோட்பாட்டுக்கு முன்னரே நடைமுறை ஏற்பட்டுவிட்டது. மனிதர்கள் பொதுவான கோட்பாடுகளை வார்த்தைகளில் வெளியிடும் முன் நடைமுறைக்கான பொதுவான

விதிகளை உருவாக்கிவிட்டனர். அரசியல் கோட்பாடுகளை விட அரசியல் அமைப்புகள் பழமையானவை அதைப் போன்றே மதக் கோட்பாடுகளைவிட மத அமைப்புகள் பழமையானவை. இந்த ஒப்புநோக்கல் தன்னிச்சையாகத் தேர்ந்தெடுக்கப்படவில்லை. உண்மையில் புராதனச் சமூகத்தில் மத அமைப்புகளுக்கும் அரசியல் அமைப்புகளுக்குமான இணைவு முழுமையானதாக இருந்தது. ஒவ்வொரு பிரிவுகளிலும் வடிவத்திற்கும் முன்நிகழ்வுகளுக்கும் மிகுந்த முக்கியத்துவம் கொடுக்கப்பட்டிருந்தன. ஆனாலும், முன் நிகழ்வுகளுக்கான முக்கியத்துவம் அளிப்பதன் காரணம் அதன் தொடக்க அமைப்பு குறித்து வெறும் கட்டுக்கதைகளாலேயே நிரப்பப்பட்டுவிட்டது. ஒருமுறை நிறுவிவிட்டால் முன் நிகழ்வு அதிகாரப்பூர்வமானதாகிவிடுகிறது. அதற்கு எந்தச் சான்றுகளும் தேவைப்படுவதில்லை என்றாகிவிடுகிறது. சமூகத்தின் பொதுவிதிகள்; முன் நிகழ்வுகளை அடிப்படையாகக் கொண்டவை; நிகழ்வுகளால் உருவானவை. அந்தச் சமூகம் தொடர்ந்து நீடித்து வருவதே, முன் நிகழ்வுகள் தொடர்ந்து பின்பற்றி வரப்படுவதற்கான காரணமாக இருந்தன.

ஏழாவது வேறுபாடு மதத்தில் தனிமனிதரின் பற்றுறுதி/ தீவிர நம்பிக்கையைப் பற்றியதாகும்

புராதனச் சமூகத்தில் -

"ஒரு மனிதன் பிறந்த ஒழுங்கமைக்கப்பட்ட சமுதாயத்தின் ஒரு பகுதியாக மதம் இருந்தது. அவர்கள் வாழும் சமூகத்தின் சக மனிதர்கள் தன்னுணர்வின்றிக் கடைப்பிடிக்கும் வழக்கமான நடைமுறைகளை அவர்கள் அதுபோன்றே பின்பற்றி ஒழுகி வாழ்கின்றனர். அன்று நிலுவையிலிருந்த இதர பழக்கவழக்கங்களை எப்படிக் கேள்விகளின்றி பின்பற்றினார்களோ அப்படியே கடவுள்களையும் அவ்வழிபாட்டையும் பின்பற்றினர். அவற்றைக் குறித்து அவர்கள் யூகிக்கவோ, பகுத்தறியவோ முயன்றாலும் மரபார்ந்த நடைமுறைகள் நிலையானவை என்றும் அவற்றைத் தாண்டி யூகமோ பகுத்தறிதலோ செல்லக் கூடாது என்றும் அப்படிச் சிந்தித்தாலும் அவற்றை வீழ்த்த முடியாது என்றும் அவர்கள் முன்முடிவுகளோடு சிந்தித்தனர். நவீன காலகட்டத்தைச் சார்ந்த நமக்கு எல்லாவற்றுக்கும் மேலாக

மதம் என்பது தனி மனிதனின் பற்றுறுதி, ஆய்ந்தறிந்த நம்பிக்கை. புராதன காலத்திலோ அது குடிமக்களின் வாழ்வின் ஒரு பகுதி மனிதனால் புரிந்துகொள்ளப்பட முடியாத விமர்சிக்கவோ, புறக்கணிக்கவோ முடியாத நிலையான வடிவம். மதத்தின் விதிகளைப் பின்பற்றாமல் இருப்பது அரசுக்கு எதிரான குற்றம். ஏனென்றால் புனித மரபுகளில் தலையிடுவது சமூகத்தின் அடிப்படையையே வீழ்த்திவிடுவதாகும். கடவுளின் ஆதரவையும் இழப்பதாகும். ஆனால் எதுவரை ஒரு மனிதன் நிர்ணயிக்கப்பட்ட விதிகளைப் பின்பற்றுகிறானோ அதுவரை அவன் உண்மையான பக்தனாக அங்கீகரிக்கப்படுவான். அவனிடம் யாரும் எப்படி மதம் அவனுடைய அறிவைப் பாதிக்கிறது எப்படி மதம் அவனது நெஞ்சில் வேர்கொண்டிருக்கிறது எனக் கேட்பதில்லை.

அரசியல் கடமைகள் அதன் ஒரு பகுதி போன்று புறரீதியான நடத்தைகளுக்கான, மாற்றமுடியாத நிலையான விதிகளைக் கடைப்பிடித்து நடப்பதே மதத்தின் முழுமையாகும்.

எட்டாவது வேறுபாட்டு அம்சம் கடவுளுக்கும் சமூகத்துக்கும் மனிதனுக்குமான உறவும், கடவுளின் பாதுகாப்பில் சமூகத்துக்கும் மனிதனுக்குமான உறவுத் தொடர்பு குறித்ததாகும். இது தொடர்பாக மூன்று புள்ளிகள் குறிப்பிடத்தக்கவை.

புராதன காலத்து நம்பிக்கையானது

"பௌதீகமான இருப்பு நிலைக்கு மேலாக எதையும் தேடவில்லை. கடவுள்களிடம் வேண்டிக்கொள்வதெல்லாம் உலக வாழ்வுக்கான நன்மைகளுக்கே தவிர ஆன்மீக நன்மைகளுக்காக அல்ல. புராதனச் சமூகம் கடவுளிடம் வேண்டியதும் பெற்றுக்கொண்டதாக நம்பியதும் கீழ்காணும் விஷயங்களாகும்.

"செழிப்பான அறுவடைகள், பகைவர்களுக்கு எதிரான உதவிகள், இயற்கை பேரிடர்களின்போது தெய்வவாக்கு சொல்பவர் அல்லது குறி சொல்லுபவர்களிடமிருந்து ஆலோசனைகள் இவையே."

புராதான உலகில்,

"மதம் தனிநபரின் விஷயமல்ல அது ஒரு சமூகத்தின் நடவடிக்கை. கடவுளின் நிரந்தரமான கைவிட்டுவிடாத ஆதரவை, நம்புவது சமூகமேயன்றி தனிநபர் அல்ல."

அடுத்ததாகக் கடவுளுக்கும் மனிதனுக்குமான உறவு பற்றி

"ஒவ்வொரு தனியர்களின் நலனையும் தனிப்பட்ட வரிசையிலான விசேஷமான காவல் தெய்வங்களைக் கொண்டு கவனிப்பது புறச்சமய கடவுளர்களின் வேலை அல்ல. தனியர்கள் தங்கள் அந்தரங்க விஷயங்களைக் கடவுளர்கள் முன் வைத்துத் தங்களுக்கு மட்டும் ஆசீர்வாதங்களைக் கேட்டுப் பிரார்த்தனை செய்தனர் என்பது உண்மைதான். ஆனாலும் இது கேட்பதெல்லாம் கிடைத்துவிடும் என்கிற எவ்வித எதிர்பார்ப்பில்லாமல், ஓர் அரசனிடம் கேட்கும் சொந்த வரம் போன்றோ தந்தை மகனிடம் கெஞ்சிக் கேட்கும் வரத்தைப் போன்றதே. இவ்விஷயத்தில் கடவுள்கள் காட்டும் கருணையானது தனிப்பட்ட கருணையே. மற்றபடி சமூகத்தின் தலைமைப் பொறுப்பாளர்களாக அவர்கள் ஆற்றவேண்டிய பணியின் பகுதிகள் அல்ல."

"கடவுள்கள் ஒரு மனிதனின் பொது வாழ்வைக் கவனிக்கின்றனர். வருடாந்திர அறுவடைகளில், திராட்சை ரசங்களில்[18], எதிரிகள் மீதான வெற்றிகள், போர் அமைதி ஒப்பந்தங்கள் முதலான பொதுப் பலன்களில் அவனது பங்கினை அளிக்கின்றனர். எனினும் அவர்கள் தனியர்களின் அந்தரங்கத் தேவைக்கான உத்தரவாதிகள் அல்ல, எல்லாவற்றிற்கும் மேலாகச் சமூகத்தின் நலன்களுக்கு எதிரான நடவடிக்கைகளில் அவர்கள் தனியர்களுக்கு உதவுவதில்லை. ஆகவே, மதத்தால் உதவ முடியாத, மதம் உதவாத பல்வேறு சாத்தியமான தேவைகளும் ஆசைகளும் உள்ளன."

அடுத்ததாகக் கடவுளும் சமூகமும் மனிதனோடு காட்டும் கண்ணோட்டம் குறித்த வேறுபாடு.

புராதன உலகில், சமூகம் தனியர்களின் நலனுக்கு உகந்ததாகயில்லை. கடவுள் சந்தேகமின்றி சமூகத்தோடே பிணைக்கப்பட்டிருந்தார். ஆனால்,

---

18. அறுவடைக் காலங்களில் திராட்சைகள் நசுக்கப்பட்டு திராட்சை ரசமாக மாற்றப்படும்.

“கடவுளுக்கும் அவரை வழிபடுவோருக்குமான உடன்படிக்கையானது எந்த ஒரு கடவுளும் தங்களுடைய சொந்தச் சமூகத்தின் எந்தவொரு உறுப்பினரதும் சொந்தக் கவலையைக் கடவுள் தனது சொந்தக் கவலையாக எடுத்துக் கொள்ள வேண்டுமென்று உறுதி அளிக்கவில்லை.”

“கடவுளிடமிருந்து எதிர்பார்க்கப்படும் நன்மைகள் சமூகம் முழுமையையும் பாதிக்கும் பொதுவான விஷயங்கள் ஆகும். குறிப்பாக நல்ல மகசூல் தரும் பருவ காலங்கள், மந்தைகளின் பெருக்கம், போர் வெற்றிகள் போன்றன. சமூகம் செழிப்பாக இருக்கும்போது ஒரு தனியரின் துயரம் கடவுளின் தெய்வீகப் பாதுகாப்புத் தன்மைக்கு இழுக்கு ஏற்படுத்தாது.”

அதற்கு முரணாகப் புராதனச் சமூகம் ஒரு தனியரின் துயருக்குக் காரணமாகக் கீழ்க்கண்டவற்றைச் சாட்சியமாகக் கண்டது.

“அப்படித் துயரப்படுபவன் தீமை செய்பவன், நியாயமாக க்கடவுள்களால் வெறுக்கப்படுபவன், அப்படியானவன் பண்டிகை விருந்து தினங்களில் மக்கள் திரள் கூடும் மகிழ்வான, வளமையான கூட்டத்தில் கடவுள் சன்னதியின் முன் இருப்பதற்குத் தகுதியில்லாதவன்.”

இந்தக் கண்ணோட்டத்தின் அடிப்படையில் தொழுநோயாளிகளும் துயரத்தில் உழல்வோரும் மதச் செயல்பாடுகளிலிருந்தும், சமூக வாழ்வின் அனுகூலங்களிலிருந்தும் விலக்கப்பட்டுள்ளனர். அவர்களுக்கான உணவு கடவுளின் இல்லத்தில் அனுமதிக்கப்படுவதில்லை.

புராதன உலகில் ஒரு தனியருக்கும் மற்றொரு தனியருக்கும் இடையேயான முரண் குறித்தோ சமூகத்துக்கும் தனியருக்குமான முரண் குறித்தோ கடவுளுக்கு அக்கறைகள் இல்லை.

“மனித விவகாரங்களைச் சரிசெய்வதிலேயே கடவுள் முனைப்பாக இருக்க வேண்டும் என்று எதிர்பார்க்கப் படுவதில்லை. அன்றாட விஷயங்களில் தங்களுக்கும் தங்களுக்குள்ளும் உதவிக்கொள்வது மனிதர்களின் கடமையாகும். எனினும் கடவுள் அருகில் இருக்கிறார். தேவைப்படுகையில் அவரை அழைத்துக்கொள்ளலாம் என்ற உணர்வானது சமூக நேர்மைக்கும், சமூக ஒழுங்குக்கும் ஒரு தார்மீக விசையாக இருந்தது. இந்த அற விசையின் பலம்

நிச்சயமற்ற ஒன்றாக இருந்தது. ஏனென்றால் குற்றம் செய்யும் ஒருவர் தன் குற்றங்கள் புறக்கணிக்கப்பட்டுவிடும் என்று மிகையாகப் பெருமையடித்துக் கொள்வதும் எப்போதும் சாத்தியமானதே."

புராதன உலகில் தன்னிடம் நேர்மையாக இருக்கும்படி மனிதன் கடவுளிடம் கேட்கவில்லை.

"பொதுக்காரியங்கள் அல்லது சமயச் சார்பற்ற காரியங்களில், பழைய மரபில் தனி நபரின் வாழ்வை விடச் சமூகத்தைப் பற்றி மிகுதியாகச் சிந்திப்பதே பழக்கமாக இருந்துவந்தது, தனி நபருக்குக் கஷ்டத்தை ஏற்படுத்தியபோதும் இது நியாயமற்றது என எவரும் கருதவில்லை. கடவுள் என்பவர் அந்தத் தேசத்தின் அல்லது கூட்டினத்தின் கடவுள். அவர் அந்தக் குழுவின் உறுப்பினர் என்கிற முறையில் மட்டுமே தனி நபரை அறிகிறார். அறிவதோடு அவன் மீது அக்கறை கொள்கிறார்."

புராதன உலகில் ஒரு மனிதன் தனது சொந்தத் துயரத்தைக் குறித்து இப்படியான கண்ணோட்டத்தைக் கொண்டிருந்தான். கடவுளின் முன் ஆனந்தக் கூத்தாடினான்.

"கடவுள் முன் களிகூரும்போது அவன் தன் உற்றாருடன் அவர்களுக்காகவும் அவனது அயலாருக்காகவும் அவனது நாட்டு நலனுக்காகவும், வழிபாட்டின் மூலம் கடவுளுடனான தன் உறவைப் புதுப்பித்துக்கொள்கிறான். அவ்வாறு புதுப்பிக்கும்போதே தனது குடும்பத்துடனும், தனது சமூக, தேசிய கடமைகளையும் புதுப்பித்துக்கொள்கிறான்."

புராதன காலத்து மனிதன் தன்னைப் படைத்தவர் தன்னிடம் நீதியோடு நடந்துகொள்ள வேண்டும் எனக் கேட்டுக் கொள்ளவில்லை.

மதத்தில் மற்றைய புரட்சி இவ்வாறாகத்தான் இருந்தது.

மதங்களில் இரண்டுவிதமான புரட்சிகள் நடந்துள்ளன. ஒன்று புறவயமான (வெளிப்புற) புரட்சி. மற்றொன்று அகவயமான (உட்புற) புரட்சி. வெளிப்புறப் புரட்சி மதத்தின் அதிகாரம் நிலவிவந்த களத்தோடு சம்பந்தப்பட்டிருந்தது. உட்புறப் புரட்சி மனிதச் சமூகத்தின் நன்மைக்கான கடவுளின் ஆட்சிக்காக மதத்தில் நடைபெறவேண்டிய மாற்றங்களோடு

சம்பந்தப்பட்டிருந்தது. வெளிப்புறப் புரட்சி உண்மையில் மதத்தில் நடைபெற்ற புரட்சி அல்ல. தனக்குச் சொந்தமில்லாத ஒரு துறையின் மீது அதிகாரம் செலுத்தியமைக்கு, மதத்துக்கு எதிராக அறிவியல் செய்த புரட்சியே அது. உட்புறப் புரட்சியே உண்மையான புரட்சி, அதை பிரெஞ்சுப் புரட்சியைப் போன்றோ ருஷியப் புரட்சியைப் போன்றோ எந்த அரசியல் புரட்சியோடும் ஒப்பிடலாம். அமைப்புரீதியான மாற்றத்தைக் கொண்ட புரட்சி அது. இந்தப் புரட்சியின் மூலம் கடவுளின் ஆட்சி அமைப்புச் சட்டங்கள் சீரமைக்கப்பட்டது.

கடவுளின் ஆட்சி அமைப்பில் இந்த உட்புறப் புரட்சியினால் ஏற்பட்ட மாற்றங்கள் எத்தனை ஆழமானவை என்பதைக் காணலாம். இந்தப் புரட்சியின் மூலம் கடவுள் ஒரு சமூகத்தின் உறுப்பினராக இருந்துவந்தது நிறுத்தப்பட்டது. இதன் மூலம் அவர் பாகுபாடு அற்றவர் ஆகிறார். பொதுவான பொருளில் கடவுள் மனிதனின் தந்தை என்று பொருள்கொள்ளப்படமாட்டார். அவர் அதற்குப் பதிலாகப் பிரபஞ்சத்தைப் படைத்தவர் ஆகிறார். இந்த ரத்த பந்தத்தை உடைப்பது என்பது கடவுள் நல்லவர் என நம்புவதைச் சாத்தியமாக்குகிறது. இந்தப் புரட்சி மனிதன், குருட்டுத்தனமாகக் கடவுளை வணங்கி அவரது கட்டளைகளை மட்டும் நிறைவேற்றும் நிலையிலிருந்து அவனை விடுவித்தது. கடவுளின் கட்டளைகள் மீது தனக்குள்ள நம்பிக்கையை நியாயப்படுத்த பொறுப்புணர்ச்சியுள்ள மனிதனாக இந்தப் புரட்சியின் மூலம் அவன் உருவாகிறான். இந்தப் புரட்சியினால் கடவுள் சமூகத்தின் பாதுகாவலராக மட்டும் இருக்கும் நிலை முடிவுக்கு வருகிறது. கடவுளின், கடவுள் முறைமையின் மைய ஒழுங்காகச் சமூக நலன்கள் விளங்குவதும் முடிவுக்கு வருகிறது. சமூகமும் மனிதனும் அதன் மையமாக இடம் மாறிவிட்டன. இப்போது மனிதன் அதன் மையமாக மாறிவிட்டான்.

கடவுளின் ஆட்சியமைப்புக் கோட்பாடு என மதத்தில் கோலோச்சும் முக்கியக் கோட்பாட்டைப் பற்றிய இத்துணை ஆய்வுக்கும் ஒரே நோக்கம் உண்டு. அது மதங்களின் தத்துவத்தை மதிப்பீடு செய்வதற்கான நியமத்தைக் கண்டுபிடிப்பது. பொறுமையிழந்த வாசகர் ஒருவர் எங்கே அந்த நியமங்கள்? அவை யாவை எனக் கேட்காமலிருக்கலாம். முன்பு கூறப்பட்ட விவாதங்களில் அந்த நியமங்கள் அவற்றிற்குரிய பெயர்களில் குறிப்பிடப்பட்டுள்ளதைக் கண்டுபிடிக்காமல் இருந்திருக்கலாம், ஆனால், எது சரி எது தவறு என நிர்ணயிக்கும் நியமங்களைச்

சுற்றியே, மதப் புரட்சிகள் முழுதும் நடைபெற்று வந்துள்ளதை அவர் நிச்சயம் காணத் தவறியிருக்க முடியாது. தவறியிருந்தால் நான் இந்த விவாதங்கள் முழுவதிலிருந்தும் அவை எவை என்பதைத் தெளிவாக விளக்குகிறேன். புராதனச் சமூகத்துக்கும் நவீனச் சமூகத்துக்குமான வேறுபாட்டிலிருந்து நாம் தொடங்கினோம். சுட்டிக்காட்டியபடி தங்கள் மதக் குறிக்கோள்கள் என அவை (புராதனச் சமூகமும் நவீனச் சமூகமும்) ஏற்றுக்கொண்ட தெய்வீக ஆட்சியின் வகைமைகளில் அவை வேறுபட்டன. புரட்சியின் ஒருபுறம் சமூகமே இறுதியானது என்கிற மதக் குறிக்கோளுடன் உள்ள புராதனச் சமூகமும், புரட்சியின் மறுபுறம் தனிமனிதனே இறுதி என்கிற மதக் குறிக்கோளுடன் உள்ள நவீனச் சமூகமும் உள்ளது. இதையே நியம அடிப்படையில் இந்த யதார்த்தத்தைக் கூறினால் புராதனச் சமூகத்தில் நல்லது கெட்டதைத் தீர்மானிக்கும் அளவுகோல் என்பது பயன்பாடு, அதே நேரம் நவீனச் சமூகத்தில் அந்த அளவுகோல் என்பது நீதி. ஆகவே மதப் புரட்சியானது வெறுமனே சமூக மையத்திலிருந்து தனிமனித மையத்துக்கு அமைப்புரீதியாக மாறிய புரட்சி அல்ல. அது நியமங்களில் ஏற்பட்ட புரட்சி.

நான் முன்வைக்கும் நியமங்களை ஒருசிலர் ஆட்சேபிக்கலாம். அவற்றைச் சென்றடைவதற்கான புதிய பாதையாக அது இருக்கக் கூடும். மதங்களின் தத்துவங்களை நியாப்படுத்த உண்மையான நியமங்கள் அவைதான் என்பதில் எனக்கு எந்தச் சந்தேகமும் இல்லை. முதலாவதாக மனித நடத்தையில் எது சரி எது தவறு என்பதை நிர்ணயிக்க நியமங்கள் உதவ வேண்டும். இரண்டாவதாக நடைமுறையில் நல்லொழுக்கச் சிந்தனை எதுவாக அமைந்திருக்கிறது என்பதை அறிய நியமங்கள் பொருத்தமாக இருக்கவேண்டும். இந்த இரண்டு கண்ணோட்டங்களிலிருந்தும் அவை உண்மையான நியமங்களாக இருக்கின்றன. அவை எது நன்மை எது தீமை எனத் தீர்மானிக்க அவை உதவுகின்றன. அவற்றை ஏற்றுக்கொண்ட சமூகத்துக்கும் அவை பொருத்தமாக உள்ளன. சமூகத்தின் நலனே இறுதி என இருந்த புராதனச் சமூகத்துக்குப் பயனுள்ள (பயனுடைமை கொண்ட) எதுவுமே பொருத்தமானதுதான், அந்த வகையில் நல்லொழுக்கமும் சமூகத்துக்கு பயன்படும் ஒன்றாக இருந்தது பொருத்தமானது. தனிநபர் நலனே இறுதியானது என இருக்கும் நவீன உலகில் நல்லொழுக்கம் என்பது தனிநபருக்கு நீதி வழங்கும் ஒன்றாக இருக்கிறது பொருத்தமானது. இந்த

இரு நெறிமுறிகளில் எது அற ரீதியாகச் சிறந்தது என்பதில் மாறுபாடுகள் இருக்கக்கூடும். ஆனாலும், இவை நெறிமுறிகள் அல்ல என்பதில் தீவிர முரண்கள் எதுவும் இருக்கும் என நான் நினைக்கவில்லை. இந்த நெறிமுறிகள் புலனறிவுக்கு எட்டாததாக இருப்பதாகச் சொல்கிறார்கள், அதற்கு எனது பதிலாக மதத் தத்துவத்தைத் தெய்வீகமாக முன்வைக்கும் ஒரு நியமம் உலகியல் நோக்கு கொண்டதாகவும் இருக்க வேண்டும் என்பதே. எப்படியிருந்தாலும் இந்து மதத் தத்துவத்தை ஆராய நான் இந்த நெறிமுறிகளையே கடைப்பிடிக்க விரும்புகிறேன்.

II

இது ஒரு நீண்ட மாற்றுப்பதையாகும். ஆனாலும் முக்கியக் கேள்வியைப் பரிசீலிக்க இது தேவையான ஒரு முன்னோட்டமாகும். எனினும் இந்த விசாரணையைத் தொடங்குமுன் ஒரு தொடக்கநிலை சிக்கல் ஏற்படுகிறது. இந்து மதத்தினர் இந்த விசாரணையை முகம்கொள்ளத் தயாராக இல்லை. அவர் மதம் அத்துணை முக்கியமானது அல்ல என்றோ அல்லது எல்லா மதங்களுமே நல்லவைதான் என்கிற மத ஒப்பீட்டு ஆய்வின் மூலம் உருவாக்கப்பட்ட கருத்தின் பின் ஒளிந்துகொள்கிறார். இவ்விரு கருத்துகளும் தவறானவை, ஏற்றுக்கொள்ள முடியாதவை.

மதம் ஒரு சமூக விசை என்றளவில் அதைப் புறக்கணிக்க முடியாது. "வரலாற்றில் ஊடும் பாவுமாக இருப்பதே மதம் என்று சரியாக விளக்கினார்" ஹெபர்ட் ஸ்பென்சர்[19]. எல்லாச் சமூகத்திலும் இதுவே உண்மை. ஆனால் இந்திய வரலாற்றில் மதம் எங்கும் ஊடுபாவியதோடு இந்துக்கள் மனத்திலும் பின்னிப் பிணைந்துள்ளது. ஒரு இந்துவின் வாழ்வில் ஒவ்வொரு கணமும் மதத்தால் கட்டுப்படுத்தப்படுகிறது. வாழ்வின்போது அவன் எப்படி நடந்துகொள்ள வேண்டுமென்றும் சாகும்போது அவனது உடல் எவ்வாறு கழிக்கப்பட வேண்டுமென்றும் அவனுக்குக் கட்டளையிடுகிறது. பாலியல் நடவடிக்கைகளில் அவன் எப்போது எப்படி ஈடுபடவேண்டும் என அது சொல்கிறது. ஒரு குழந்தை பிறந்தவுடன் என்னென்ன சடங்குகள் செய்ய

---

19. ஹெபர்ட் ஸ்பென்சர் (1820-1903), ஓர் ஆங்கில மெய்யியலாளர், உயிரியல் அறிஞர், மானிடவியலாளர், சமூகவியலாளர், விக்டோரியா காலத்திய முன்னணி தாராளமய அரசியல் கருத்தியலாளரும் ஆவார். உலகின் உயரிய உயிரினங்கள், மனித மனது, மனிதக் கலாச்சாரம், சமூகங்கள் ஆகியவற்றின் முற்போக்கான வளர்ச்சியாக பரிணாம வளர்ச்சியைப் பற்றி விரிவான கருத்துருவை ஸ்பென்சர் உருவாக்கியிருந்தார். ஒரு பல்துறை அறிஞராக, நன்னெறி, மதம், மானுடவியல், பொருளாதாரம், அரசியல் கோட்பாடு, தத்துவம், இலக்கியம், வானியல், உயிரியல், சமூகவியல் உளவியலை உள்ளடக்கிய நெறிமுறைகள், போன்ற பலவகைத் துறைகளுக்கும் பங்களித்தவர்.

வேண்டும், குழந்தைக்கு எப்படிப் பெயரிட வேண்டும், எப்படி அதன் தலைமுடியை வெட்ட வேண்டும், முதல் உணவை எப்படி ஊட்டவேண்டும் என்பனவற்றை மதம் அவனுக்கு எடுத்துக் கூறுகிறது. எந்தத் தொழிலை அவன் தேர்ந்தெடுக்க வேண்டும், எந்தப் பெண்ணைத் திருமணம் செய்ய வேண்டும் என்பதயும் அது கூறுகிறது. யாருடன் உணவு அருந்த வேண்டும், என்ன உணவு உட்கொள்ள வேண்டும், என்னென்ன காய்கறிகள் அனுமதிக்கப்பட்டவை, எவை தவிர்க்கப்பட வேண்டியவை, இத்தோடு அவன் ஒரு நாளை எவ்வாறு கழிக்க வேண்டும், எத்தனை முறை உணவு அருந்த வேண்டும், எத்தனை முறை பிரார்த்தனை செய்ய வேண்டும் என்பதையும் அவனுக்குச் சொல்கிறது. மதத்தால் ஆணையிடப்படாத மதத்தைத் தழுவாத எந்தவொரு செயலும் ஓர் இந்துவின் வாழ்விலில்லை. அலட்சியப்படுத்தும் விதமாக இருந்தாலும் படித்த இந்துக்கள் இதைப் பார்த்து ஒழுக வேண்டும் என்பது விசித்திரமாகத் தெரிகிறது.

தவிரவும், மதம் ஒரு சமூக உந்துவிசையாக உள்ளது. ஏற்கெனவே நான் சுட்டிக்காட்டியபடி தெய்வீக ஆட்சிமுறைக்கான திட்டத்துக்குரிய அமைப்பாக மதம் உள்ளது. சமூகம் பின்பற்ற வேண்டிய லட்சிய அமைப்பாகவும் அது உள்ளது. தோற்றுவிக்கப்பட்ட ஒன்று என்ற அளவில் அதில் இலட்சியம் எதுவும் இல்லாமலிருக்கலாம். இல்லாமலிருந்தாலும் அது யதார்த்தமாகும். ஒவ்வொரு லட்சியத்திற்குமான உள்ளார்ந்த இயக்க விசை இதிலுமுண்டு. மதத்தின் முக்கியத்துவத்தை மறுப்பவர்கள் இதை மறுப்பதோடு மட்டுமல்லாமல், மதச்சார்பற்ற லட்சியவாதத்துடன் ஒப்பிடும்போது மதத்தின் லட்சியவாதத்தின் பின்னிருக்கும் பெரும் ஆற்றலையும் உறுதியையும் உணரத் தவறுகின்றனர். இலட்சியமானது மதச்சார்புடையதாக இருந்தாலும் மதச்சார்பற்றதாக இருந்தாலும் அதற்கும் யதார்த்தத்துக்கும் இடையேயான வித்தியாசம் அதற்குக் காரணமாக ஆகலாம். மனிதனின் நடைமுறை உள்ளுணர்வை ஒதுக்கித் தள்ளுவதில் இரண்டுக்கும் உள்ள திறனை சோதிப்பதன் மூலம் இவ்விரண்டு இலட்சியங்களுக்குமுள்ள பரஸ்பர ஆற்றலை அளவிடலாம். லட்சியம் எங்கோ தொலைவில் உள்ளதைப் பற்றியதில்லை. மனிதனின் யதார்த்த உள்ளுணர்வு உடனடியான நிகழ்காலம் தொடர்புடையதாகும். மனிதனின் யதார்த்த உள்ளுணர்வுக்கு எதிராக இருக்கும் இரண்டு இலட்சியங்களுமே

அவற்றின் வேறுபாடுகளைச் சரியான முறையில் எடுத்துக் கூறுகிறது. இரண்டு இலட்சியங்கள் ஒன்றுக்கொன்று எதிரும் புதிருமாக இருந்தாலும் சமயச் சார்பு இலட்சியத்திற்காக மனிதனின் யதார்த்த உள்ளுணர்வு விட்டுக் கொடுக்கின்றது. ஆனால் சமயச் சார்பற்ற லட்சியங்களுக்காக மனிதனின் யதார்த்த உள்ளுணர்வு விட்டுக்கொடுப்பதில்லை. இதன் அர்த்தம், மத லட்சியம் பொருளாதய ஆதாயங்கள் எதுவாக இருந்தாலும் மனிதனிடம் ஆதிக்கம் செலுத்துகிறது. தூய மதச்சார்பற்ற லட்சியத்தில் இவ்வாறு சொல்ல முடியாது. அதன் ஆற்றல் பொருளாதார ஆதாயத்தைக் கொண்டே அமைகிறது. இந்த இரு இலட்சியங்களும் மனித மனத்தில் உருவாக்கும் ஆற்றலும் செல்வாக்கும் எத்துனை வேறானது என்பதை இது காட்டுகிறது. மத லட்சியம் அதன் மீதான நம்பிக்கை இருக்கும் வரை தோற்பதில்லை. மதத்தைப் புறக்கணிப்பது ஒரு உயிரோட்டமுள்ள ஆற்றலைப் புறக்கணிப்பதற்கு ஒப்பானது.

எல்லா மதங்களும் உண்மையானவை, நல்லவை என்பது நேர்மறையாகவும் நிரூபிக்கத்தக்கவும் தக்க ஒரு தவறான நம்பிக்கையைப் போற்றுவதாகும். இது மத ஒப்பீட்டு ஆய்வின் விளைவு என்பதை வருத்தத்துடன் சொல்ல வேண்டியுள்ளது. மனித குலத்துக்கு மத ஒப்பீட்டாய்வு பெரும் சேவை செய்துள்ளது. ஆய்வுக்கு உட்பட்ட வெளிப்படுத்தப்பட்ட மதங்களில் உண்மையானதும் நல்லதுமான ஒரே மதம் என உரிமை கோரிக்கொண்ட மதங்களின் செருக்கைத் தகர்த்தெறிந்தது. இருந்தும் மத ஒப்பீட்டாய்வு உண்மையான போலியான மதங்களுக்கிடையேயான உறுதியற்ற வேறுபாட்டை நீக்கியது. அவை சுத்தமான தன்னிச்சையான காரணகாரிய முறைகளின் முன்முடிவுகளின் அடிப்படையில் இருந்தாலும், மத ஒப்பீட்டாய்வு அதன் போக்கில் மதங்களைப் பற்றிய பொய்யான கருத்துகளைக் கொண்டு வந்திருக்கின்றது. இதில் மிகவும் ஆபத்தான கருத்து நான் முன்னர் சொல்லிய ஒன்று, அதாவது எல்லா மதங்களும் நல்லவை என்றும் அவற்றை மாறுபாட்டுடன் அணுக வேண்டியதில்லை என்பதாகும். இதைவிடப் பெரிய தவறு ஏதும் இருக்கமுடியாது. எல்லாச் சமூக அமைப்புகளைப் போலவே கருத்தியல் செல்வாக்குகளைப் போல் மதமும் ஒரு அமைப்பு அல்லது ஆதிக்கக் கருத்து. அது, அதன் கீழ் உள்ள சமூகத்துக்கு நன்மை செய்யலாம் அல்லது

தீமை செய்யலாம். பேராசிரியர் டீலே[20] சொல்வதைப் போன்று மதம் என்பது,

"மனித குல வரலாற்றில் அது மிக சக்தி வாய்ந்த இயங்கு விசைகளில் ஒன்று. அது தேசங்களை உருவாக்கியும் உள்ளது சிதைத்துமுள்ளது. பேரரசுகளைச் சேர்த்துள்ளது பிரித்துள்ளது. மிகக் கொடூரமான காட்டுமிராண்டிச் செயல்களில், சிற்றின்ப சடங்குகளிலும் திளைத்திருந்த பேரரசுகளைப் பிளக்கவும் இணைக்கவும் செய்துள்ளது. வீரச்செயல்கள், பக்தி துறவறம் போன்றவற்றின் உத்வேகமாக மதம் இருந்துள்ளது. கடுமையான இரத்த வெறிகொண்ட போர்களையும், கிளர்ச்சிகளையும், துன்புறுத்தல்களையும் விளைவித்துள்ளது. போலவே பல தேசங்களுக்கு விடுதலையையும், மகிழ்வையும், அமைதியையும் கொண்டுவந்துள்ளது. ஒரு சமயம் கொடுங்கோன்மையை ஆதரிப்பதாகவும், மற்றொரு சமயம் அதன் சங்கிலிகளை உடைத்தெறிவதாகவும் மதம் இருந்திருக்கிறது. புதிய ஒளிமயமான பண்பாட்டைப் பேணிக்காத்து வளர்ப்பதாக ஒருபுறமும், மறுபுறம் அறிவியல் கலை ஆகியவற்றின் ஆபத்துவிளைவிக்கும் எதிரியாகவும் மதம் விளங்கியுள்ளது."

"விளைவுகளில் இத்தனை முரண்கள் கொண்ட ஒரு விசையை அது எப்படியான வடிவம் கொண்டுள்ளது அது எந்த லட்சியத்துக்காக உதவுகிறது என்பதைப் பரிசீலிக்காமல் அதை நல்லது என ஒப்புக்கொள்ள முடியாது. தெய்வீக ஆட்சி முறைக்கான திட்டத்தில் ஒரு குறிப்பிட்ட மதம் எப்படியான சமூக இலட்சியத்தை முன்வைக்கிறது என்பதைப் பொறுத்தே எல்லாம் அமைகிறது. மதங்களின் ஒப்பீட்டாய்வு இந்தக் கேள்வியை ஒப்புக்கொள்வதில்லை. ஒருவகையில் ஒப்பீட்டாய்வு முடியும் இடத்தில்தான் இந்தக் கேள்வி தொடங்குகிறது. இந்துக்கள், மதங்கள் பலவாக இருந்தாலும் அவை அனைத்தும் சம அளவில் சிறந்தவைதான் எனச் சொல்லி, இந்தக் கேள்வியைத் தவிர்க்க முயல்கின்றனர். ஆனால் அது அவ்வாறல்ல.

இந்துக்கள், இந்தக் கேள்வியை இந்துமதத் தத்துவத்துக்குள் எவ்வளவு மூடி மறைக்க முயன்றாலும் அவர்களால் தப்பிக்க முடியாது. அவர்கள் அதை எதிர்கொண்டே ஆகவேண்டும்.

---

20. க்ரோபியால் மேற்கோள் காட்டப்பட்டது, 'ட்ரீ ஆப் லைஃப்'-பக்கம் 5.

III

இந்த விஷயம் குறித்துப் பேசத் தொடங்குவோம், நான் இந்துமதத் தத்துவத்தை நிர்ணயிக்க ஏற்கெனவே பேசியிருந்த பயன்பாட்டுச் சோதனை, நீதி சோதனை என இரண்டு பரிசோதனைகளையும் உபயோகிக்க நினைக்கிறேன். முதலில் நீதி சோதனை. அதற்குமுன் நீதி என்கின்ற கொள்கைக்கு நான் எப்படிப் பொருள் கொள்கிறேன் என விளக்க விரும்புகிறேன். பேராசிரியர். பெர்க்போன்[21] எல்லோரைக் காட்டிலும் மிகச் சிறப்பாக இதனை விளக்கியிருக்கிறார். அவரது விளக்கத்தின்படி நியாயக்கொள்கை எல்லாவற்றையும் தன்னகத்தே சுருக்கமாக உள்ளடக்கியது. மேலும் அற முறைகளின் அடிப்படையான பல்வேறு கொள்கைகளின் சாரமே நியாயக் கொள்கை. நீதி

---

21. இரண்டு அறநெறிகள் – பேராசிரியர் பெர்க்சன்

குறிப்பு: மூல நூலில் பேராசிரியர் பெர்க்சன் (BERGSON) என்பதற்குப் பதிலாக பெர்க்போன் (BERGBON) எனக் குறிப்பிடப்பட்டுள்ளது. அடிக்குறிப்பிலுள்ள நூலின் தலைப்பை வைத்து இந்தக் குறிப்பை வழங்குகிறேன்.(மொ–ர்)

ஹென்றி-லூயிஸ் பெர்க்சன்(1859-1941), பிரெஞ்சு தத்துவஞானி, இவருடைய பகுப்பாய்வுத் தத்துவம் உடனடி அனுபவம், உள்ளுணர்வு செயல்முறைகளை அடிப்படையாகக் கொண்டது. பகுத்தறிவு அறிவியலை விட யதார்த்தத்தைப் புரிந்துகொள்வதற்கு மிகவும் முக்கியத்துவம் வாய்ந்தது எனக் கருதப்பட்டது. 1927ஆம் ஆண்டு இலக்கியத்திற்கான நோபல் பரிசு வழங்கப்பட்டது, அவரது செழுமையான உயிர்ப்பான கருத்துகளுக்காக 1930ஆம் ஆண்டில், பிரான்ஸ் அவருக்குத் தனது உயரிய கௌரவமான Grand-Croix de la Legion d'honneur விருதை வழங்கியது. பெர்க்சனின் கருத்துகள் பிரான்சில் குடியரசின் அதிகாரிகளால் அங்கு ஏற்றுக்கொள்ளப்பட்ட மதச்சார்பற்ற, அறிவியல் அணுகுமுறைகளுக்கு எதிரானதாகக் காணப்பட்டது.

1932இல் அவர் 'அறநெறி , மதத்தின் இரண்டு ஆதாரங்கள்'/ 'இரண்டு அறநெறிகள்' (Les Deux Sources de la morale et de la religion)எனும் நூலை வெளியிட்டார். இரண்டு அறநெறிகள் உள்ளன, அல்லது இரண்டு ஆதாரங்கள் உள்ளன: அறிவியலில் அதன் வேர்களைக் கொண்ட ஒன்று, அறிவியலுக்கும் அதன் நிலையான, இயந்திரத்தனமான இலட்சியத்திற்கும் வழிவகுக்கிறது; மற்றொன்று உள்ளுணர்வை அடிப்படையாகக் கொண்டது கலை, தத்துவத்தின் கட்டற்ற படைப்பாற்றலில் மட்டுமல்லாமல், புனிதர்களின் மாய அனுபவத்திலும் அதன் வெளிப்பாட்டைக் கண்டறிகிறது என வரையறுத்தார்.

என்பது எப்போதும் சமத்துவம், விகிதாச்சாரப் பிரதிநிதித்துவம், சமன்செய்தல் ஆகிய கருத்துகளைத் தூண்டுவது. சமநீதி என்பது சமத்துவத்தைக் குறிக்கிறது. விதிகளும் கட்டுப்பாடுகளும், உரிமையும், நெறிகளும் சமத்துவத்தின் மதிப்பைப் பொறுத்தது. எல்லா மானுடர்களும் சமம் என்றால் எல்லா மானுடர்களும் ஒரே சாராம்சத்தைக் கொண்டவர்களே. அப்படியானால் பொதுவான அந்த ஒரே சாராம்சம் அவர்கள் எல்லோருக்கும் ஒரே மாதிரியான சீரான அடிப்படை உரிமைகளையும், சமத்துவமான சுதந்திரத்தையும் பெற்றுத் தருகிறது.

சுருக்கமாகச் சொன்னால் நீதி என்பது சுதந்திரம், சமத்துவம், சகோதரத்துவம் ஆகியவற்றின் மற்றொரு பெயர். இந்து மதத்தை மதிப்பிடுவதில் நான் இந்தப் பொருளிலேயே நீதி[22] என்கிற அளவுகோலைப் பயன்படுத்துகிறேன்.[23]

இந்துமதம் இவற்றுள் எந்தச் சித்தாந்தத்தை அங்கீகரிக்கிறது? ஒவ்வொரு கேள்வியாக ஒன்றன்பின் ஒன்றாக ஆய்வுக்கு எடுத்துக்கொள்வோம்.

1) இந்துமதம் சமத்துவத்தை அங்கீகரிக்கிறதா?

இந்தக் கேள்வி ஒருவருடைய மனத்தில் உடனடியாகச் சாதி அமைப்பையே நினைவுக்குக் கொண்டு வரும். சாதி அமைப்பின் அதிரடியான அம்சம், அது வெவ்வேறு சாதிகளை ஒரே வரிசையில் கிடைத்தள வரிசையில் அடுக்குவதில்லை. மாறாக வெவ்வேறு சாதிகளை ஒன்றன் மீது ஒன்றாகச் செங்குத்து வரிசையில் அடுக்கப்பட்ட அமைப்பு என்பதுதான். சாதியை

---

22. ஜே.எஸ்.மில்-லின் 'பயன்பாட்டுக் கோட்பாடு' நூலில் நீதிக்கான பிறிதொரு விளக்கத்தைக் காணலாம்.

23. ஜான் ஸ்டூவர்ட் மில் (1806-1873), ஆங்கிலத் தத்துவஞானியான ஜே.எஸ்.மில் அரசியல் பொருளாதார நிபுணரும், அரசியல்வாதியும் ஆவார். மரபான தாராளமய வரலாற்றில் மிகவும் செல்வாக்கு மிக்கச் சிந்தனையாளர்களில் ஒருவரான அவர், சமூகக் கோட்பாடு, அரசியல் கோட்பாடு, அரசியல் பொருளாதாரம் ஆகியவற்றில் பரவலாகப் பங்களித்தார். 'பத்தொன்பதாம் நூற்றாண்டின் மிகவும் செல்வாக்கு மிக்க ஆங்கிலம் பேசும் தத்துவஞானி' என்று ஸ்டான்ஃபோர்ட் என்சைக்ளோபீடியா ஆஃப் பிலாசபியால் அழைக்கப்பட்டார், வரம்பற்ற அரசு, சமூகக் கட்டுப்பாட்டிற்கு எதிராகத் தனிமனிதனின் சுதந்திரத்தை அவர் ஆதரித்தார். 1867இல் அமெரிக்கன் தத்துவவியல் சங்கத்தின் உறுப்பினராகத் தேர்ந்தெடுக்கப்பட்டார். தத்துவஞானி பெர்ட்ராண்ட் ரஸ்ஸலுக்கு ஞானத் தந்தையாகச் சொல்லப்பட்டவர். மதம் குறித்த பார்வையில், மில் ஒரு அஞ்ஞானவாதியாகவும் ஒரு சந்தேகவாதியாகவும் அறியப்பட்டார்.

தோற்றுவித்ததில் மனுவுக்குப் பொறுப்பு இல்லாமலிருக்கலாம். ஆனால் வருணத்தின் புனிதத்தை மனு போதித்தார். வருணமே சாதியின் தோற்றுவாய் என நான் எடுத்துக்காட்டியிருக்கிறேன். அந்த அர்த்தத்தில் மனு சாதி அமைப்பைப் படைத்தவராக இல்லாவிட்டாலும் அதன் ஆதி மூலவராக விளங்கினார் எனக் குற்றம் சாட்டலாம். சாதி அமைப்பைப் பொறுத்தவரை மனுவின் குற்றமானது சாதிகளின் தரப்படுத்தலையும் படிநிலைப்படுத்தலையும் உயர்த்திப் பிடித்ததில் அவர் பொறுப்பு வகித்தார் என்பதை மறுக்க முடியாது.

மனுவின் திட்டவரைவில் பிராமணன் முதல் தரத்தில் வைக்கப்பட்டான். அடுத்த இடம் க்ஷத்ரியருக்கு. க்ஷத்ரியருக்குக் கீழே வைசியர்; அவர்களுக்குக் கீழ் சூத்திரர்கள். சூத்திரர்களுக்குக் கீழே ஆதி-சூத்திரர் (தீண்டப்படாதோர்) இந்தப் படிநிலை அமைப்பு வரிசையானது மற்றொரு வகையில் சமத்துவமற்ற கொள்கையைப் பறைசாற்றுவதாகும். ஆகவே, இந்துமதம் சமத்துவத்தை அங்கீகரிக்கவில்லை என்று உண்மையாகவே கூறலாம். சமூக அந்தஸ்தில் சமத்துவமற்ற இந்த நிலை, ஏதேனும் அரச சபையில் விழாக் காலத்தில் அளிக்கப்படும் முன்னுரிமை ஆணை போன்றது அல்ல. இது எல்லாக் காலத்திலும் எல்லா இடத்திலும் எல்லாச் செயல்நோக்கங்களிலும் கடைப்பிடிக்கப்படவேண்டிய, செயல்படுத்தப்படவேண்டிய நிரந்தரமான சமூக உறவு முறைமையாகும். வாழ்வின் ஒவ்வொரு படிகளிலும் மனு இந்த சமத்துவமின்மையை வாழ்வின் ஜீவ ஆற்றலாக எவ்வாறு அறிமுகப்படுத்திப் புகுத்தியுள்ளார் என்பதை விளக்கிக் கூறினால் அது நீண்டு செல்லும். ஆதலால் அடிமைத்தனம், திருமணம், சட்டங்கள் ஆகிய சில எடுத்துக்காட்டுகளை மட்டும் எடுத்துக்கொண்டு அதை விளக்க முயற்சிக்கிறேன்.

மனு அடிமைத்தனத்தை அங்கீகரித்தார்.[24] ஆனால் அதனைச் சூத்திரர்களுக்கு மட்டும் என வரையறுத்தார். சூத்திரர்கள் மட்டுமே உயர் வகுப்பைச் சேர்ந்த மற்ற மூன்று சாதிகளுக்கு அடிமைகளாக இருக்க முடியும். உயர்சாதிகள் சூத்திரர்களுக்கு அடிமையாக முடியாது.

---

24. ஏழுவிதமான அடிமைகளை மனு சுட்டிக்காட்டுகிறார். (VIII–415) நாரதர் பதினைந்து விதமான அடிமைகளைச் சுட்டிக்காட்டுகிறார்.(V–25)

ஆனால் மனுவின் சட்டம் வேறு, நடைமுறை வேறு என்பது நிரூபிக்கப்பட்ட உண்மை. சூத்திரர்கள் மட்டுமல்ல ஏனைய உயர்சாதிகளும் அடிமைகளாயினர். இது கண்டுபிடிக்கப்பட்டபின் மனுவின் பின் வந்தவரான நாரதர்[25] புதிய சட்டத்தை உருவாக்கினார். நாரதரின் புதிய விதியின்படி,

> "V-39. ஒரு மனிதன் தனது சாதிக்கு விதிக்கப்பட்ட கடமைகளில் இருந்து மீறினால் தவிர நான்கு சாதிகளில் தலைகீழ் வரிசையில் அடிமைத்தனம் அவனுக்கு விதிக்கப்படவில்லை. அப்படி நடக்குமேயானால் அடிமைத்தனம் ஒரு மனைவியின் நிலையை ஒத்ததாகும்."

அடிமைத்தனத்தை ஆதரிப்பது மோசமான ஒன்று. ஆனால் அடிமைத்தனத்தின் விதிகள் அவற்றின் சொந்தப் போக்கில் விடப்பட்டிருந்தால் குறைந்தபட்சம் ஒரு நல்விளைவாவது ஏற்பட்டிருக்கும். அது ஒரு சமப்படுத்தும் விசையாக இருந்திருக்கும். சாதியின் அஸ்திவாரம் அழிக்கப்பட்டிருக்கும். ஏனென்றால் அதன் கீழ் ஒரு பிராமணன் தீண்டப்படாதவனின் அடிமையாக இருந்திருக்க முடியும். தீண்டப்படாதவன் பிராமணனுக்கு எஜமானனாக இருந்திருக்க முடியும். ஆனால் தங்குதடையற்ற அடிமைத்தனம் ஒருவிதத்தில் சமத்துவமான கொள்கையாகப் பார்க்கப்பட்டது. ஆகவே அதை ரத்து செய்ய முயற்சிகள் மேற்கொள்ளப்பட்டது. ஆக மனுவும் அவரது வழித்தோன்றல்களும் அடிமைமுறையை அங்கீகரித்தாலும் வருண அமைப்பின் தலைகீழ் வரிசையில் அது அங்கீகரிக்கப்படாது என சட்டம் வகுத்தனர். இதன் அர்த்தம் ஒரு பிராமணன் மற்றொரு பிராமணனுக்கு அடிமையாகலாம். ஆனால் ஒருபோதும் ஒரு க்ஷத்ரிய, வைசிய, சூத்திர, ஆதி சூத்திர ஆகிய வருணத்தைச் சேர்ந்தவனுக்கு அடிமையாக மாட்டான். மறுபுறம் ஒரு பிராமணன் எந்த வருணத்தைச் சேர்ந்தவரையும் தன் அடிமையாக வைத்துக் கொள்ள முடியும். ஒரு க்ஷத்ரியர் க்ஷத்ரியரையும், வைசியரையும், சூத்திரரையும், ஆதி சூத்திரரையும் தனது அடிமையாக வைத்துக் கொள்ளலாம் ஆனால் ஒரு பிராமணரை அடிமையாக வைத்துக் கொள்ள முடியாது. ஒரு வைசியர் ஒரு பிராமணரையும் க்ஷத்திரியரையும் தவிர ஒரு வைசியரையோ, சூத்திரரையோ, ஆதி சூத்திரரையோ அடிமையாக வைத்துக்கொள்ள முடியும். சூத்திரர் சூத்திரரையும்

25. மனுவுக்குச் சரிசமமான அதிகாரம் கொண்ட யக்ஞவல்கியர் அதே சட்டத்தை வகுத்திருக்கிறார். (II–183)

ஆதிசூத்திரரையும் அடிமையாக வைக்கலாம், ஆதிசூத்திரர் ஆதி சூத்திரரை அடிமையாக வைத்துக் கொள்ளலாம் ஆனால் ஆதி சூத்திரர் ஒரு பிராமணரையோ, க்ஷத்திரியரையோ, வைசியரையோ, சூத்திரரையோ அடிமையாக வைத்துகொள்ள முடியாது.

மனுவின் திருமணச் சட்டங்களை எடுத்துக்கொண்டால், பல்வேறு வருணங்களிடையே நடைபெறும் கலப்புமணங்கள் பற்றி மனுவால் விதிக்கப்பட்ட விதிகள் பின்வருமாறு.

மனு சொல்கிறார்-

> III-12. "பிராமண க்ஷத்திரியர் ஆகிய இருபிறப்பாளர்[26]களின் முதல் திருமணத்திற்கு அதே வருணத்தை சார்ந்த பெண் பரிந்துரை செய்யப்படுகிறாள். மறுமுறை மணம் செய்ய விருப்பமிருந்தால் வருணத்தின் நேர் வரிசையில் தேர்ந்தெடுத்தல் வேண்டும்."
>
> III-13. "சூத்திரரின் மனைவி சூத்திரராகவே இருத்தல் வேண்டும். வைசியரின் மனைவி, வைசிய, சூத்திரப் பெண்ணாக இருக்கலாம், க்ஷத்திரியனுக்கு க்ஷத்திரிய, வைசிய, சூத்திரப் பெண்கள், பிராமணருக்கு பிராமண, க்ஷத்திரிய, வைசிய சூத்திரப் பெண்கள் ஆகியோர்."

மனு கலப்பு மணத்துக்கு எதிரானவர். ஒவ்வொரு வகுப்பும் அவர்களுடையே வகுப்புக்குள்ளேயே திருமணம் செய்ய வேண்டும் என்பது அவரது கட்டளை. குறிப்பிட்ட வகுப்புக்கு வெளியே நடக்கும் திருமணத்தையும் அங்கீகரிக்கிறார். ஆனால் வகுப்புகளுக்கு இடையேயான சமமின்மையைக் கட்டிக்காக்கும் கொள்கைக்கு பாதிப்பு ஏற்படுத்தாத வகையில் கலப்புத் திருமணத்தைக் கவனமாக அனுமதிக்கிறார். அடிமைமுறையைப்போல் அவர் கலப்புமண முறையை அங்கீகரிப்பது தலைகீழ் வரிசையில் அல்ல. பிராமணன் தன் வகுப்புக்கு வெளியே திருமணம் செய்ய வேண்டுமானால் அவனுக்குக் கீழுள்ள வகுப்பிலுள்ள எந்தப் பெண்ணையும் திருமணம் செய்யலாம். க்ஷத்திரியன் அவனுக்குக் கீழேயுள்ள வகுப்பான வைசிய, சூத்திரப் பெண்களை மணக்கலாம், அதே நேரத்தில் தனக்கு மேலேயுள்ள வகுப்பைச் சேர்ந்த பிராமணப் பெண்ணைத் திருமணம் செய்யக்கூடாது. ஒரு வைசியன் தனக்கு

26. இருபிறப்பாளர்கள் (துவிஜர்): உபநயனம் எனும் பூணூல் இடும் சடங்கு செய்யும் சிறப்புரிமை பெற்ற பிராமண, ஷத்திரிய, வைசிய சாதியினர்.

அடுத்ததாகக் கீழேயுள்ள சூத்திரப் பெண்ணை கலப்புமணம் செய்யலாம். ஆனால் தனக்கு மேலேயுள்ள பிராமண க்ஷத்திரியப் பெண்களை மணக்க முடியாது.

எதற்காக இந்தப் பாகுபாடு? மனு தனது வழிகாட்டு நெறியாக அமைந்துள்ள சமத்துவமின்மை விதியைக் கட்டிக்காக்க வேண்டும் என்கிற ஆர்வமிகுதியால்தான் என்பதே இதற்கு ஒரே பதில்.

சட்டவிதிகளை எடுத்துக்கொள்வோம். சட்டம் என்பது பொதுவாக சட்டத்தின் முன் எல்லோரும் சமம் எனப் புரிந்துகொள்ளப்படுகிறது. இது குறித்து மனு என்ன சொல்லுகிறார் என அறிய விரும்புபவர்கள் அவர் வகுத்துள்ள பின்வரும் சட்டவிதிகளை ஆழமாகச் சிந்தித்துப் பார்க்கவும். எளிதாகப் புரிந்துகொள்ள வேண்டி அதைத் தனித்தனி தலைப்புகளில் வரிசைப்படுத்தியுள்ளேன்.

முதலில் சாட்சிகளை எவ்வாறு விசாரிக்க வேண்டும் என்பதைக் காண்போம். மனுவின் சட்டப்படி அவர்களுக்குப் பின்வருமாறு சத்தியப் பிரமாணம் செய்ய வேண்டும்.

> VIII-87. "முற்பகல் நேரத்தில் தூய்மை பெற்ற நீதிபதி, தூய்மை பெற்ற இருபிறப்பாளர்களை அழைத்து, அல்லது ஏதேனும் தெய்வீகச் சின்னத்தின் முன்னிலையில் கூட பிராமணர்களின் முன்னிலையில் உண்மையை அறிவிக்கச் சொல்ல வேண்டும். அப்போது சாட்சிகள் வடக்கு அல்லது கிழக்கு நோக்கி அவர்களது முகங்களைத் திருப்பி நிற்க வேண்டும்."

> VIII-88. "பிராமணரிடம் 'அறிவி' என்றும், க்ஷத்ரியரிடம் 'உண்மையை அறிவி' என்றும், வைசியரிடம் பொய்சாட்சி சொல்வானாயின் பசுக்கள், தானியங்கள், தங்கம் ஆகியவற்றை திருடும் குற்றத்தை புரிந்ததாக ஒப்பிட்டு ஆணையிடச் சொல்லியும், சூத்திரனிடம் இதில் சில வாக்கியங்களையோ அல்லது எல்லாவற்றியுமோ கூறச் சொல்லி, மனிதனால் செய்ய முடிந்த எல்லா பாவங்களையும் ஒப்பிட்டு ஆணையிடச் செய்யவேண்டும்."

> VIII-113. "ஒரு துறவியை அவனது வாக்கின் மீதும், ஒரு போர்வீரனை அவனது குதிரை, யானை, ஆயுதங்களின் மீதும், ஒரு வியாபாரியை அவனது பசுக்கள், தானியம், தங்கம் ஆகியவற்றின் மீதும், வேலைக்காரனை அவன் பொய் சொல்வானாயின் எல்லாக் குற்றச்

செயல்களின் பழியும் அவன் மீது விழும் எனச் சொல்லி அவனது தலை மீதும் சத்தியம் செய்யுமாறு நீதிபதி கட்டளையிட வேண்டும்."

மனு பொய்சாட்சி அளிப்பவர்களைப் பற்றியும் குறிப்பிடுகிறார். பொய்சாட்சி அளிப்பது மனுவைப் பொறுத்தவரை ஒரு குற்றம்.

VIII-122. "பொய்சாட்சி சொல்லுவோருக்கு இதே தண்டனை விதிகள் ரிஷிகளாலும் பெரியோர்களாலும் நிர்ணயிக்கப்பட்டுள்ளது."

VIII-123. "க்ஷத்திரியர் முதலான மூவகைக் கீழ் வருணத்தார் பொய்ச்சாட்சி கூறினால் அரசன் முதலில் அபராதம் விதித்து விட்டுப் பிறகு அவர்களை நாடு கடத்த வேண்டும், ஆனால் பிராமணராயின் நாடு கடத்தல் மட்டுமே செய்ய வேண்டும்."

இதிலும் மனு விதிவிலக்கொன்றை அளித்துள்ளார்.

VIII-112. "பெண்களிடம் களியாட்டத்தின் போதும், திருமண ஏற்பாடு தொடர்பாகவும், பசு புற்கட்டையோ பழத்தையோ தின்று விட்டது பற்றியும் யாகத்திற்கான சமிதை விறகுகளை எடுத்துக் கொண்டது பற்றியும் பிராமாணரைக் காப்பற்றுவதற்காக வாக்குறுதி அளித்தது பற்றியும் பொய்ச் சாட்சி சொல்வது பெரும்பாவமன்று."

குற்ற வழக்கு நடவடிக்கைகளில் முக்கியமான குற்றங்களுக்கு உரிய தண்டனை முறைகளைக் கொண்டே அவரவர்களுக்குரிய நிலையை அறியலாம், மனு குறிப்பிடும் சில முக்கியத் தண்டனைகள்:

அவதூறுக்கான தண்டனையாக மனு கூறுவது:-

VIII-267. "புரோகிதனுக்கு அவதூறு இழைக்கும் க்ஷத்திரியனுக்கு நூறு பணமும், வைசியனுக்கு நூற்றைம்பது அல்லது இருநூறு பணமும், ஒரு அடிமையோ, தொழிலாளியோ தவறிழைத்தால் கசையடியும் விதித்தல் வேண்டும்."

VIII-168. "ஒரு புரோகிதர் க்ஷத்திரியனை அவதூறு செய்தால் ஐம்பது பணமும், வைசியனுக்கு அவதூறு விளைவித்தால் இருபத்தைந்து பணமும் கீழ் வர்க்கத்தினனுக்கு அவதூறு விளைவித்தால் பன்னிரண்டு பணமும் அபராதம் வேண்டும்."

அவமானப்படுத்தலுக்கான தண்டனையாக மனு கூறுவது-:

VIII-270. “இரு பிறப்பாளரை ஒரு சூத்திரன், கடுஞ் சொற்களால் நிந்தித்தால், அவன் நாக்கை அறுத்தல் வேண்டும். ஏனெனில் பிரம்மனின் மிகக்கீழான பாகத்தில் பிறந்தவன் அவன்.”

VIII-271. “அவன் பெயரையும், சாதியையும் நிந்தித்தால் எடுத்துக்காட்டாக, ‘தேவதத்தா, பிராமணக் கழிவே’ என்றால் பத்து விரல் நீளமுள்ள பழுக்கக் காய்ச்சிய இரும்புக்கம்பியை அவன் வாயில் நுழைத்தல் வேண்டும்.”

VII-272. “ஆணவத்தால் பிராமணன் எப்படிப் பணியாற்ற வேண்டும் எனக் கட்டளையிட்டால், அவன் வாயிலும், காதிலும் காய்ச்சிய எண்ணையை ஊற்றுமாறு அரசன் கட்டளையிடுதல் வேண்டும்.”

தகாத நடத்தைக்கான தண்டனையாக மனு கூறுவது:-

VIII-276. “ஒருவருக்கொருவர் பரஸ்பரம் பழித்தலைச் செய்த பிராமணனுக்கும் க்ஷத்திரியனுக்கும் அரசனானவன் தண்டனை விதிக்க வேண்டும். பிராமணனுக்கு மிகக் குறைவாகவும், க்ஷத்திரியனுக்கு கொஞ்சம் மிதமாகவும் விதிக்க வேண்டும்.”

VIII-277. “ஏற்கனவே குறிப்பிட்டபடி வைசியனுக்கும் சூத்திரனுக்கும் அவரவர் வருணத்திற்குரிய முறையில் ஒரே போலத் தண்டனை விதித்தல் வேண்டும். நாக்கை அறுப்பது சூத்திரருக்கு மட்டுமே. இதுவே தண்டனைக்குரிய நிலையான விதிமுறை.”

தாக்குதலுக்கான தண்டனையாக மனு எடுத்துரைப்பது:-

VIII-279. “இழிகுலத்தில் பிறந்தவன் உயர்குலத்தானை எந்த அங்கத்தினால் தாக்கினானோ அல்லது புண்படுத்தினானோ அந்த அங்கத்தைத் துண்டித்தல் வேண்டும் அல்லது காயம் ஏற்படும் அளவுக்கு வெட்ட வேண்டும். இதுவே மனு விதித்த நீதி.”

VIII-280. “கோபத்தினால் கையோங்கவோ, தடிகொண்டு ஓங்கவோ செய்தால், அவன் கையையும், உதைத்தால் காலையும் வெட்ட வேண்டியது.”

மனுவின் படி ஆணவத்துக்கான தண்டனையாவது:-

VIII-281. “உயர்சாதிக்காரனுடன் இழிசாதிக்காரன் சமமான ஆசனத்தில் அமர்ந்தால் அந்த ஆணவச் செயலுக்காக இடுப்பில் சூடு போடுதல் வேண்டும் அல்லது நாடு கடத்தப்படுதல் வேண்டும் அல்லது

அவனது பின்புறத்தில் ஒரு வெட்டுப்புண் ஏற்படுத்திட அரசன் ஆணை பிறப்பித்தல் வேண்டும்."

VIII-282. "ஆணவத்தால் அவன் துப்பினால் அரசன் அவனது இரு உதடுகளையும் வெட்டிடல் வேண்டும். அவன் மீது சிறுநீர் பெய்தால் ஆண்குறியை வெட்டிடல் வேண்டும். அவன் மீது அபானவாயு விட்டால் ஆசனவாயை வெட்டிடல் வேண்டும்."

VIII-283. "அவன் ஒரு பிராமணனின் முடியைப் பிடித்திழுத்தாலோ, காலைப் பிடித்து வாரினாலோ, தாடியை, கழுத்தை, விதையைப் பிடித்து இழுத்தாலோ அவன் கையை வெட்டிவிடுமாறு அரசன் தயக்கமில்லாமல் ஆணையிடுதல் வேண்டும்."

பிறன்மனை விழைதலுக்கான மனுவின் தண்டனை:-

VIII-359. "தாழ்ந்த வர்ணத்தைச் சேர்ந்த ஒருவன் புரோகிதனின் மனைவியோடு புணர்ந்தால் அவனுக்கு மரணதண்டனை விதித்தல் வேண்டும். எல்லா வருணங்களையும் சார்ந்த மனைவிகளையும் விசேஷமாகப் பாதுகாத்தல் வேண்டும்."

VIII-366. "உயர்குலத்துப் பெண்ணைக் காதலிக்கும் தாழ்ந்த வர்ணத்தைச் சேர்ந்தவனுக்குக் உடல்ரீதியான தண்டனை கொடுத்தல் வேண்டும்; அவரவருடைய சமவர்க்கத்துப் பெண்ணைக் காதலித்தால் பெண்ணின் தந்தையின் சம்மதத்தைப் பெற்று திருமணப் பரிசு கொடுத்து அவளைத் திருமணம் செய்து கொள்ளலாம்."

VIII-374. "இருபிறப்பாளனின் மனைவியுடன் சோரம் போகும் சூத்திரன், அப்பெண் இல்லத்தில் பாதுகாக்கப்பட்டிருந்தாலும், பாதுகாக்கப்படாவிடினும் பின்வரும் தண்டனைகளுக்குள்ளாவான். பாது காக்கப்படாத பெண்ணாயின், அவன் தனது சொத்துக்களை இழப்பதுடன் ஆண் குறியையும் வெட்டப்பட வேண்டியவனாகிறான். காக்கப்பட்டவளாயின் அவன் தனது உயிரோடு பிற அனைத்தையும் இழத்தல் வேண்டும்."

VIII-375. "பாதுகாப்பிலுள்ள பிராமணப் பெண்ணுடன் சோரம்போகும் வைசியன் செல்வமனைத்தையும் இழந்தும் ஒரு வருட சிறைத்தண்டனையும் பெற வேண்டும். அதே குற்றம்புரியும் க்ஷத்திரியனுக்கு ஆயிரம் பணம் அபராதமும் கழுதை மூத்திரத்தால் தலைச் சவரமும் பண்ணி விடுதல் வேண்டும்."

VIII-376. “க்ஷத்திரியனோ, வைசியனோ பாதுகாப்பில்லா பிராமணப்பெண்ணுடன் சோரம் போனால் வைசியனுக்கு ஐந்நூறு பணமும் க்ஷத்திரியனுக்கு ஆயிரம் பணமும் அபராதம் விதித்தல் வேண்டும்.”

VIII-377. “இவ்விரு சாதியைச் சேர்ந்தவரும், மேன்மை மிக்கவளும் பிராமணனின் பாதுகாப்பிலுள்ளவளுமான மனைவியோடு சேர்ந்தால், அவர்களுக்குச் சூத்திரனுக்குரிய தண்டனையே வழங்குதல் வேண்டும் அல்லது உலர்ந்த வைக்கோற்புல்லும் நாணலும் நிறைந்த சிதையிலிட்டு எரிக்கப் பெறுதல் வேண்டும்.”

VIII-382. “க்ஷத்திரியனின் பாதுகாப்பில்லுள்ள மனைவியை வைசியன் கூடினாலும் வைசியப் பெண்ணை க்ஷத்திரியன் கூடினாலும் பாதுகாப்பில் இல்லாத பிராமணப் பெண்ணுடன் சோரம் போனவனுக்குரிய தண்டனை பெறுவர்.”

VIII-383. “பிராமணர் இவ்விரு சாதியைச் சார்ந்த பாதுகாப்பிலுள்ள மனைவியருடன் கள்ளவுறவு கொண்டால் ஆயிரம் பணமும் சூத்திரப் பெண்ணுடன் கள்ளவுறவு கொண்டால் ஆயிரம் பணமும் அபராதம் விதிக்கப் பெறுதல் வேண்டும். க்ஷத்திரிய, வைசியருக்கும் அப்படியே.”

VIII-384. “க்ஷத்திரிய வகுப்பைச் சார்ந்த, பாதுகாப்பிலுள்ள பிறர் மனைவியுடன் வைசியன் கள்ளவுறவு கொண்டால் ஐந்நூறு பணம் அபராதம், சத்திரியன் வைசியப் பெண்ணுடன் கள்ளவுறவு கொண்டால் ஐந்நூறு பணம் அபராதம் அல்லது மூத்திரச்சவரம் விதித்தல் வேண்டும்.”

VIII-385. “பாதுகாப்பில் இல்லாத க்ஷத்திரிய , வைசிய, சூத்திரப் பெண்ணுடன் கள்ளவுறவு கொண்டால் பிராமணனுக்கு ஐந்நூறு பணமும், சண்டாளப பெண்ணுடன் கள்ளவுறவு கொண்டால் ஆயிரம் பணமும் அபராதம் விதிக்க வேண்டும்.”

பல்வேறு வகையான குற்றங்களுக்கு மனுவின் சட்டவிதிகளின் படியான தண்டனை முறைமைகள் இந்தப் பொருண்மையில் வேடிக்கையானவை. கீழ்க்கண்டவை அவற்றுள் சில-:

VIII-379. “பிராமணன் எத்தகைய பாவமோ, கள்ளவுறவோ கொண்ட போதிலும் அவனை கொல்லக்கூடாது; மொட்டையடித்தால் மட்டும் போதுமானது. மற்றவர்களுக்கு மரண தண்டனை விதிக்க வேண்டும்.”

VIII-380. "பிராமணன் எத்தகைய பாவத்தைச் செய்த போதிலும், பிராமணனைக் கொல்லாமலும், அவன் பொருளைக் கவர்ந்து கொள்ளாமலும், அவனது உடலைத் துன்புறுத்தாமலும் ஊரை விட்டு மட்டும் துரத்த வேண்டும்."

XI-127. "நற்குணமுள்ள க்ஷத்திரியனைக் கொன்றால் பிராமணனைக் கொன்ற பாவத்திற்கு விதித்த பன்னிரண்டு வருட விரதத்தில் நாலில் ஒரு பங்கும், வைசியனைக் கொன்றால் எட்டில் ஒரு பங்கும், தன்னுடைய கடமைகளைக் கைவிடாது செய்யும் சூத்திரனைக் கொன்றால் பதினாறில் ஒரு பங்கும் கழுவாயாகும்."

XI-128. "ஆனால் க்ஷத்திரியனைப் பிராமணன் அறியாமல் கொன்றுவிட்டால் அனைத்து மதச்சடங்குகளும் செய்து புரோகிதனுக்கு ஓர் எருதையும் ஆயிரம் பசுக்களையும் தானம் செய்ய வேண்டும்."

XI-129. "அல்லது ஒரு பிராமணனைக் கொன்று அவனது அங்கங்களை அழித்த குற்றத்திற்குரிய தண்டனையை அவன் நகரிலிருந்து வெகு தூரம் சென்று ஒரு மரத்தடியை உறைவிடமாகக் கொண்டு, கூந்தலை வளர்த்து மூன்றாண்டுக் காலம் அங்கு தங்கி கழுவாய் தேட வேண்டும்."

XI-130. "ஒழுக்கமிக்க ஒரு வைசியனைப் பிராமணன் முன்விரோதமின்றி அறியாமற் கொன்றால் ஓராண்டு விரதமோ அல்லது புரோகிதருக்கு ஓர் எருதும் நூறு பசுக்களும் தானமோ செய்ய வேண்டும்."

XI:131. "சூத்திரனைக் கொன்றால் ஆறு மாதம் விரதமோ புரோகிதருக்கு ஓர் எருதுடன் பத்து வெள்ளைப் பசுக்களைத் தானம் செய்ய வேண்டும்."

VIII-381. "பிராமணனைக் கொல்வதை விட உலகத்தில் பெரியதொரு பாவம் வேறு இல்லையாதலால், பிராமணனைக் கொல்லுவது பற்றி அரசன் மனதளவில் கூட நினைக்கக் கூடாது."

VIII-126. "குற்றம் செய்தவர்களுக்கான தண்டனைகளை, குற்றம் முதல் தடவையா, இரண்டாம் தடவையா என்பதையும், குற்றத்தின் தன்மையையும், தண்டனையைத் தாங்கக் கூடியவனா என்பதையும், காலத்தையும், அபராதங்கள், நீதிகளையும் நன்கு ஆராய்ந்து ஏற்ற தண்டனைகளை அரசன் விதிக்க வேண்டும்."

VIII-124. "பிராமணனைத் தவிர்த்த ஏனைய வருணத்தார் குற்றம் செய்தால் தண்டிக்கத்தக்க இடங்கள் பத்து என்றும், பிராமணன் என்றால் அவனைக் காயப்படுத்தாமல் துரத்தி விட வேண்டுமென்றும் சுயம்புவாகத் தோன்றிய மனு கூறியுள்ளார்."

VIII-125. "இனவிருத்தி உறுப்பு, வயிறு, நாக்கு, இரு கைகள், ஐந்தாவதாக கால்கள், கண், மூக்கு, இரு காதுகள், உடைமை ஆக தண்டிக்கப்பட வேண்டிய இடங்கள் பத்தாகும். மரண தண்டனையாயின் முழு உடம்பும் இலக்காக அமையும்."

இந்து சட்ட முறைகளுக்கும் இந்து அல்லாத சட்ட முறைகளுக்கும் இத்தகைய வேறுபாடு இருப்பது வினோதமானது. குற்றவியல் சட்டங்களைப் பொறுத்தவரை எவ்வாறு சமத்துவமின்மை இந்து குற்றவியல் சட்டங்களில் பெருவாரியாகப் பொறிக்கப்பட்டுள்ளது. நீதியின் அடிப்படையில் அமைந்த குற்றவியல் சட்டத்தில் இருவேறு பிரிவுகளை நாம் காணலாம், குற்றத்தின் தன்மையை வரையறை செய்யும் ஒரு பிரிவு. அதை மீறுபவர்களுக்கான அறிவுக்குப் பொருத்தமான தண்டனை முறையை அறிவார்த்தமாக வரையறுக்கும் மற்றொரு பிரிவு என்பதாக எல்லாக் குற்றவாளிகளுக்கும் ஒரே விதமான தண்டனையைத் தரும் சட்டம். மனுவின் சட்டத்தில் நாம் காண்பது என்ன? முதலில் அறிவுக்குப் பொருத்தமில்லாத ஒரு தண்டனை முறை. குற்றத்தோடு தொடர்புடைய உடலுறுப்பைத் துண்டித்தல். வயிறு, நாக்கு, மூக்கு, கண்கள், காதுகள், பிறப்புறுப்பு போன்ற உறுப்புகள் மனிதனோடு தொடர்பில்லாமல் தனியே இயங்குவது போலவும் அவையாகவே சொந்தமாகத் தான்தோன்றித்தனமாகக் குற்றத்தை செய்தது போலவும் கருதி அவற்றுக்குத் தண்டனை விதித்தல். மனுவின் குற்றவியல் சட்டத்தின் இரண்டாவது அம்சம் குற்றச் செயலின் கடுமையைத் தாண்டிய மனிதத் தன்மையற்ற தண்டனை விதித்தல். மனுவின் குற்றவியல் சட்டத்தின் வெளிப்படையான மிக முக்கியமான அம்சமாக ஒரே குற்றத்துக்கு விதிக்கப்படும் தண்டனைகளில் அசமத்துவத்தைக் கடைப்பிடிப்பதே. அசமத்துவம், குற்றம் செய்தவருக்கான தண்டனையை வடிவமைப்பதில் அல்ல, நீதிமன்றத்துக்கு நீதி தேடி வருபவர்கள் சிலரின் கண்ணியத்தைக் காக்கவும், சிலரின் இழி நிலையைப் பேணிக்காக்கவும் வடிவமைக்கப்பட்டது. வேறு வார்த்தைகளில் சொல்வதாக இருந்தால் இது சமூகச் சமத்துவமின்மையை நிலைநாட்ட மனுவால் நிறுவப்பட்ட மொத்தத் திட்டத்தின் அடிப்படையாகும். இதுவரை சமூகச்

சமத்துவமின்மையை மனு எப்படி நிலைநாட்டினார் என்பதற்கான சான்றுகளை எடுத்துக் காட்டியுள்ளேன். இப்போது மதச் சமத்துவமின்மையை நிலைபெறச் செய்வதற்கு மனு விதித்திருப்பதான சான்றுகளைக் காட்டுவேன். இவை ஆசிரமங்கள், மதச் சடங்குகள் தொடர்புடையவை.

கிறிஸ்தவர்களைப் போல இந்துக்களும் மதச் சடங்குகளில் நம்பிக்கை கொண்டவர்கள். ஒரே வித்தியாசம் இந்துக்களிடம் ஏராளம் மதச் சடங்குகள் உண்டு என்பதுதான். ரோமன் கத்தோலிக்க கிறிஸ்தவர்கள் கூட இந்துக்களின் இந்தச் சடங்கு எண்ணிக்கையைக் கேட்டால் வியப்படைவார்கள். தொடக்க காலத்தில் இந்தச் சடங்குகளின் எண்ணிக்கை நாற்பதாக இருந்தது. தனிமனிதரின் வாழ்வில் அதிக முக்கியத்துவம் பெறாத சந்தர்ப்பங்களிலும், வாழ்வின் முக்கியமான தருவாய்களிலும் கடைப்பிடிக்கவேண்டிய சடங்குகள் இவை. பிறகு, இவை இருபதாக எண்ணிக்கை குறைந்தது. அதன் பிறகு மதச் சடங்குகள் பதினாறாக இன்னும் குறைந்து அதே எண்ணிக்கையில் தொடர்ந்து கடைப்பிடிக்கப்பட்டு வருகின்றன.

இச்சடங்குகள் செய்வதற்கான விதிகளில் எப்படியெல்லாம் சமத்துவமின்மை இடம்பெறுகிறது என்பதை, நான் விளக்குவதற்கு முன்னால், வாசகர்கள் அந்த விதிகள் என்னவென்பதை அறிய வேண்டும். அவை எல்லாவற்றையும் விளக்குவது இயலாது. சிலவற்றை மட்டும் நான் விளக்கினால் போதும் என நினைக்கிறேன். உபநயனம் செய்தல், காயத்ரி உபதேசம், தினமும் கடைப்பிடிக்கவேண்டிய வேள்விச் சடங்குகள் ஆகிய மூன்று சடங்குகளை மட்டும் எடுத்துக்கொள்வோம்.

உபநயனம் என்பது பூணூல் என்னும் புனித நூல் அணிவிக்கும் சடங்கு. அந்தச் சடங்கின்போது கடைப்பிடிக்கப்பட வேண்டிய முக்கியமான மனுவின் விதிகள் கீழ்கண்டவாறு:

> II-36. "பிராமணனுக்குக் கர்ப்பத்திலிருந்து எட்டு வயதிலும் க்ஷத்திரியனுக்குப் பதினொன்றிலும், வைசியனுக்குப் பன்னிரண்டிலும், அவரவர் வருணதிற்குத் தக்கவாறு உபநயனம் செய்விக்க வேண்டும்."

> II-37. "பிராமணன் அல்லது அவனது தந்தை தன்மகன் பிரம்ம ஞானத்தைப் பெற விரும்பினால் அவனுக்கு ஐந்து வயதிலும், தனது வலிமையைப் பெருக்கிக்கொள்ள விரும்பும் க்ஷத்திரியன்

ஆறு வயதிலும் வணிகத் தொழிலில் ஈடுபட விரும்பும் வைசியன் எட்டு வயதிலும் உபநயனம் செய்வது ஏற்றதாகும்."

II-38. "காயத்ரி உபதேசத்துடன் செய்யக் கூடிய உபநயனச் சடங்கு செய்வதைக் கால தாமதம் செய்வது தக்கதன்று. எக்காரணத்தாலும் மூன்று வருணத்தாருக்கும் முறையே பதினாறு, இருபத்திரண்டு, இருபத்துநான்கு வயதினைத் தாண்டாமல் பார்த்துக் கொள்ள வேண்டும்."

II-39. "மேற்சொல்லியவாறு உபநயன சடங்கை உரிய காலத்தில் செய்யாமல் போகும் மூன்று வருணத்தைச் சேர்ந்த இளைஞர்கள் விராத்யர்கள் அல்லது புற சாதியராவதோடு காயதிரியிலிருந்து தரமிழந்து, நலன்கள் பெறத் தகுதியற்றவராகின்றனர்."

II-147. "தாய், தந்தையின் வேட்கையால் கருப்பையிலிருந்து பிறந்த பிறவி வெறும் உடலாலானப் பிறவியென்றே ஒருவன் கருதவானாக."

II-148. "வேதங்களை முழுமையாகக் கற்றுணர்ந்த முதன்மையான ஆச்சாரியனின் தெய்வீக தாயான காயத்ரி மந்திர உபதேசத்தால் பெறும் பிறவியே அழிவற்றது; மூப்பற்ற தன்மைகளைத் தரவல்லது."

II-169. "இருபிறப்பாளனுக்கு முதல் பிறப்பு தாயாலும், இரண்டாவது பிறப்பு உபநயனத்தாலும், மூன்றாவது பிறப்பு வேள்வி செய்வதாலும் உண்டாகிறதென்று வேதம் கூறுகின்றது."

II-170. "புனிதமான நூல் அணிவதினால் இரண்டாவது பிறப்பில் ஒருவனுக்குத் தாயாகக் காயத்ரியும், தந்தையாக ஆச்சார்யனும் விளங்குகிறார்கள்."

காயத்ரி மந்திர உபதேசத்தைப் பொறுத்த வரையில் இந்த மந்திரம் தெய்வீக சக்தி மிகுந்த மந்திரத்தை உபதேசிப்பதாகும். அது பற்றி மனு விளக்குவதாவது,

II-76. "பிரம்மன் முறையே மூன்று வேதங்களின் சாரமான அகரம், உகரம், மகரம் என்னும் மூன்றெழுத்து உறுப்புகளால் ஆனா ஓம் என்னும் பிரணவ மந்திரத்தையும் பூர், புவ, சுவ அல்லது பூமி, ஆகாயம், சுவர்க்கம் என்னும் புனித உச்சரிப்புகளையும் உண்டாக்கினார்."

II-77. "'தத்' என்று தொடங்கும் காயத்ரி அல்லது சாவித்திரியின் மூன்றடிகளையும் படைப்புக் கடவுளான பிரம்மன், மூன்று வேதங்களிலிருந்து வடித்தெடுத்தார்."

II-78. "பிராமணன் பிரணவ மந்திரத்தையும் காயத்ரி மந்திரத்தையும் காலை, மாலை இரு வேளைகளில் ஜெபிப்பதால் மூன்று வேதங்களையும் ஓதியபலனைப் பெறுகின்றான்."

II-79. "மற்ற மந்திரங்கள் அல்லாமல் ஓம், வியாஹ்ரிதி, காயத்ரி என்னும் மூன்று மந்திரங்களை தினமும் தொடர்ந்து ஆயிரமுறை ஓதுகின்ற பிராமணன் பெரும் பாவங்களிலிருந்து பாம்பின் சட்டை கழன்று வருவதுபோல நீங்கப் பெறுகின்றான்."

II-80. "காயத்ரி மந்திரமோதுதல், காலா காலத்தில் செய்ய வேண்டிய உபநயனம் முதலிய சடங்குங்களைச் செய்தல் ஆகியவற்றைச் செய்யாத புரோகிதன், சத்திரியன், வைசியன் ஆகிய மூவரும் நல்லோரால் நிந்திக்கப்படுவார்கள்."

II-81. "பிரணவத்தையும் மூன்று வியகிருதிகளையும் தன்னகத்தே கொண்டிருக்கும் காயத்திரி, வேதத்தின் நாதம் அல்லது முக்கிய பகுதியாகும்."

II-82. "எவனொருவன் மூன்றாண்டு காலம் இடையறாது தினமும் சோம்பலின்றி இந்த வேதமந்திரங்களை ஜெபிக்கிறானோ அவன் காற்றைப்போல லாவகத்துடன் பறந்து செல்லவும், அதிதூய வடிவமும் பெற வல்லவனாகிறான்."

II-83. "பிரணவ மந்திரமாகிய ஓம் என்னும் சொல் பரபிரம்ம வடிவமானதென்றும். மூச்சையடக்கி கடவுளை நினைத்து தியானித்திருத்தலினும் மேலானதென்றும் போற்றப்படுவது. ஆனால் காயத்ரி மந்திரத்தை விட மிக்கது ஏதுமில்லை. அதனை உச்சரிப்பவன் உண்மையை அறிவித்து உரக்கச் சொல்பவனாதலால் அது மௌன சாதனையை விட மேலானது."

II-84: "யக்ஞம், யாகம் ஆகிய சாதனைகள் இவற்றால் பெறுகின்ற சக்திகள் அழிவது, 'ஓம்' என்பதே பரப்பிரம்ம சொரூபமாகி அழிவற்று விளங்குவதால் 'அட்சரம்' (அழிவற்றது) என்பது அனைத்து உயிர்களைப் படைத்த கடவுளின் சின்னம் என்றும் வேதம் கூறுகின்றது."

II-85. "பரப்பிரம்மத்தின் பெயர் உச்சாடணம் வேள்விகள் செய்வதைக் காட்டிலும் பத்து மடங்கு சிறப்புடையது; யார் காதிலும் விழாதவாறு உச்சரிப்பது நூறு மடங்கும், உச்சரிப்பு மனத்துக்குள் நிகழ்வது ஆயிரம் மடங்கும் உயர்ந்ததாகும்."

II-86. "இல்லறச் சடங்குகளில் (பிரம்ம யக்ஞம் தவிர்த்த மற்ற) நான்கு சடங்குகளும் ஒன்றாக இணைந்தாலும் காயத்திரி மந்திரத்தை ஜெபிப்பதனால் ஏற்படும் மகிமையில் பதினாறில் ஒரு பங்கு அளவு கூட ஈடாகாது."

தினமும் கடைப்பிடிக்க வேண்டிய வேள்விச் சடங்குகள் குறித்து

III-69. "மேலே கூறிய இடங்களில் அறியாமல் செய்யப்படும் குற்றங்களுக்குக் கழுவாய் தேடும் பொருட்டு ஒவ்வொரு நாளும் இல்லறத்தான் செய்ய வேண்டிய ஐம்பெரும் யக்ஞுங்களை மகரிஷிகள் வகுத்துத் தந்துள்ளனர்."

III-70. "அவையாவன: வேதம் ஓதுதலும் கற்றலும்; அன்னம் படைத்தோ, புனல் வார்த்தோ முன்னோருக்கு வழிபாடாற்றுதல்; தீயில் அவி சொரிந்து தேவரை வழிபடுதல்; பிற உயிர்களுக்கு உணவோ அரிசியோ அளித்தல்; விருந்தினரை வரவேற்று உபசரித்தல்."

III-71. "இந்த ஐம்பெரும் யக்ஞுங்களையும் தவறாமல் செய்யும் இல்வழ்வோன் அந்த இல்லத்திலேயே தொடர்ந்து வாழ்ந்த போதிலும் பாவத்தற்கிடமானவைகளிலிருந்து மீட்சி பெறுவான்."

அடுத்து ஆசிரமங்களைப் பற்றிச் சொல்வதாக இருந்தால் இந்து மத தத்துவத்தின் ஒரு வினோதமான கோட்பாடு இந்த ஆசிரமக் கோட்பாடு. வேறு எந்த மதங்களிலும் இப்படியான ஒரு போதனை இடம் பெறவில்லை. ஆசிரமக் கோட்பாட்டின்படி வாழ்க்கை பிரம்மச்சரியம், கிரஹஸ்தம், வனப்பிரஸ்தம், சந்நியாசம் ஆகிய நான்கு நிலைகளாகப் பகுக்கப்படவேண்டும். பிரம்மச்சரிய நிலையில் திருமணம் ஆகாத நபர் ஓதுவதிலும் கல்வியிலும் அவரது நேரத்தை ஒப்புவிக்க வேண்டும். அடுத்த நிலையில் கிரஹஸ்தராக மாறுகிறார். அதாவது திருமணம் செய்து குடும்பத்தைக் கவனித்து உலகக் கடமைகளில் ஒன்றி இல்லற வாழ்வை நடத்துகிறார். மூன்றாவது நிலையான வனப்பிரஸ்தத்தில் இல்லறம் முடித்து வனத்தை அடைந்து துறவியாகப் புலனடக்கி வாழ்வது. இந்நிலையில் குடும்பத்தினரிடமிருந்து பிரிந்திருக்க வேண்டியதில்லை, உலகியல் தொடர்புகளிலிருந்து முழுவதுமாக விலகியிருக்கத் தேவையில்லை. நான்காவது நிலையான முற்றும் துறந்த சந்நியாச நிலை உலக பந்தங்களிலிருந்து விடுபட்டுக் கடவுளைத் தேடும் நிலையாகும். முதல் இரண்டு நிலைகளான பிரம்மச்சரியமும் கிரஹஸ்தமும் இயல்பானவை. கடைசி இரண்டு நிலைகள்

பரிந்துரைக்கப்படுபவை. இவை கட்டாயமானதல்ல. மனு இது குறித்து விதிப்பது :

VI-1. "இல்லறத்தில் அறநெறியோடு வாழ்ந்த இருபிறப்பாளர்கள் தூய மனிதராய், புலனடக்கிப் பின்னர் வனப்பிரஸ்த ஆசிரமம் அடைந்து வனங்களுக்குச் சென்று (பின்வரும் விதிகளைக் கடைபிடித்து) வாழக்கடவர்."

VI-2. "தன் உடலில் சுருக்கமும் முடியில் நரையும் தன் பிள்ளை வயிற்றில் பிறக்கும் பிள்ளையையும் பார்க்கின்ற இல்லறத்தான் அந்த வயதில் வானப்பிரஸ்தம் மேற் கொள்ள வேண்டும்."

VI-3. "விவசாயம் செய்து கிடைத்த உணவுப் பொருள், சொத்து, சுகங்கள் அனைத்தும் விட்டு மனைவியைப் பிள்ளையிடம் ஒப்படைத்து அல்லது மனைவி விரும்பினால் அவளையும் தன் உடன் கொண்டு வனம் செல்ல வேண்டியது."

VI-33. "வனத்தில் வாழ்வதான மூன்றாம் நிலையைக் கழித்து, நான்காம் நிலையில் ஆசைகளை வென்று உலகத் தொடர்பனைத்தும் விட்டு துறவியாகி விடலாம்."

இந்த விதிகளில் உட்பொதிந்துள்ள சமத்துவமின்மை தெளிவானது என்றாலும் வெளிப்படையானதல்ல. இந்த மதச் சடங்குகளும் ஆசிரமங்களும் இருபிறப்பாளர்களுக்கு மட்டுமே உரியவை என்பதைக் கவனித்துப்பார்த்தால் அறியலாம். சூத்திரர்கள் இந்தப் பயங்களிலிருந்து தவிர்க்கப்பட்டுள்ளனர். இந்தச் சடங்கு வடிவங்களை அவர்கள் நடத்திக்கொள்வதை மனுவுக்கு ஆட்சேபம் இல்லாதபோதும்,[27] இந்தச் சடங்குகளின் போது புனித மந்திரங்களைப் (வேத மந்திரங்களை) பயன்படுத்தக் கூடாது என விதித்திருக்கிறார்

இது குறித்து மனு சொல்வதாவது:-

X-127. "தன் குலக்கடமைகளை உணர்ந்த சூத்திரர் இருபிறப்பாளர்களின் தருமமான யாக, யஞ்க்யங்களைத் தாமும் மேற்கொள்ளும் போது, வேத மந்திரங்களைப் பயன்படுத்தாமல் ஸ்தோத்திர மந்திரங்களால் ஐம்பெரும் வேள்விகளைக் குல வழக்கப்படி மேற் கொள்வதனால் உலகநிந்தைக்கு உட்பட்டு உழலாமல் நற்புகழும் அடைவர்."

பெண்களைப் பற்றி மனுவின் விதிகள்:-

27. பெண்களுக்கும் இந்தப் பலன் மறுக்கப்பட்டுள்ளது.

II-66. "உடல் சுத்திகரிக்கும் செய்யும் சடங்குகளில் (மெட்டி, மேலாடை, தண்டம், பூணூல் அணிதல், முடியெடுத்தல் முதலியவை), பூணூல் அணிவதைத் தவிர மற்றவற்றை அந்தந்த வயதில் அந்தந்த முறைப்படி பெண் குழந்தைகளுக்கும் வேத மந்திரன்களின்றி வெறும் சடங்காக மட்டும் செய்விக்கலாம்."

மதச் சடங்குகளைச் சூத்திரர்கள் செய்வதிலிருந்து மனு தடை செய்வது எதனால்? சூத்திரர்கள் சந்நியாசி ஆகிவிடக்கூடாது என மனு விளக்கி வைப்பது புதிராக இருக்கிறது. சந்நியாசம் என்பதன் அர்த்தம் துறப்பது, உலகியல் பந்தங்களிலிருந்து நீங்குவது. சட்டப்பூர்வமான மொழியில் சொல்லுவதென்றால் சந்நியாசம் என்பது சொத்துரிமையை இழப்பது எனப் பொருள். ஒருவன் சந்நியாசி ஆன அந்தக் கணத்திலிருந்து அவன் இறந்தவனாகக் கருதப்பட்டு அவனது வாரிசு உடனடியாக அவனது இடத்திற்கு உரிமை பெற்று வந்துவிடுகிறார். சூத்திரன் சந்நியாசியானால் இந்த ஒரு விளைவுதான் நிகழக் கூடியதாக இருக்கிறது. இதனால் அந்தச் சூத்திரனுக்கு மட்டுமே பாதிப்பு ஏற்படும். வேறு எவருக்கும் பாதிப்பில்லை. பின் ஏன் இந்த விலக்கம்? இது ஒரு முக்கியமான விஷயம் எனவே சந்நியாசம் பற்றி, சடங்குகள் பற்றி அதன் முக்கியத்துவம் அதன் சிறப்புகள் பற்றி விளக்க மனு என்ன சொல்லுகிறார் என மேற்கோள் காட்டுவேன். மனுவின் இது தொடர்பான கூற்றுகளை ஆழமாகச் சிந்தித்துப் பார்ப்போம்.

II-26. "இருபிறப்பாளர்கள் வேதத்தால் விதிக்கப்பட்ட கருமங்களை அனுசரிப்பதன் வாயிலாகக் கருத்தரித்தல் தொடங்கி இம்மையில் பிறவியைத் (பாவத்திலிருந்து) தூய்மையுறச் செய்யவும், மறுமை இன்பத்திற்குப் பாத்திரமாகவும் ஆவர்."

II-28. "வேதம் ஓதுதல், மாமிசம் அகற்றிய நோன்புகள் புரிதல், யாகத்தீ வளர்த்தல், தேவ, ரிஷி, முன்னோர்களுக்குத் கிரியைகள் செய்தல், மக்களைப் பெறுதல், யக்ஞங்கள், ஸ்ரார்த்தம் முதலான கருமங்களால் மனித உடல் பிரம்மத்தோடு ஐக்கியமாகும் தெய்வ நிலை ஏற்படுகிறது."

சம்ஸ்காரத்தின் (நெறிமுறைகள்) நோக்கமும் உள்ளடக்கமும் இதுதான். மனு சந்நியாசத்தின் நோக்கத்தையும் உள்ளடக்கத்தையும் பற்றி விளக்குகின்றார்.

VI-81. "சம்சார, பந்தங்களையும் மான அவமானங்களையும் நீக்கினவன் (சந்நியாசி) பிரம்ம நிலை பெறுவான்."

VI-85. "இவ்விதம் சந்நியாசம் பெரும் இருபிறப்பாளன், மேலே கூறிய கடமைகளை முறையே செய்து பாவமனைத்தையும் இந்தப் பிறவியிலேயே நீக்கி மேலான பிரம்ம நிலையை எய்துவான்."

இந்தப் பிரதிகளிலிருந்து தெளிவாவது இதுதான். மனுவின் விதிகளின்படி சடங்குகளின் நோக்கம் அதன் மூலம் உடலைப் புனிதமாக்கிப் பாவங்களிலிருந்து தூய்மைப்படுத்தி இவ்வாழ்வில் கடவுளோடு கலக்க தகுதிப்படுத்தித் தயார்படுத்துவதாகும். சந்நியாசத்தின் லட்சியம் கடவுளை அடையவும் கடவுளோடு இளைப்பாறவும் என்கிறார் மனு. ஆனாலும் மதச் சடங்குகளும் சந்நியாசமும் உயர் வகுப்பாருக்கு மட்டுமே உரியவை என்கிறார். சூத்திரர்களுக்கு ஆன்மா உரித்தானது அல்ல என்கிறார். ஏன்? சூத்திரர் தன் உடலைப் புனிதப்படுத்தித் தன் ஆன்மாவைத் தூய்மைப்படுத்தக் கூடாதா? சூத்திரருக்குக் கடவுளை அடையும் விருப்பம் இருக்கக் கூடாதா? இந்தக் கேள்விகளுக்கு மனு நேர்மறையாக ஆமென்றுதான் பதிலளிக்கக் கூடும். எனினும் ஏன் இப்படியான விதிகளை வகுத்தார்? இதற்கான பதில் அவர் சமூக சமத்துவமின்மையின் மீது ஆழ்ந்த பற்றுடையவராக இருந்தார் என்பதே. அதுபோல மதச் சமத்துவத்தை ஒத்துக்கொண்டால் ஏற்படும் ஆபத்தை அறிந்தவராகவும் இருந்தார். கடவுள் முன் நான் சமமென்றால் ஏன் உலகின் முன் நான் சமமாக இருக்க முடியாது என்ற கேள்வி மனுவைத் திடுக்கிடச் செய்திருக்கலாம். மதச் சமத்துவத்தை அளிக்க ஒப்புக்கொள்ளவும் அனுமதிக்கவும் செய்வதன் மூலம் சமூக ஏற்றத்தாழ்வைச் சீர்குலைப்பதற்குப் பதிலாக அவர் மதச் சமத்துவத்தை மறுக்க முன்னுரிமை அளித்தார்.

இப்படியாக இந்துமதத் தத்துவத்தில் மதச் சமத்துவமின்மையும் சமூகச் சமத்துவமின்மையும் ஒன்றோடு ஒன்று பிணைந்திருப்பதைக் காணலாம்.

மனிதன் தன் பாவங்களிலிருந்து தன்னைத் தூய்மையாக்கிக் கொள்வதிலிருந்து தடுத்தல், மனிதன் கடவுளுக்கு அருகில் நெருங்குவதைத் தடுத்தல் போன்ற விதிகள் எந்தவொரு பகுத்தறிவு பெற்றவருக்கும் அருவருப்பைத் தருபவை. வக்கிரமான மனத்தைச் சுட்டிக்காட்டுபவை. மனிதனின் சமத்துவத்தை மறுப்பது மட்டுமல்ல மனிதனின் புனிதமான ஆளுமை குணத்தையும்

இந்துமதம் மறுப்பதென்பது வெளிப்படையான உதாரணமாக இருக்கிறது.

இது மட்டுமல்ல. மனிதனின் ஆளுமையை ஏற்க மறுப்பதோடு மனு நிற்கவில்லை. மனித ஆளுமையை வேண்டுமென்றே இழிவுபடுத்துகிறார். இந்துமதத் தத்துவத்திலுள்ள இந்த அம்சத்தைப் பற்றி விளக்க இரண்டு உதாரணங்களை மட்டும் குறிப்பிடுகிறேன்.

சாதி அமைப்பைப் பற்றி ஆராயும் யாவரும் அதன் மூலத்தைத் தெரிந்துகொள்ள தலைப்படுகின்றனர். சாதியின் முன்னோடியான மனு பல்வேறு சாதிகளின் தோற்றத்தைக் குறித்து விளக்க வேண்டியதாக இருந்தது. மனு கூறும் சாதிகளின் தோற்றம்தான் என்ன? அவரது விளக்கம் மிக எளிமையானது. நான்கு அடிப்படையான சாதிகளைத் தவிர்த்த மீதியிருக்கும் சாதிகள் எல்லாம் முறைதவறிய கீழான சாதிகள் என்பதே அவரது விளக்கம். அவர் இந்தச் சாதிகள் எல்லாம் அடிப்படையான நான்கு சாதிகளைச் சேர்ந்த ஆண் பெண்களின் முறை தவறிய புணர்ச்சியால் உருவானவை என்கிறார். நான்கு மூல சாதிகளின் ஆண் பெண்களின் கூடா ஒழுக்கங்களும், தகாத உறவுகளும் எண்ணற்ற சாதிகள் உருவாகக் காரணமாயின. அதன்மூலம் எண்ணிக்கையிலடங்கா சாதி மக்கள் பெருகினர். நான்கு மூலச் சாதிகளின் ஒழுக்கத்தின் மீது கடுமையான இந்தக் குற்றச்சாட்டை சுமத்துகிறோம் என்பதை மனு சிறிதும் பொருட்படுத்தாமல் தூற்றுகிறார். குறிப்பாகச் சொல்லுவதென்றால் சண்டாளர் எனப்பட்ட தீண்டப்படாத மக்கள், பிராமணப் பெண்ணுக்கும் சூத்திர ஆணுக்கும் பிறந்தவர்கள். இதன்படி பார்த்தால் சண்டாளர்கள் அதிக எண்ணிக்கையில் இருப்பதால் ஒவ்வொரு பிராமணப் பெண்ணும் பரத்தையாக ஒழுக்கம் மீறியவளாக இருந்திருக்க வேண்டும், அதேபோல ஒவ்வொரு சூத்திர ஆணும் ஒழுக்கக் கேடுடையவனாக இருந்திருக்க வேண்டும். யாரும் ஒழுக்கக் கட்டுப்பாடுகளுக்குள் வாழ்ந்திருக்க வாய்ப்பில்லை. மனு அறிவுகேடாகச் சொல்லும் ஒவ்வொரு சாதிக்கான இழிவான அர்த்தப்படுத்துதல்கள், இழிவான சாதித் தோற்றங்கள் வரலாற்றின் உண்மைகளைத் திரித்துக் கூறுவதாக இருக்கின்றன. இரண்டு உதாரணங்களை மட்டும் நானிங்கு சொல்லி இதை விளக்குகிறேன். மகதர், வைதேகி சாதிகளின் தோற்றம் பற்றிய மனுவின் விளக்கத்தையும் பெரும் இலக்கண மேதையான

பாணினி[28]யின் விளக்கத்தையும் பார்ப்போம். மனு, மகதர்களைப் பற்றிச் சொல்லும்போது அவர்கள் வைசிய ஆணுக்கும் க்ஷத்ரிய பெண்ணுக்கும் பிறந்தவர்கள் என்கிறார். அதுபோலவே வைதேகிகள் வைசிய ஆணுக்கும் பிராமணப் பெண்ணுக்கும் பிறந்தவர்கள் என்கிறார். நேரெதிராக பாணினி எப்படிச் சொல்லுகிறார் என்று பாப்போம். பாணினி மகதர்களை, மகத நாட்டின் குடியினர் என்கிறார். வைதேகிகள், வைதேக நாட்டின் குடிகள் என்கிறார். எத்தணை வேறுபாடு!! எத்தனை கொடூரமானது. பாணினி கி.மு 300-க்கு முன் வாழ்ந்தவர் மனு சுமார் கி.பி 200இல் வாழ்ந்தவர். அப்பழுக்கற்ற மக்களாக பாணினியின் காலத்தில் வாழ்ந்த மக்கள் மனுவின் கையில் கறைபடிந்தவர்களாக மாறிவிட்டார்கள்? மனு அவர்களை இழிவுபடுத்த வேண்டும் என நினைத்துக்கொண்டதே அதற்குக் காரணம். மனு என் மக்களை இழிவுபடுத்த உறுதிப்பாட்டுடன் நின்றார் என்பது ஆய்வுக்குரிய பொருளாகும்.[29]

இதனிடையே நாமொரு முக்கியமான முரணைப் பார்க்கிறோம். உலகில் உள்ள எல்லா மதங்களும் மானிடரைக் கைதூக்கிவிடவும் மேம்படுத்தவும் ஈடுபட்டிருக்கும்போது இந்துமதம் மனிதர்களை இழிவுபடுத்தவும், தாழ்த்தவும் முயல்வதைப் பார்க்கிறோம்.

மற்றொரு உதாரணமாக இந்துமதத்தின் உள்ளார்ந்த இயல்பான இழிவுசெய்தல் இருப்பதைக் காணலாம். அதாவது இந்தக் கொச்சைப்படுத்தலை இந்துமதக் குழந்தைக்குப் பெயர் சூட்டும் விதிமுறைகளிலும் காணமுடிகிறது.

இந்துக்களின் பெயர்கள் நான்கு வகைமைகளாக அமைகின்றன. அவை,

1) குலதெய்வத்தோடு சம்பந்தப்பட்டதாகவோ 2) குழந்தை பிறந்த மதத்தோடு சம்பந்தப்பட்டதாகவோ 3) குழந்தை பிறந்த நேரத்தின் கோள்கள் சம்பந்தப்பட்டதாகவோ 4) லௌகீகமான அதாவது தொழில் சம்பந்தப்பட்டதாகவோ இருக்கின்றன.

---

28. பாணினி (கிமு 520-கிமு 460), சம்ஸ்கிருத மொழிக்கான இலக்கண நூலான அட்டத்தியாயியை எழுதியவராவார், சமஸ்கிருத மொழியின் தந்தை எனவும் போற்றப்படுகிறார். இவரது காலம் கிமு 520க்கும் கிமு 460க்கும் இடையே இருக்கலாம் எனக் கருதப்படுகிறது. இவர் பண்டைய இந்தியாவின் வடமேற்கே காந்தாரத்தில் வாழ்ந்ததாகக் கருதப்படுகிறது.

29. சாதி குறித்து மனு – ஒரு புதிர் என்கிற என்னுடைய கட்டுரையில் காண்க. (அப்படியொரு கட்டுரை கிடைக்கப் பெற்ற பிரதிகளில் இல்லை–பதிப்பாசிரியர்கள்)

மனுவின் கூற்றுப்படி இந்த லௌகீகப்பெயர் இரு பகுதிகளைக் கொண்டிருக்க வேண்டும். இரண்டு பகுதிகளும் எப்படி இருக்க வேண்டும் என்பதற்கும் மனு நெறிமுறைகளை விதித்துள்ளார். இந்த இரண்டாம் பகுதிப் பெயர் பிராமணனுக்கு மகிழ்ச்சியைக் குறிப்பதாகவும், க்ஷத்திரியனுக்குப் பாதுகாவலைக் குறிப்பதாகவும், வைசியனுக்கு வளமையைக் குறிப்பதாகவும் சூத்திரனுக்கு ஊழியம் செய்வதைக் குறிப்பதாகவும் இருத்தல் வேண்டும்.

இதன்படி பிராமணர் பெயரில் ஷர்மா(மகிழ்ச்சி) அல்லது தேவ (தெய்வம்) என்கிற பின்னொட்டும், க்ஷத்திரியர் பெயரில் தாஜா (அதிகாரம்) அல்லது வர்மா (வீரம்) என்கிற பின்பகுதியும், வைசியர் பெயரில் குப்தா (கொடை) அல்லது தத்தா (கொடையளிப்பவன்) என்கிற பின்னொட்டும், சூத்திரர்கள் பெயரில் தாசர் (பணிவிடை) என்கிற பின்பகுதியும் அமையும். பெயரின் முதல் பகுதியைப் பொறுத்த வரையில் பிராமணர்களுக்கு மங்களகரமானவற்றை உணர்த்தவும், க்ஷத்திரியர்களுக்கு வலிமையையும், வைசியனுக்குச் செல்வத்தோடு தொடர்புடையவற்றைக் குறிப்பதாகவும், ஆனால் ஒரு சூத்திரனுடைய பெயரைப் பொறுத்தவரை அதன் முதல் பகுதி வெறுக்கத்தக்கதாக இருக்க வேண்டும். யாரேனும் இப்படியான தத்துவம் நம்பமுடியாதது என நினைத்துத் தக்க ஆதாரத்தைக் கேட்கலாம். நான் மனுவின் பிரதிகளை மீளத் தருகிறேன். பெயரிடும் விழாவைக் குறித்து மனு இப்படி விவரிக்கிறார்:-

II-30. "குழந்தை பிறந்த பத்தாம் அல்லது பன்னிரண்டாம் நாள் அல்லது அதிர்ஷ்டமான பௌர்ணமி நாளில், நல்ல முகூர்த்தத்தில் மங்கலமான நட்சத்திர ஓரையில் குழந்தையின் தந்தை பெயரிடும் சடங்கை நடத்த வேண்டும் அல்லது ஏற்பாடு செய்ய வேண்டும்."

II-31. "பிராமணப் பெயரின் முற்பகுதி மங்கலத்தைக் குறிக்கும் சொல்லாக இருக்க வேண்டும். க்ஷத்திரியப் பெயரின் முதற் பகுதி அதிகாரத்தைக் குறிக்க வேண்டும்; வைசியப் பெயரின் முதற்பகுதி செல்வத்தைக் குறிக்க வேண்டும்; சூத்திரப் பெயரின் முதற்பகுதி வெறுப்பினை வெளிப்படுத்துவதாக இருக்க வேண்டும்."

II-32. "பிராமணப் பெயரின் இரண்டாம் பகுதி மகிழ்ச்சியைக் குறிப்பதாகவும், க்ஷத்திரியர் பெயரின் இரண்டாம் பகுதி பாதுகாவலைக் குறிப்பதாகவும், வைசியப் பெயரின் இரண்டாம் பகுதி வளமான வாழ்வைக் குறிப்பதாகவும், சூத்திரப் பெயரின் இரண்டாம் பகுதி தொண்டூழியத்தைக் குறிப்பதாகவும் அமைய வேண்டும்."

சூத்திரனுக்கு நன்றாக ஒலிக்குமொரு பெயரை வைப்பது மனுவால் பொறுத்துக்கொள்ள முடியவில்லை. வாழ்விலும் பெயரிலும் இழிவான வெறுக்கத்தக்க நிலையிலேயே அவன் இருக்க வேண்டும்.

சமூக ரீதியாகவும், மத ரீதியாகவும் இந்துமதம் எப்படிச் சமத்துவத்தை மறுக்கிறது மனித ஆளுமையை அது கீழ்நிலைப் படுத்துகிறது என்பது போதுமான அளவு சொல்லியாகிவிட்டது.

2. இந்துமதம் சுதந்திரத்தை ஏற்றுக்கொள்கிறதா?

சுதந்திரம் உண்மையானதாக இருக்க வேண்டுமென்றால் சில சமூக நிலைகள் உடனிருக்க வேண்டும்.[30]

முதன்மையாக அதற்குச் சமூக சமத்துவம் வேண்டும். "சிறப்புரிமைகளின் காரணமாகச் சமூகச் செயல்பாடுகள் என்கிற தராசு செல்வமுடையவர்கள் பக்கம் சாய்ந்துவிடுகிறது. குடிமக்களின் சமூக உரிமைகள் எந்தளவிற்குச் சமமாக இருக்கிறதோ அந்தளவுக்கு அவர்களால் சுதந்திரத்தைப் பயன்படுத்திக் கொள்ள முடியும். சுதந்திரம் தனது இலட்சியத்தை அடைய வேண்டுமென்றால் அதற்குச் சமத்துவம் அங்கு நிலவ வேண்டியது அவசியமானது.

இரண்டாவதாகப் பொருளியல் பாதுகாப்பு இருக்க வேண்டும். "ஒரு மனிதன் தான் தேர்வு செய்யும் எந்தத் தொழிலையும் செய்யும் உரிமை பெற்றவனாக இருக்கலாம் ஆனால் அவனது தொழிலில் பாதுகாப்பு இல்லையென்றால் மனத்தளவிலும் உடலளவிலும் சுதந்திரத்தின் சாரத்துக்கு ஒவ்வாத அடிமைத்தனத்துக்குப் பலியாகிறான். நாளையைப் பற்றிய நிரந்தரக் கவலையும், நிகழயிருக்கும் பேரழிவு குறித்த மனக் கிலேசமும் மகிழ்ச்சியின் தேடலையும், அழகையும் தக்கவாறு தேடி அடையவிடாமல் செய்துவிடும். இந்நிலைமை தொடர்ந்து நீடிக்கும். எனவே பொருளியல் பாதுகாப்பு இல்லாமல் கிடைக்கப்பெறும் சுதந்திரம் அர்த்தமற்றதாகும். மனிதர்கள் சுதந்திரமானவர்களாக இருக்கலாம். என்றாலும் சுதந்திரத்தின் அர்த்தத்தை உணராதவனாக இருக்கிறான்."

மூன்றாவதாக அனைவருக்கும் (கல்வி) அறிவு கிடைக்கப் பெறுமாறு செய்ய வேண்டும். இந்தச் சிக்கலான உலகில் மனிதன்

---

30. பார்க்க லஸ்கி– நவீன சமூகத்தில் சுதந்திரம்.

அவனது சுதந்திரத்தை இழக்காமல் அவனது அபாயங்களிலிருந்து தற்காத்து அதனை அறிவின் மூலம் கடக்க வழிகளை அடைய வேண்டும்.

"இந்தச் சூழல்களில் சுதந்திரத்தைப் பயன்படுத்த மனம் பயிற்சி அளிக்கப்படாமலிருந்தால் அந்தச் சுதந்திரம் பயனற்றதாகிவிடுகிறது. (இவ்வடிப்படையில்) ஒரு மனிதனின் கல்வியுரிமையே அவனது சுதந்திரத்துக்கான உரிமையும் ஆகிவிடுகிறது. ஒரு மனிதனின் கல்வி பெறும் உரிமையைத் தடுத்துவிடுங்கள் அப்போது அவன் தன்னைவிட அதிர்ஷ்டம் பெற்றவர்களுக்கு அடிமையாகிவிடுவான். ஆக அறிவை மறுப்பதென்பது மிகப்பெரிய சாதனைகளைச் செய்வதற்கான ஆற்றலை, பயன்படுத்துவதற்கான அந்தச் சுதந்திரத்தை மறுப்பதாகும். அறியாமையில் இருக்கும் மனிதன் ஒருவேளை சுதந்திரமானவனாக இருக்கலாம், (ஆனால்) ஒருபோதும் அவனால் அவனது சுதந்திரத்தைக் கொண்டு அவன் மகிழ்ச்சியாக இருக்க வேண்டி பயன்படுத்த முடியாது."

இதில் எந்த நிபந்தனைகளை இந்து மதம் நிவர்த்திசெய்கிறது? இந்து மதம் எப்படிச் சமத்துவத்தை மறுக்கிறது என்பதை முன்னமே தெளிவுறக் கண்டோம். அது சமமின்மையையும் சிறப்புரிமைகளையும் தூக்கிப் பிடிக்கிறது. ஆகவே இந்து மதத்தில் சுதந்திரத்துக்கான முதல் நிபந்தனையே இல்லை என்றாகி விடுகிறது.

பொருளியல் பாதுகாப்பைப் பொறுத்தவரையில் இந்து மதத்தில் மூன்று விஷயங்கள் துலக்கமாகத் தெரிகின்றன. முதலில் விருப்பப்படும் தொழிலைத் தேர்ந்தெடுக்கும் உரிமையை, சுதந்திரத்தை இந்துமதம் மறுக்கிறது. மனுவின் சட்டத்தைப் பொறுத்த வரை ஒரு மனிதனின் தொழில் அவன் பிறக்கும் முன்னமே தீர்மானிக்கப்பட்டுவிட்டது. இந்துமதம் இந்த விஷயத்தில் தேர்வு, சுதந்திரத்தை வழங்குவதில்லை. முன் தீர்மானிக்கப்பட்ட தொழிலில் திறமைக்கோ அல்லது தன்விருப்பத்துக்கோ இடமில்லை.

இரண்டாவதாக இந்துமதம் மற்றவர்கள் தேர்ந்தெடுக்கும் வேலைகளைச் செய்யவே மக்களைப் பணிக்கிறது. சூத்திரர்கள் உயர் வகுப்பினருக்குச் சேவை செய்யவே பிறந்திருக்கிறான் என்கிறார் மனு. இதை அவனது லட்சியவடிவாக அவன்

ஏற்றுக்கொள்ள அறிவுறுத்துகிறார். கீழ்கண்ட மனுவின் விதிகளைப் பார்ப்போம்.

X-121. "சூத்திரன் பிராமணனுக்கு ஊழியம் புரிந்து வாழ முடியாவிட்டால் க்ஷத்திரியனுக்கோ, செல்வந்தனான வைசியனுக்கோ ஊழியம் செய்து பிழைக்கலாம்."

X:122. "ஆனாலும் சூத்திரன் கட்டாயம் பிராமணர்களுக்கும் தொண்டூழியம் செய்ய வேண்டும்."

மனு சூத்திரனுக்கு வரையறுக்கப்பட்ட லட்சியவடிவாகப் பணிவிடை செய்வதைச் செயல்பட வலியுறுத்துவதோடு நிற்பதில்லை, மேலும் ஒருபடி மேலே சென்று சூத்திரன் இந்தத் தொண்டூழியத்தைத் தவிர்க்கவோ அல்லது தப்பிக்கவோ வழியில்லை என்கிறார். அரசர்களின் கடமையாக மனுவின் ஒரு கட்டளை என்ன சொல்லுகிறது என்றால் சூத்திரர்கள் உள்ளிட்ட எல்லாச் சாதிகளையும் தங்களுக்கு விதிக்கப்பட்ட கடமைகளைச் செம்மையாகச் செய்து முடிக்கிறார்களா என்பதைக் கண்காணிப்பதாகும்.

VIII-410 "அரசன் வணிகர்களை வணிகம் செய்வது, பணத்தை வட்டிக்கு விடுதல், வேளாண்மை செய்தல் அல்லது கால்நடைகளைப் பேணுதல் போன்ற ஏதாவதொரு தொழிலை மேற்கொள்ளும்படி கட்டளையிட வேண்டும். கீழ்ச் சாதியைச் சார்ந்தவன் இருபிறப்பாளர்க்குத் தவறாது தொண்டு செய்ய வேண்டும்."

VIII-418. "அரசன், வணிகரும் கைவினைஞரும் தமக்குரிய கடமைகளை ஒழுங்காகச் செய்கிறார்களா என விழிப்போடு கண்காணித்து வர வேண்டும், ஏனெனில் அவர்கள் கடமை தவறினால் அது இந்த உலகத்தைக் குழப்பத்தில் ஆழ்த்து விடும்."

இந்த விதிகளைப் பேணாத அரசர்களும் தண்டனைக் குரியவர்களே.

VIII-335. "ஒரு தந்தையோ, ஒரு தாயோ, ஒரு ஆசானோ, ஒரு நண்பரோ, ஒரு மனைவியோ, ஒரு மகனோ, ஒரு புரோகிதனோ தத்தமது கடமைகளைச் செய்யத் தவறும் போது அரசன் அவர்களைத் தண்டிக்காமல் விடக்கூடாது."

VIII-336. "கீழ்ச் சாதியைச் சேர்ந்தவனுக்கு ஒரு பணம் அபராதமாக விதிக்கப் பட்டால் அரசனுக்கு ஆயிரம் பணம் அபராதம் விதிக்க வேண்டும். இந்தத் தண்டனைப் பணத்தை அவன் புரோகிதர்களுக்குத்

தர வேண்டும் அல்லது ஆற்றில் விட வேண்டும். இது ஒரு புனிதமானச் சட்டமாகும்."

இந்த விதிகள் ஆன்மீக ரீதியிலும் பொருளியல் ரீதியிலும் இருவகையில் முக்கியத்துவம் வாய்ந்தவை. ஆன்மீக ரீதியில் அடிமைத்தனத்தின் சுவிசேஷமாக உள்ளது. இது அடிமைத்தனத்தை வெறும் சட்டரீதியாக அணுகாமல் அதன் உட்பொருளோடு அணுகுபவர்களுக்கு மட்டுமே விளங்கும் ஒன்றாக இருக்கிறது. அதன் உள்ளார்ந்த பொருளை பிளாட்டோ 'தனது நடத்தைகளைக் கட்டுப்படுத்தும் பயன்களை மற்றவர்களுக்கு விட்டுக்கொடுத்து அதற்கு இணங்குபவனே அடிமை என்கிறார். இந்த அர்த்தத்தில் அவன் தனது லட்சியங்களைத் தான் வகுக்கத் திறனின்றி மற்றவர்களின் லட்சியங்களை நிறைவேற்றுபவன் ஆகிறான். இப்படியாகவே சூத்திரன் ஒரு அடிமை என்பதைப் புரிந்துகொள்ள வேண்டும். மனுவின் விதிகள் பொருளியல் முக்கியத்துவத்தின் படி சூத்திரனின் பொருளியல் சுதந்திரத்தைத் தடுக்கின்றன. சூத்திரன் பணிசெய்ய வேண்டும் என்கிறார் மனு. இதில் குறைசொல்ல ஒன்றுமில்லை. ஆனால், இதில் உள்ள தவறு என்னவென்றால் சூத்திரன் பிறருக்குப் பணி செய்வதையே கடமையாக நினைக்க வேண்டும் என விதிப்பதுதான். அவன் அவனுக்காக உழைக்கக் கூடாது. அதாவது அவன் பொருளாதாரச் சுதந்திரம் பெற பாடுபடக் கூடாது. எப்போதும் அவன் பொருளியல் ரீதியாக மற்றவரைச் சார்ந்தே இருக்க வேண்டும்.

மேலும் மனு சொல்கிறார்.

I-91. "சூத்திரனுக்குக் கடவுள் கூறும் கடமை அவன் மற்ற மூன்று சாதிகளுக்கும் தொண்டு ஊழியம் செய்ய வேண்டும் என்பதே."

மூன்றாவதாக இந்துமதம் சூத்திரர்களுக்குச் செல்வம் திரட்டும் உரிமையைத் தருவதில்லை.

மனுவின் விதியில் மற்ற வருணத்தவர் வேலைக்கு அமர்த்தப்பட்ட சூத்திரனுக்குத் தரவேண்டிய கூலியைப் பற்றிச் சொல்வது சிறந்த தரவுகளை அளிக்கிறது.

X-124. "(சூத்திரனுக்கு) ஒவ்வொருவரும் அவர்களது குடும்பச் சொத்தின் வருவாயின் ஒரு பகுதியை, அவனது முயற்சி, திறமை, அவன் காப்பாற்ற வேண்டியவர்களது எண்ணிக்கை ஆகியவற்றைப் பொறுத்து, பகிர்ந்து ஒதுக்கிக் கொடுக்க வேண்டும்."

X-125. "(சூத்திரனுக்கு) மிஞ்சிவிடும் உணவைத் தந்து விட வேண்டும்; பழைய கந்தைத் துணிகளைத் தர வேண்டும்; பழைய வீட்டுச் சாமான்களைத் தந்து விட வேண்டும்."

இது கூலி தொடர்பான மனுவின் விதிகள். இது குறைந்தபட்ச கூலிக்கான சட்டம் இல்லை. அதிகபட்ச கூலிக்கான சட்டமாகும். இந்தச் சட்டமானது முகக் குறைவாகக் கூலியை நிர்ணயித்து சூத்திரர்கள் பொருள் திரட்டுவதையும் பொருளியல் பாதுகாப்பு அடைவதையும் தடுத்துள்ளது. சூத்திரன் பொருள் திரட்டுவது குறித்து அச்சம் ஏற்படாத வகையில் இந்தச் சட்டம் உள்ளது. தப்பித்தவறி சூத்திரன் பொருள் சேர்ப்பதையும் தடுப்பதற்குச் சூத்திரர்களுக்குச் சொத்துரிமையே கிடையாது என வரையறுத்து விடுகிறார். பின்வருபவற்றைத் திட்டவட்டமாக மனு சொல்கிறார்:

X-129. "தன்னால் பொருள் திரட்ட முடிந்த போதும், சூத்திரன் அவ்வாறு திரட்டிச் செல்வம் சேர்க்கக் கூடாது. ஏனெனில் செல்வந்தனான சூத்திரன் பிராமணர்களுக்குத் துன்பம் தருகிறான்."

ஆகவே, இந்துமதத்தில் தொழிலைத் தேவதர்க்கான வாய்ப்பு இல்லை. பொருளாதார சுதந்திரம் இல்லை எனவே பொருளாதார பாதுகாப்பும் இல்லை. பொருளியல்தியாக ஒரு சூத்திரனை நினைத்துப்பேசுவது நிச்சயமற்ற ஒன்று.

அறிவுப் பரவல் தொடர்பான நிலைகளில் இரண்டு நிபந்தனைகள் முக்கியமானது. முதலில் அடிப்படையான கல்வி அவசியம். எழுத்தறிவு மற்றொன்று. இரண்டும் இல்லாமல் அறிவுப் பரவல் சாத்தியமில்லை. இந்தச் சிக்கலான சமூகத்தில் முறையான கல்வி இல்லாமல் சமூக வளங்களையும் சாதனைகளையும் கடத்த முடியாது. இளைஞர்களுக்கு அடிப்படையான கல்வி இல்லாமல் சமூகத்தின் திரட்சியான அறிவுச் சிந்தனைகளையும் பல்வேறு துறை சார்ந்த அனுபவங்களையும் அடையும்படி செய்ய முடியாது. இந்த அறிவுத்திரட்சியை மற்றவர்களோடான அன்றாட வாழ்வனுபவத்திலிருந்து மட்டும் பெற்றுவிட முடியாது. முறையான கல்வி இல்லாமல் இளைஞர்களால் புதிய கண்ணோட்டங்களைப் பெற இயலாது. (அவனது தொடுவானம் விரியாது) அவனது அறிவு விரிவடையாது, அவன் செய்யும் தொழிலுக்கு அடிமையாகவே அவன் இருப்பான். ஆனால் அடிப்படையான கல்வியில் தனித்துவமான கட்டமைப்புகளான பள்ளிகள், பாடத்திட்டங்கள், பாடப் புத்தகங்கள் போன்றவை

ஈடுபட்டுள்ளன. எழுத்தறிவும் எழுதப்படிக்க அறியாமலும் இருந்தால் மேற்குறிப்பிட்ட வசதிகளை ஒருவன் பயன்படுத்த முடியும்? வாசித்தலும் எழுதுதலும் முதலான கலைகள் பரவ முறையான அடிப்படைக் கல்வியும் எழுத்தறிவும் ஒன்றோடொன்று பிணைந்திருக்க வேண்டும். இந்த இரண்டும் இல்லையென்றால் அறிவுப் பரவல் நடக்கவே நடக்காது.

இந்துமதம் இந்த விஷயத்தில் என்ன நிலைப்பாடு கொண்டிருக்கிறது?

முறையான அடிப்படைக் கல்வியைப் பற்றிய கண்ணோட்டம் மிகக் குறுகிய வரம்புக்குட்பட்டது. முறையான கல்வி என்பது இயல்பாகவே வேதங்களைப் பயில்வது என்றே கருதப்படுகிறது. ஏனென்றால் வேதங்களுக்கு மேலான அறிவு வேறு இல்லை என்றே இந்துக்களால் நம்பப்படுகிறது. எனவேதான் முறையான கல்வி என்பது வேதங்களைப் படிப்பது மட்டுமே என்றானது. மற்றொரு விளைவாக வேதப் பாடசாலையில் பயில்வது ஓர் இந்துவின் கடமையாகவும் கருதப்பட்டது. இந்தப் பாடசாலைகள் பிராமணர்களுக்கு மட்டும் பயன்தருவதாக இருந்தது. வணிகர்களுக்கும் கைவினைஞர்களுக்கும் தேவையான கல்வியைப் பயிற்றுவிக்கும் கடமை தங்களுக்கு இல்லையென்றே அரசும் கருதியது. அரசின் புறக்கணிப்பால் அவர்கள் தங்கள் கல்வி அறிவைப் பெற புலம்பெயர வேண்டியதிருந்தது.

ஒவ்வொரு வகுப்பினரும் மரபாகத் தாங்கள் ஈடுபட்டுவந்த தொழில்முறைமைகளை அவர்களின் உறுப்பினர்களுக்குக் கற்றுத் தந்து அனுபவங்களைக் கடத்தச் செய்தது. வைசிய வகுப்பின் கடமைகளை அறிவதில் இளைய வைசியர் வணிகப் புவியியல், கணிதம், பன்மொழி அறிவும், வியாபாரத்தின் நடைமுறை விபரங்கள் ஆகியவற்றின் அடிப்படைகளைத் தெரிந்துகொள்ள வேண்டியிருந்தது. வணிகம் செய்யும் போக்கில் இவையெல்லாம் தந்தையிடமிருந்து ஒருவன் கற்றுக்கொள்கிறான். சோதிடப் பிரிவில் இருந்து உருவான கைவினைஞர்கள், கலைஞர்கள், ஓவியர்கள் எல்லோரும் இதேமுறையில் கைத்தொழில்களையும் கலைகளையும் தங்களது குழந்தைகளுக்குத் தொழில் செய்யும்போதே கற்றுக் கொடுத்தனர். கல்வி வீட்டிலேயே நடைபெற்றது. கல்வி நடைமுறை சார்ந்தே இருந்தது. இம்முறையானது ஒரே ஒரு பொருளைச் செய்யும் திறனை மட்டுமே வளர்த்தது. புதிய கண்ணோட்டங்களை உருவாக்க இது

வழிசெய்யவில்லை. அறிவின் பரிணாமத்தை விரிவுபடுத்தவும் உதவவில்லை. நடைமுறைக் கல்வி தனித்துவிடப்பட்ட சீரான ஒரே செயல்வழித் திறமைகளை மட்டும் கற்றுத்தந்ததால் புதிதான மாறுபட்ட சூழல்களில் இந்தத் திறமை பொருத்தமற்றதாகிப் பயனற்றுப் போனது. படிப்பறிவின்மை இந்து மதத்தின் உள்ளார்ந்த, மறைமுகமாக அதன் பகுதியாகிப் போனது. இதைப் புரிந்துகொள்ள வேதங்களைப் பயிலவும் பயிற்றுவிக்கவும் மனு வகுத்திருக்கும் விதிகளைக் காண்போம். கீழ்வரும் விதிகள் இது தொடர்பானவை:

I-88. "வேதம் கற்றலும் கற்றுத்தருதலும் கடவுளால் பிராமணர்களுக்காக ஒதுக்கப்பட்டவையாகும்."

I:89. "க்ஷத்திரியர்களை வேதம் படிக்கும் படி கடவுள் பரிந்துரைத்துள்ளார்."

I:90. "வைசியர்களும் வேதம் படிக்க கடவுள் பரிந்துரைத்துள்ளார்."

II-116. "குருவின்றி வேதம் கற்பவர் வேதத்தைத் திருடிய தண்டனைக்கு உள்ளாகி நரகத்தில் உழல்வர்."

IV-99. "சூத்திரர்கள் முன்னிலையில் இருபிறப்பாளர் வேதத்தைப் படித்துக் காட்டக் கூடாது."

IX-18. "வேத பிரதிகளுக்கும் பெண்களுக்கும் தொடர்பேதும் இல்லை."

XI-199. "இரு பிறப்பாளன் பெண்களுக்கும் சூத்திரர்களுக்கும் முறைகேடாக வேதம் கற்றுக் கொடுத்தால் அவன் மாபெரும் பாவம் செய்தவனாகிறான். இதற்குக் கழுவாயாக ஓராண்டு வாற்கோதுமை கஞ்சி மட்டுமே குடிக்கும்படி விதிக்கப்படுவான்."

இந்த விதிகளில் மூன்று முக்கிய தனித்துவமான அம்சங்களைக் காணலாம். பிராமணரும் க்ஷத்திரியரும் வைசியரும் வேதம் படிக்கலாம். ஆனால், பிராமணர்கள் மட்டுமே வேதங்களைக் கற்பிக்கலாம். சூத்திரர்களைப் பொறுத்தவரை வேதங்களைப் படிக்கக் கூடாது என்பது மட்டுமல்ல அவர்கள் வேதங்களைப் படிக்கும் இடத்தில் நின்று அதைக் கேட்கவும் கூடாது.

மனுவின் வழிவந்தவர்கள் சூத்திரர்கள் வேதம் கற்பதைத் தடைசெய்து அதைக் குற்றமாக்கிக் கடுமையான தண்டனைகள் விதித்தனர்.

உதாரணமாக கௌதமர் சொல்கிறார்:-

> XII-4. "மனப்பாடம் பண்ணும் நோக்கத்துடன் சூத்திரன் வேதம் ஓதுவதைக் கேட்டால் அவனது காதுகளில் காய்ச்சிய ஈயத்தையும் அரக்கையும் ஊற்ற வேண்டும்; அவன் வேதம் ஓதினால் ஓதும் நாக்கு துண்டிக்கப்பட வேண்டும். வேதத்தில் முழுத் தேர்ச்சி அடைந்தால் அவனது உடம்பு துண்டு துண்டாக வெட்டிச் சிதைக்கப்பட வேண்டும்."

காத்யாயனரும் இதைப் போன்றே சொல்கிறார்.

பண்டைய உலகம் மக்களுக்கான கல்வியைத் தரும் பொறுப்பை ஏற்றுக்கொள்ளவில்லை எனக் குற்றம் சாட்டப்படுவதுண்டு. ஆனால், உலகில் எந்தச் சமூகமும் தங்கள் மதத்தின் புனித நூல்களைத் தங்கள் மக்கள் படிப்பதைத் தடுத்ததில்லை. எந்தச் சமூகமும் தங்கள் மக்கள் அறிவைப் பெறுவதைத் தடுத்ததாகக் குற்றஞ்சாட்டப்பட்டதில்லை. எந்தச் சமுதாயமும் ஒரு சாதாரணக் குடிமகன் அறிவைப் பெரும் முயற்சியில் ஈடுபட்டால் அதை ஒரு குற்றமாகக் கருதி தண்டனை அளித்ததில்லை. சாதாரண பொதுமக்களுக்கு அறிவைப் பெறும் உரிமையைத் தரமறுத்த ஒரே தெய்வீகச் சட்ட வல்லுநர் மனு மட்டுமே.

இப்படியே விரிவாகக் கூற விரும்பவில்லை. உலகியல் வாழ்வில் பொதுமக்களுக்கு வேதத்தைக் கற்பதற்கான தடையின் விளைவாக எவ்வாறு அது கல்வியறிவின்மையையும் அறியாமையையும் ஏற்படுத்தியது என்பது குறித்தே நான் கவனத்தில் கொள்கிறேன். எளிமையான விஷயம் படிப்பதற்கும் எழுதுவதற்கும் வேதம் கற்பதோடு ஓர் உள்ளார்ந்த தொடர்பு இருப்பதைக் காணலாம். வேதம் கற்கும் உரிமை பெற்ற வகுப்பினருக்கே வாசிப்புக் கலையும் எழுத்துக்கலையும் தேவையானது. அந்த உரிமை இல்லாதவருக்கு இவை தேவையில்லாதது. இந்த வகையில் வாசித்தலும் எழுதுதலும் வேதம் கற்பதற்கு உரித்தானது. இதன் விளைவாக மனுவின் விதிப்படியான வேதம் கற்பதில் இருந்த தடை வாசித்தலுக்கும் எழுதுதலுக்கும் நீட்டிக்கப்பட்டது. வேதம் கற்கும் உரிமை பெற்றவர் எழுதவும் படிக்கவும் உரிமையைப் பெற்றவர் ஆவார். வேதம் கற்க உரிமையற்றவர் எழுத, படிக்கும் உரிமை அற்றவர் ஆனார். மனுவின் விதிப்படி எழுத, படிக்கும் உரிமை சிறுபான்மை உயர் வகுப்பினரின் தனி உரிமையாகவும், எழுத்தறிவின்மை பெரும்பான்மை கீழ் வகுப்பினருக்குமான தலைவிதியாகவும் ஆகிவிட்டது. மனுவால் பொதுமக்களின் மீது சுமத்தப்பட்ட இந்தக் கல்வியறிவுத் தடை அம்மக்களிடம்

எப்படி அறியாமையைப் பெருக்கச் செய்தது என்பதை இன்னும் ஒருபடி ஆய்வுக்கு உட்படுத்தினால் காணலாம்.

ஆக, இந்துமதம் அறிவைப் பரப்பாமல் அறியாமை இருளைத் தரும் சுவிசேஷமாகவே உள்ளது.

இத்தகு தன்மைகளைக் கணக்கில் கொண்டால் சுதந்திரம் தழைப்பதற்கான நிலைமைகளுக்கு மாறானது இந்துமதம். ஆக இந்துமதம் சுதந்திரத்தை மறுக்கிறது.

3. இந்துமதம் சகோதரத்துவத்தை அங்கீகரிக்கிறதா?

நம் சமூகத்தில் எப்போதும் இரண்டு விசைகள் செயல்படுகின்றன. ஒன்று தனிமனிதத்துவம், மற்றொன்று சகோதரத்துவம். தனிமனிதவாதம் எப்போதுமே இருந்துவந்துள்ளது. எல்லாத் தனிமனிதர்களும் “நானும் என் பக்கத்து வீட்டாரும் உடன் பிறப்புகளா? தூரத்துச் சொந்தக்காரர்களா? நான் அவர்களின் காவலாளியா? ஏன் அவர்களுக்கு நான் நியாயம் செய்ய வேண்டும்” என்று கேட்டுக்கொள்கிறார்கள். சொந்த நலன்களின் அழுத்தத்தால், தனக்குள்ளாகவே உலகம் முடிந்துவிடுவது போலவும், சமூகத்தோடு தொடர்பில்லாமல் சமூக விரோதியாகக் கூடத் தன்னைக் கருதிக்கொள்கிறான். சகோதரத்துவம் இதற்கு எதிரான குணமுடையது. தோழமையின் மற்றொரு பெயரே சகோதரத்துவம். மற்றவர்களின் நன்மைகளிலிருந்து தன்னை அடையாளப்படுத்திக்கொள்ள வகை செய்வது சகோதரத்துவத்தின் ஒரு பண்பாகும்.” நம் இருப்பின் இயல்பான நிலைகளைப் போலவே பிறரின் நன்மைகள் ஒருவனை வந்தடைகின்றன. இந்தச் சகோதரத்துவ உணர்வுதான் தனிமனிதன் “சக உயிர்களை வாழ்வுக்கான போராட்டத்தில் போட்டியாளர்களாகக் கருதாமல் தடுக்கிறது, தான் வெற்றியடைய வேண்டுமென்பதற்காக மற்றவர்கள் தோல்வியடைய வேண்டும் என்கிற சிந்தனை அவனுக்கு ஏற்படாதபடி செய்கிறது. தனிமனிதவாதம் அராஜகவாதத்தைக் கொண்டு வருகிறது. சகோதரத்துவம் மட்டுமே அராஜகவாதத்தைத் தவிர்த்து மனிதர்களிடையே தார்மீக அறத்தைப் பாதுகாக்கிறது. இதில் எந்தச் சந்தேகமும் இல்லை.

பிற மனிதர்களின் மீதான இந்தச் சகோதர உணர்வு எப்படி எழுகிறது? ஜே.எஸ். மில் இதை இயற்கையான உணர்வு என்றார்.

“சமுதாய நிலை இயற்கையானது, தேவையானது மட்டுமல்லாமல் மிகவும் பழக்கமானதும் கூட. ஒரு சில வழக்கத்துக்கு மீறிய சூழல்களையும் தன்னியல்பான அரூபப் பொழுதுகளையும் தவிர தனிமனிதனாக உணர்வது இல்லை. சுதந்திரமான ஆதிமனித காலத்திலிருந்தே இந்த உணர்வு படிப்படியாக வலுவடைந்து வருகிறது. சமூக நிலைகளுக்குத் தேவையான முக்கியமான நிபந்தனைகள் யாவும் தனிமனிதன் என்னவிதமான சூழலில் பிறக்கிறானோ அந்த நிலைமைகளில் உருவாகின்றன. அவனது வாழ்வின் விதியும் இதைச் சார்ந்துள்ளது. (எஜமானன்) ஆண்டான் அடிமை சமூக உறவைத் தவிர்த்த சமூக உறவுகளில் எல்லா மனிதர்களும் எல்லோரின் நலன்களையும் தீர்மானிக்க சமமாக ஆலோசனைகள் அளிப்பார்கள். அனைவரின் நலனும் சமமாகக் கருதப்படும் அடிப்படையில்தான் சமத்துவமானவர்களின் சமூகம் உருவாகும். எல்லா நாகரிகக் காலகட்டங்களிலும் சர்வாதிகாரிகளைத் தவிர ஒவ்வொருவரும் சமமானவர்களைக் கொண்டிருந்ததால் இந்த நிபந்தனைகளுடன் இசைவாக வாழ முடிந்தது. இல்லையென்றால் ஒவ்வொரு காலகட்டத்திலும் சிறிது சிறிதாக முன்னேறி மாறுபட்ட கருத்துவேறுபாடுகளுடன் கூடியவர்களோடு வாழ்வது சாத்தியமாக இருக்காது. மற்றவர்களின் நலனை முற்றிலும் புறக்கணிக்க முடியாத வகையில் மக்கள் இப்படிப் படிப்படியாக வளர்ந்தனர்.

இந்தச் சக தோழமை உணர்வு இந்துக்களிடம் காணப்படுகிறதா? கீழ்வரும் உண்மைகள் இந்தக் கேள்வியில் வெளிச்சம் பாய்ச்சுகின்றன.

இங்கு நிலவும் எண்ணிக்கையிலடங்காத சாதிகளே ஒருவருக்கு முதலில் நினைவுக்கு வரும். யாருமே இதுவரை மொத்த சாதிகளின் எண்ணிக்கையைக் கணித்ததில்லை. ஆனாலும் மொத்தமாக 2000 சாதிகளுக்குக் குறையாமல் இருக்கும். 3000த்துக்கு மேலும் இருக்கலாம். கவலைக்குரிய உண்மை இது மட்டுமல்ல. வேறு சில உண்மைகளும் உள்ளன. சாதிகள் மேலும் உட்சாதிகளாகப் பிரிந்து கிடக்கின்றன. இந்த எண்ணிக்கையும் ஒரு பெரும் படையளவு இருக்கும்.

பிராமணர்களின் மொத்த மக்கள்தொகை ஒன்றரை கோடி. ஆனால் பிராமணச் சாதியில் 1886 உட்சாதிப் பிரிவுகள் உள்ளன.

பஞ்சாபில் மட்டும் பஞ்சாப் மாகாண சரஸ்வத பிராமணர் சாதியில் 469 உட்பிரிவுகள் உள்ளன. அதே பஞ்சாபில் காயஸ்தர் சாதியில் 590 உட்சாதிப் பிரிவுகள். இப்படியாகச் சமூக வாழ்வு, முடிவில்லா சிறு சிறு துண்டுகளாகப் (சில்லுகளாக) பிரிக்கப்படுவதற்கு ஏராளமான எடுத்துக்காட்டுகளைக் கூறலாம்.

இந்த உடைக்கும் செயல்முறையில் மூன்றாவதாகக் கவனிக்க வேண்டியது மிகச் சிறிய துண்டுகளாகச் சாதிகள் உடைக்கப்படுவதைத்தான். சில பனியாக்களின் உட்சாதிகள் வெறும் 100 குடும்பங்களே இருக்கின்றன. அவர்கள் மிக நெருக்கமான உறவுகளாக இருப்பதால் இரத்த உறவு மணத் தடையை மீறாமல் திருமணம் புரிவது கூட அவர்களுக்குக் கடினமான ஒன்றாக இருக்கிறது.

சிறு காரணங்கள் கூடச் சாதியை பிரிப்பதற்குப் போதுமானது என்பது இங்கு குறிப்பிடத்தக்கது.

அதேயளவு குறிப்பிடத் தகுந்தது சாதியமைப்பின் மேல் கீழ் படிநிலை அடுக்குமுறை. சாதிப் படிநிலை மேலிருக்கும் சாதி உயர்ந்ததாகவும், கீழ் இருக்கும் சாதி தாழ்ந்ததாகவும் இடையில் ஒவ்வொரு சாதிக்கும் மேலும் கீழும் சில சாதிகள் இருப்பதாகவும் அமைகின்றது. சாதியமைப்பு என்பது தரப்படுத்தும் அமைப்பாகும். இந்த அமைப்பில் உயர்ந்த சாதிகளையும் தாழ்த்தப்பட்ட சாதிகளையும் தவிர, மற்ற சாதிகள் ஒவ்வொன்றுக்கும் ஒரு சாதி மீது மற்ற சாதிகளுக்கு முன்னுரிமையும் முதன்மையுரிமையும் உண்டு.

இந்த முன்னுரிமையும் உயர்வு மனப்பான்மையும் எப்படி நிர்ணயிக்கப்படுகிறது? இந்த உயர்வு தாழ்வு அல்லது (1) மதச் சடங்குகள் (2) சேர்ந்துண்ணல் ஆகிய விதிகளின்படி தீர்மானிக்கப்படுகிறது.

ஏற்றத்தாழ்வான விதிகளின் அடிப்படையான மதம் மூன்று வழிகளில் தன்னை வெளிப்படுத்திக்கொள்கிறது, முதலாவதாக மதச் சடங்குகள், இரண்டாவதாக மந்திரங்கள், மூன்றாவதாக பூசாரியின் அந்தஸ்து.

மதச் சடங்குகளை ஏற்றத் தாழ்வு விதிகளின் மூலங்கள் எனக் கொண்டு தொடங்கினால் இந்துமதப் புனித நூல்கள் பதினாறு மதச் சடங்குகளைப் பரிந்துரைக்கின்றன. இந்துமதச் சடங்குகளாக இவை இருந்தாலும் எல்லாச் சாதியினரும்

இந்தப் பதினாறு சடங்குகளைச் செய்யும் உரிமைகளைக் கோர முடியாது. சிலர் மட்டுமே எல்லாச் சடங்குகளையும் செய்ய அனுமதிக்கப்படுவர். சில சாதிகள் இவற்றில் சில சடங்குகளை மட்டுமே செய்யலாம். சில சாதிகள் சில சடங்குகளைச் செய்யவே கூடாது. உதாரணமாக உபநயனம் எனும் முப்புரி நூல் அணியும் சடங்கைச் சில சாதிகள் செய்யக்கூடாது. இந்தச் சடங்குகளைச் செய்யும் உரிமைதான் சாதிகளுக்குள் ஏற்றத் தாழ்வையும் கற்பிக்கிறது. எல்லாச் சடங்குகளையும் செய்ய அனுமதிக்கப்படும் சாதி உயர்வானதாகவும் சிலவற்றை மட்டும் செய்யும் உரிமை பெற்ற சாதி அதைவிட அந்தஸ்தில் கீழானதாகவும் இருக்கிறது.

மந்திரங்களுக்கு வருவோம். இது ஏற்றத்தாழ்வின் மற்றொரு மூலம். இந்து மதப்படி ஒரே சடங்கை இரண்டு விதமான வழிமுறைகளில் கடைப்பிடிக்கப்படலாம். (1) வேதோத்க முறை (2) புராணோத்க முறை. வேதோத்க முறையில் சடங்குகள் வேதங்களிலிருந்து மந்திரங்கள் ஓதப்பட்டு செய்யப்படும். புராணோத்க முறையில் சடங்குகள் புராணங்களிலிருந்து ஓதியபடி செய்யப்படும். இந்து மத நூல்கள் இரண்டு வகையாகப் பகுக்கப்பட்டுள்ளன 1) நான்கு வேதங்கள் 2) பதினெட்டு புராணங்கள். இவை அனைத்தும் மதிப்புக்குரியவை என்றாலும் எல்லாம் சம மதிப்புக்குரியவை அல்ல. வேதங்கள் மிக உயர்ந்த மதிப்புக்குரியவையாகவும், புராணங்கள் வேதங்களை விடத் தாழ்ந்த மதிப்புக்குரியவையாகவும் இருக்கின்றன. எல்லாச் சாதிகளுக்கும் வேதோத்க முறைப்படி வேதம் ஓதி சடங்குகள் செய்ய அனுமதி இல்லை. இதைக் கருத்தில் கொண்டால் மந்திரங்கள் எவ்வாறு சமூக ஏற்றத்தாழ்விற்கு வழிவகுக்கின்றன என்பதை வெளிப்படையாக அறியலாம். மூன்று சாதிகள் பதினாறு சடங்குகளில் ஒரு சடங்கைச் செய்ய உரிமை பெற்றிருந்தாலும் ஒரு சாதி அதை வேதோத்க முறையிலும் மற்றொறு சாதி புராணோத்க முறையிலும் மட்டுமே செய்ய முடியும். மதச் சடங்குகளில் ஓதப்படும் மந்திரங்களின் வகையால் ஏற்றத்தாழ்வு அமைகிறது. வேத மந்திரங்களைப் பயன்படுத்தும் உரிமை பெற்ற சாதிகள் உயர்சாதிகளாகின்றன. புராண மந்திரங்களைப் பயன்படுத்தும் சாதிகள் தாழ்ந்த சாதிகளாகின்றன.

சாதி முன்னுரிமை அல்லது ஏற்றத்தாழ்வுக்குப் புரோகிதர் எப்படி இரண்டாவது காரணமாக இருக்கிறார் என்பதைப்

பார்ப்போம். ஒரு மதச் சடங்கைப் புரோகிதர் மூலமாகச் செய்தால் மட்டுமே அதற்கான முழுப் பலனும் கிடைக்கும் என்பது இந்து மத நம்பிக்கை. புனித நூல்கள் பிராமணனையே புரோகிதராக நியமிக்கின்றன. ஆகவே சடங்குகளைச் செய்ய கட்டாயம் ஒரு பிராமணன் வேண்டும். ஆனால், யார் அழைத்தாலும் எந்தச் சாதியினர் அழைத்தாலும் மதச் சடங்கைச் செய்ய பிராமணன் செல்ல வேண்டும் என புனித நூல்கள் கட்டாயப்படுத்தவில்லை. அவர் எந்தச் சாதியினர் அழைத்தால் போவார் யார் அழைத்தால் போக மாட்டார் என்பதும் அவரது சுய விருப்பத்துக்கே விடப்பட்டுள்ளது. நிலைபெற்றுவிட்ட நீண்டநாள் வழக்கத்தால் பிராமணர் யார் அழைத்தால் போவார் யார் அழைத்தால் போகமாட்டார் என்பதும் நடைமுறையில் தெளிவாக உள்ளது. இந்த யதார்த்தமும் சாதி ஏற்றத்தாழ்விற்கான அடிப்படையாக இருக்கிறது. பிராமணர் வந்து சடங்கு நடத்தும் சாதியினர் பிராமணர் வராத சாதியினரை விட உயர்ந்தவர்களாகிவிடுகிறார்கள்.

சாதி முன்னுரிமை தொடர்பான விதிகளுக்கு இரண்டாவது மூலமாக இருப்பது உணவுமுறை பழக்கமாகும். திருமணச் சட்டங்களை விட உணவுமுறை விதிகளே ஏற்றத் தாழ்வுக்கு வழிவகுத்தன என்பதைக் காணலாம். கலப்புத் திருமணத்தையும் கலந்துண்ணுவதையும் தடுக்கும் விதிகளில் இந்த வேறுபாட்டைக் காணலாம். கலப்புத் திருமணத் தடையைப் பொறுத்தவரை அதை மதிக்கவும் கடுமையாகக் கடைப்பிடிக்கவும் செய்யலாம். ஆனால், சேர்ந்துண்ணுதலைப் பொறுத்தவரை அப்படிக் கடைப்பிடிப்பது கடினமானது. எல்லா இடங்களிலும் எல்லாச் சூழல்களிலும் அதைக் கடைப்பிடிக்க இயலாது. மனிதன் இடம்பெயர்கிறான். இடம் விட்டு இடம் பெயந்தே ஆக வேண்டும். எல்லா இடங்களிலும் அவனது சாதி ஆட்கள் இருப்பது சாத்தியமில்லை. அந்நிய மனிதர்களிடையே அவன் வாழ வேண்டியதாகிறது. திருமணம் இல்லாமல் ஒருவன் வாழலாம். உணவின்றி வாழமுடியாது. திருமணம் அத்தியாவசியமானதன்று. உணவு அத்தியாவசியமானது. அவனுடைய சொந்த இடத்துக்குத் திரும்பி சொந்தச் சாதியில் திருமணம் செய்யும்வரை அவன் காத்திருக்க முடியும். ஆனால் உணவுக்காக அப்படிக் காத்திருக்க முடியாது. அவன் இப்போது எங்கிருந்தாவது யாரிடமிருந்தாவது உணவைப் பெற்றே ஆக வேண்டும். எந்தச் சாதியிடமிருந்து உணவைப்

பெறலாம் என்கிற கேள்வி இப்போது வருகிறது. விதிகளின்படி தன்னைவிட உயர்சாதிகளிடமிருந்து உணவைப் பெறலாம். தன்னை விடத் தாழ்ந்த சாதியிடமிருந்து பெறக்கூடாது. ஒரு சாதியிலிருந்து உணவைப் பெறுவதும் மற்றொரு சாதியிலிருந்து பெறக்கூடாததும் இந்து மதத்தில் எப்போதிருந்து தீர்மானிக்கப்பட்டது எனத் தெரியவில்லை. நிலைபெற்றுவிட்ட நீண்டநாள் வழக்கத்தால் எல்லா இந்துக்களுக்கும் அவன் எந்தச் சாதியிடமிருந்து உணவைப் பெறலாம், பெறக்கூடாது என்பது தெரிகிறது. இது பிராமணர்கள் கடைப்பிடிக்கும் விதிகளைப் பின்பற்றுவதாலேயே தீர்மானிக்கப்படுகிறது. ஒரு சாதியிடமிருந்து பிராமணன் உணவைப் பெறுகிறானா அல்லது மறுக்கிறானா என்பதிலிருந்து அந்தச் சாதி உயர்சாதியா இல்லலையா என்பது தீர்மானிக்கப்படுகிறது. உணவு, நீர் இரண்டைப் பொறுத்தவரை பிராமணர்கள் மிக விரிவான விதிமுறைகளைக் கைக்கொள்கிறார்கள் 1) அவன் சில சாதிகளிடமிருந்து மட்டும் நீரைப் பெற்றுக்கொள்வான். சில சாதிகளிடமிருந்து பெறுவதில்லை. 2) நீரால் சமைக்கப்பட்ட உணவை எந்தச் சாதியிடமிருந்தும் பிராமணன் பெறுவதில்லை. 3) எண்ணெயில் சமைக்கப்பட்ட உணவைச் சில சாதிகளிடமிருந்து மட்டுமே பெறுவான். அதைப் போலவே உணவருந்தும், நீரருந்தும் பாத்திரங்களைக் குறித்தும் சில விதிமுறைகளை வைத்திருக்கிறான். சில சாதியினரிடமிருந்து மண்பாண்டங்களில் உணவோ நீரோ பெற்றுக்கொள்வான். உலோகப் பாத்திரங்களில் மட்டும் சில சாதியினரிடமிருந்தும், சிலரிடம் கண்ணாடிப் பாத்திரத்திலும் பெறுகிறான். இவை சாதிகளின் படிநிலைகளைத் தீர்மானிக்கிறது. ஒரு சாதியிடமிருந்து எண்ணெயில் சமைத்த உணவைப் பிராமணன் பெற்றுக்கொண்டால் அது அப்படிப் பெறாத சாதியைவிட உயர்ந்த சாதியாகிவிடுகிறது. பிராமணன் ஒரு சாதியிடமிருந்து நீரைப் பெற்றால் அப்படிப் பெறாத சாதியைவிட இந்தச் சாதி உயர்ந்ததாகிவிடுகிறது. உலோகப் பாத்திரத்தில் பிராமணன் நீரைப் பெறும் சாதி மண் பாத்திரத்தில் நீரைப் பெறும் சாதியை விட உயர்ந்ததாகிவிடுகிறது. கண்ணாடிப் பாத்திரத்தில் நீர் பெறும் சாதியை விட இந்த இரண்டு சாதிகளும் உயர்ந்ததாகிவிடுகிறது. கண்ணாடி என்பது (நிர்லப்-*Nirlep*) கறைபடியாத பொருளால் ஆனது. ஆகவே ஒரு பிராமணன் மிகத் தாழ்ந்த சாதியிடமிருந்தும் கண்ணாடிக் குவளையில் நீரைப் பெறலாம். ஆனால் மற்ற உலோகங்கள் கறை கொண்டவை. அதன் கறைபடிதல் அதைப் பயன்படுத்தும் சாதிக்காரனின்

அந்தஸ்தைப் பொறுத்தது. அந்த அந்தஸ்து பிராமணன் அந்த நீரைப் பருகும் விருப்பத்தைப் பொறுத்தே அமையும்.

இந்துச் சாதிப் படிநிலை அமைப்பில் ஒரு சாதியின் இடத்தையும் அந்தஸ்தையும் நிர்ணயிக்கும் அம்சங்கள் இவை.

குறிப்பிடத் தகுந்த சமூக உளவியலை இந்தச் சாதிப் படிநிலை அமைப்பு உற்பத்தி செய்வதாக இருக்கிறது. முதன்மையாக அந்தஸ்தின் பொருட்டுச் சாதிகளிடையே போட்டி மனப்பான்மையை உருவாக்குகிறது. இரண்டாவதாக வெறுப்பை ஏறுவரிசையிலும் அவமதிப்பை இறங்குவரிசையிலும் உருவாக்குகிறது.

இந்தியாவில் நிலவுகின்ற எண்ணிக்கையிலடங்காத பழமொழிகள்[31] இந்தப் பரஸ்பர வெறுப்பையும் அவமதிப்பையும் விளக்கப் போதுமானவை. அவற்றுள் சில எடுத்துக்காட்டுகளை இங்கே பதிவு செய்கிறேன்.

வெறுப்பும் அவமதிப்பும் பழமொழிகளில் மட்டுமல்ல இந்து மத இலக்கியங்களிலும் காணக்கிடைக்கின்றன. சாஹித்ரிகண்டம் என்கிற புனித நூலை நான் சுட்டிக்காட்ட விரும்புகிறேன். இந்துமத இலக்கியங்களில் உள்ள புராணங்களில் இதுவும் ஒன்றாகும். என்றாலும் இதன் உள்ளடக்கம் மற்ற புராணங்களிடமிருந்து முற்றிலும் வேறுபடுகிறது. அது பல்வேறு சாதிகளின் தோற்றத்தைக் குறித்து பேசுகிறது. சாதி தோற்றத்தைக் குறித்து சொல்லும் அதேவேளையில் இது ஏனைய சாதிகளின் தோற்றத்தை உயர்வானதாகவும் பிராமண சாதியின் தோற்றத்தை மிக இழிவானதாகவும் காட்டுகிறது. இது மனுவைப் பழிக்குப்பழி வாங்குவதாக இருக்கிறது. ஒரு சாதியாகப் பிராமணச் சாதியை மிக எள்ளலுடன் தாக்கியது இதுவே. இயல்பாகவே பேஷ்வாக்கள் இந்த நூலை அழிக்கக் கட்டளையிட்டனர். சில பகுதிகள் அழிக்கப்பட்டன, என்றாலும் சில பகுதிகள் எஞ்சியுள்ளன.

இந்தப் பிரச்சினையில் மேலும் ஓர் உண்மையைப் பதிவு செய்ய விரும்புகிறேன்.

தற்கால இந்துக்கள் மார்க்சியத்தின் கடுமையான எதிர்ப்பாளர்களாக இருக்கின்றனர். வர்க்கப் போராட்டம்

---

31. கையெழுத்து பிரதியில் இந்த பழமொழிகள் குறிப்பிடப்படவில்லை.

என்கிற அதன் சித்தாந்தத்தைக் கண்டு அவர்கள் அதிர்ச்சி யடைகின்றனர். ஆனால், இந்திய வர்க்கப் போராட்டத்தின் நாடாக மட்டுமன்றி வர்க்கப்போர்களின் நிலமாகவும் இருந்தது என்பதை அவர்கள் மறந்துவிட்டனர்.

கடுமையான வர்க்கப்போர் க்ஷத்திரியர்களுக்கும் பிராமணர்களுக்கும் இடையே நிகழ்ந்தது. இந்த இரண்டு வருணங்களுக்கும் இடையே நடைபெற்ற போர்களைக் குறித்து ஏராளமாகவே செவ்வியல் இந்துப் புராணங்களில் பதிவு செய்யப்பட்டுள்ளன.

பிராமணர்களுக்கும், வேணன் என்கிற அரசருக்கும் நடந்த போர் முதலானதாகப் பதிவு செய்யப்பட்டுள்ளது. வேணன் ஆத்ரி வம்சத்தைச் சேர்ந்த அங்கன் என்கிற அரசனின் மகன். மிருத்யூவின் (மரணம்) மகளான சுனிதாவுக்குப் பிறந்தவன். காலனின் (மரணக் கடவுள்) மகளுக்குப் பிறந்த வேணன் தனது தாய்வழித் தாத்தாவிடமிருந்து பெற்ற களங்கத்தின் காரணமாகத் தனது கடமைகளைத் தூக்கி எறிந்துவிட்டுப் பேராசையின் பிடியில் சிக்கி சொகுசான சுகபோக வாழ்வில் ஈடுபட்டுவந்தான். மதமற்ற ஒரு முறையியலை இவன் நிறுவினான். வேதங்களின் கட்டளைகளைப் புறக்கணித்து மீறினான். சட்டங்களை மறுத்து மீறினான். இவனது ஆட்சியில் மக்கள் புனித நூல்களைப் படிக்காமல் வாழ்ந்தனர். வேள்விப் பலி சடங்குகளில் சோம பானம் படைக்கப்படவில்லை. அவன் “நானே பரம்பொருள்; நானே வேள்விப் பலி தருபவன்; நானே பலி; எனக்கே வேள்விப் பலிகள் உரிமையானவை. எல்லாப் படையல்களும் எனக்கே” என்று அறிவித்தான். அரசக் கடமைகளை, சட்டவிதிகளை மீறிப் புறக்கணித்து தனக்கு உரிமைப்படாததை உரிமைகொண்ட இந்த அரசனிடம் ரிஷிகள் எல்லோரும் மரிச்சி என்பவரின் தலைமையில் ஒன்றுகூடி கோரிக்கை வைத்தனர் “நாங்கள் பன்னெடுங்காலம் நீடிக்கக் கூடிய சமய வேள்வி நடத்துவதற்காக எங்களைச் சுத்திகரித்திருக்கிறோம். எனவே, நியதிகளுக்கு எதிரானதை நடைமுறைப்படுத்தாதே. ஓ வேணா அரசனே இது நிரந்தரமான கடமைக்கான விதியாக நீடிக்காது. நீங்கள் எல்லா வகைகளிலும், செயல்களிலும் ஆத்ரி மரபின் பிரஜாபதி; உங்கள் குடிமக்களைக் காக்கும் பொறுப்பு உங்களுக்குள்ளது” என்றனர். முட்டாளான வேணன் அரசன் எது சரியானது என்பதை அலட்சியப்படுத்திவிட்டு, கேலிச் சிரிப்போடே அந்த ரிஷிகளை நோக்கி “நானே கடமைகளைப் படைப்பவன்,

நான் யாருக்குக் கீழ்ப்படிய வேண்டும்? புனித ஞானத்தில் என்னை மிஞ்ச இந்த உலகில் யார்? வீரத்திலோ, உண்மையிலோ திடமான மகிழ்ச்சியிலோ என்னை மிஞ்ச இந்த உலகில் யார் இருக்கிறார்கள்? எல்லாவித உயிர் இருப்புக்கும் கடமைகளுக்கும் நானே மூலம் என்பதை அறியாத புலனுணர்வு இல்லாத முட்டாள்தனம் கொண்டவர்கள்தான் என்னை நம்புவதற்குத் தயங்குவார்கள். நான் நினைத்தால் இந்தப் பூமியையே எரித்துச் சாம்பலாக்கிவிடுவேன், அல்லது தண்ணீருக்குள் மூழ்கடித்துவிடுவேன், வானத்தையும் பூமியையும் மூடிவிடுவேன். என்னை நம்புங்கள்" என்றான். திமிரும், மாயமுமான நிலைக்கு அவன் உள்ளான பிறகு அவனை யாராலும் கட்டுப்படுத்த முடியவில்லை. வலிமைமிக்க ரிஷிகள் இதனால் சீற்றமடைந்தனர். வீரியமான திமிறிக் கொண்டிருந்த அந்த அரசனை இறுக்கிப் பிடித்து அவனது இடது தொடையை அழுத்தித் தேய்த்தனர். இப்படித் தேய்த்த தொடையிலிருந்து ஒரு கருத்த மனிதன் தோன்றினான். குள்ளமான உடல்வாகோடு எச்சரிக்கையுடன் கைகளைக் குவித்தவாறு நின்றிருந்தான். அவன் பதட்டத்தோடு இருப்பதைக் கண்ட ஆத்ரி அவனை நோக்கி 'நீ உட்கார்' (நிஷாத்) என்றார். அவன் அப்படியாக நிஷாத இனத்தை நிறுவியவனாக ஆனான். மேலும் வேணனின் ஒழுங்கின்மையால் உருவான ஹிவாரா இனத்தின் (மீனவர்கள்) முன்னோடியும் ஆனான். விந்திய மலைத் தொடரைச் சேர்ந்த இந்த இரு இனங்களும் இவ்வாறு தோன்றின. மேலும் துக்கராக்கள், தும்புராக்கள் ஆகிய சட்டத்தை மதிக்காத இனங்களும் அப்படித்தான் அவனிடமிருந்து தோன்றின. பிறகு அந்த வலிமை மிகுந்த ரிஷிகள் கிளர்ச்சியும் சீற்றமுமடைந்து, ஆரணிப் பலகையைத் தேய்ப்பதுபோல் வேணனின் வலது கையைத் தேய்த்தனர். அதிலிருந்து ப்ரீதன் என்பவன் அக்கினி போலச் சுடர் வீசியபடி உருவமாகத் தோன்றினான்.

> "வேணன் அரசனின் மகனான ப்ரீதன் இரு கைகளையும் பிணைத்து, ரிஷிகளிடம் சொல்லத் தொடங்கினான்: இயற்கையாகவே கடமைகளைப் பற்றிய கோட்பாடுகளை அறிந்துகொள்வதற்கான மிகச் சிறிய புரிதலே கொண்டுள்ளேன். எப்படி அதைப் பயன்படுத்த வேண்டும் என்பதை நீங்கள் எனக்குச் சொல்லித் தாருங்கள். நீங்கள் வலியுறுத்தும் கடமைகளையும் அதன் நோக்கங்களையும் எதுவானாலும் நான் அதை கட்டாயமாகப் பின்பற்றுவேன்

என்பதில் எந்தச் சந்தேகமும் கொள்ள வேண்டாம். அப்போது அந்தத் தெய்வங்களும் ரிஷிகளும் அவனிடம் சொன்னார்கள்: உனக்கு விதிக்கப்பட்ட கடமைகள் எதுவென்றாலும் தயக்கமின்றி செயல்படுத்து. விருப்பு வெறுப்பில்லாமல் எல்லா உயிர்களையும் சமமாகப் பார். காமம், குரோதம், வேட்கை, ஆணவம் ஆகியவற்றைத் தவிர்த்துவிடு. உனது புஜ வலிமை கொண்டு நல்வழியில் கடமையாற்றும் எல்லோரையும் திசைமாறாமல் கட்டுப்படுத்து. உன் எண்ணம், செயல், சொல் எல்லாவற்றுக்கும் பொறுப்பேற்றுக்கொள். தொடர்ந்து இவற்றைப் புதுப்பித்துக்கொள். உலகத்தின் பிராமணனைப் பாதுகாத்திடு (வேதங்களையா பிராமணனையா?). பிராமணர்களுக்குத் தண்டனையிலிருந்து விலக்கு அளிப்பதற்கு உறுதி ஏற்றுக்கொள், சமூகத்தைச் சாதிக் குழப்பங்களிலிருந்து காப்பாற்று. வேணனின் மகன் ரிஷிகள் தலைமை தாங்கிய தேவர்களுக்குப் பதில் சொன்னான்: 'மனித குலத்தின் தலைவர்களான சிறப்புமிக்க பிராமணர்களை நான் மிகவும் மதிப்போடு நடத்துவேன்'. 'வேதம் ஓதுபவர்களும் கூட சேர்ந்து அப்படியே ஆகட்டும்' என்றனர். தெய்வீக ஞானத்தின் கருவூலமான, சுக்ரன், அவனது புரோகிதன் ஆனான். பாலகில்யர்களும், சரஸ்வதியர்களும் அவனுக்கு அமைச்சர்கள் ஆனார்கள். பெருமை வாய்ந்த பெரும் ரிஷியான கார்கா அவனுக்கு ஜோதிடரானார்.

பிராமணர்களுக்கும் க்ஷத்திரியர்களுக்கும் இடையில் நடைபெற்ற பதிவு செய்யப்பட்ட இரண்டாவது முரண் க்ஷத்திரிய அரசனான புரூரவனுக்கும் பிராமணர்களுக்கும் இடையே நிகழ்ந்தது. இது மகாபாரதத்தின் ஆதிபர்வத்தில் சுருக்கமாகச் சொல்லப்பட்டுள்ளது.

ஹாவுக்குப் பிறந்தவன் புரூரவன். கடலின் பதிமூன்று தீவுகளை ஆள்பவன். அதிமானிட உயிர்களால் சூழப்பட்டவன். பெரும் பராக்கிரமான பெயர் கொண்ட புரூரவன் தன் படைவலிமையால் செருக்குற்றான். பிராமணர்களுடன் மோதலுக்குப் போனான். அவர்களது கூக்குரலைப் பொருட்படுத்தாது அவர்களது நகைகளைக் கொள்ளையடித்தான். பிரம்மாவின் சொர்க்கத்திலிருந்து சனதகுமாரன் கீழிறங்கினான். அவனிடம் மன்னிப்பு

கேட்குமாறு அறிவுரை சொன்னான். அதை புரூரவன் பொருட்படுத்தவில்லை. சீற்றமுற்ற ரிஷிகள் அவனைச் சபித்தனர். தனது அதிகாரத்தின் மீது கொண்ட ஆணவத்தால் மதியிழந்த இந்தப் பேராசை பிடித்த அரசனைச் சனதகுமாரன் அழித்தான். பிறகு விராடன் ஊர்வசியோடு சேர்ந்து சொர்க்கத்திலிருந்து கந்தர்வர்களின் நெருப்பைக் கொண்டு கீழிறங்கி வந்து மூன்றாகப் பிரித்து வேள்விச்சடங்குகள் செய்து முடிக்கப்பட்டது.

மூன்றாவது உரசல் பிராமணர்களுக்கும் நகுஷன் என்னும் மன்னனுக்கும் இடையே நடந்ததாகச் சொல்லப்படுகிறது. இது மகாபாரதத்தின் உத்தியோகப் பர்வதத்தில் விரிவாகக் கூறப்பட்டுள்ளது. பின்வருவது அதில் சொல்லப்பட்டது:

"விருத்திரன் என்னும் பூதத்தைக் கொன்ற பிறகு இந்திரன் தானொரு பிராமணனைக் கொன்றுவிட்டதாக (ஏனென்றால் விருத்திரன் அவ்வாறு கருதப்பட்டான்) எச்சரிக்கை அடைந்தான். அதற்காகப் பயந்து நீருக்குள் மறைந்திருந்தான். தேவர்களின் தலைவனான இந்திரன் இப்படி ஒளிந்துகொண்டதால் எல்லா மண்ணுலக விண்ணுலக விவகாரங்களும் செயலிழந்து குழப்பத்துக்குள் ஆழ்ந்தன. உடனே தேவர்களும் ரிஷிகளும் தங்கள் அரசனாக நகுஷனைத் தேர்ந்தெடுத்தனர். முதலில் அந்தப் பதவியை ஏற்க மறுத்து மன்னிப்பு கோரினாலும் பிறகு அவர்கள் வேண்டுகோளுக்கு இணங்கி ஏற்றுக்கொண்டான். பதவியை அடையும்வரை நல்வழியில் நடந்த நகுஷன் பொழுதுபோக்கிலும் உணர்ச்சி இச்சைகளான சிற்றின்பத்திலும் நாட்டம் கொண்டான். இந்திரனின் மனைவியான இந்திராணியைக் கூட அடைய வேண்டுமென ஆசைப்பட்டான். இந்திராணி தேவர்களின் குலகுருவான அங்கிராச விருஹஸ்பதியிடம் பாதுகாப்பு கேட்டு சரணடைந்து முறையிட்டாள். அவரும் பாதுகாப்பதாக உறுதியளிக்க, நகுஷன் இந்த இடையீட்டால் கோபமடைந்தான். ஆனாலும் தேவர்கள் அவனைச் சமாதானப்படுத்த முயன்றனர். பிறருடைய மனைவியை அடைய ஆசைப்படுவது ஒழுக்கக்கேடானது எனச் சுட்டிக்காட்டினர். நகுஷன் அதை ஏற்கவில்லை. பிறன்மனை விஷயத்தில் இந்திரனை விடத் தான் மோசமானவனில்லை என வாதித்தான்." எல்லோரும் அறிந்த முனிவரின் மனைவியான அகலிகையை அவர் வாழும் காலத்திலேயே வன்புணர்வு செய்தானே இந்திரன் அவனை என் நீங்கள் தடுக்கவில்லை?

இன்னும் எத்தனை காட்டுமிராண்டித்தனமான விஷயங்களில் ஈடுபட்டான்? எத்தனை நியாயமற்ற செய்கைகளைச் செய்தான்? உங்கள் இந்திரன் எவ்வளவு ஏமாற்றுத்தனங்கள் செய்தான்? அவன் ஏன் உங்களால் தடுக்கப்படவில்லை? நகுஷன் இப்படி விவாதம் செய்ய தேவர்கள் இந்திராணியை நகுஷனிடம் அழைத்துவரச் சென்றனர். ஆனால் விருகஸ்பதி அவளை அனுப்ப விடவில்லை. அவரது பரிந்துரையின்படி, இந்திராணி தனது கணவனான இந்திரனுக்கு என்ன ஆனது என அறியும்வரை பொறுத்துக்கொள்ளுமாறு நகுஷனிடம் வேண்டிய அவகாசம் பெற்றாள். இந்த வேண்டுகோள் ஏற்றுக்கொள்ளப்பட்டது. இந்திரனின் சார்பில் தேவர்கள் விஷ்ணுவிடம் முறையிட்டனர். விஷ்ணுவும் தனக்கு இந்திரன் வேள்வி செய்து படையல் செய்தால் இந்திரனுக்கு அரச பதவி மீண்டும் கிடைக்கும் என்றும் நகுஷன் அழிக்கப்படுவான் என்றும் உறுதி அளித்தார். இந்திரன் அவ்வாறே வேள்விப் பலி நடத்தினான். அதன் விளைவு பின்வருமாறு சொல்லப்படுகிறது: "பிராமணர்களைக் கொன்ற பாவத்தை மரங்கள், நதிகள், மலைகள், பூமி, பெண்கள், பஞ்ச பூதங்கள் எல்லாவற்றிற்கும் பகிர்ந்தளித்துவிட்டதால் தேவர்களின் தலைவனான வாசவன் (இந்திரன்) துன்பத்திலிருந்தும், பாவத்திலிருந்தும் விடுதலை அடைந்து தனது ராஜ்ஜியமான இந்திர தேசத்துக்கு மீண்டும் அரசனானான். இதன்மூலம் நகுஷன் தனது அதிகாரத்திலிருந்து கீழிறக்கப்பட்டான். ஆனால் அவன் மீண்டும் தன் வலிமையைத் திரும்பப்பெற்றான், ஏனெனில் இந்திரன் மீண்டும் தோற்கடிக்கப்பட்டு ஒளிந்துகொண்டதாகச் சொல்லப்படுகிறது. இந்திராணி தனது கணவரைத் தேடிச் செல்கிறாள். (இரவின் தேவதையும் ரகசியங்களை வெளிப்படுத்தும் கடவுளுமான) உபஸ்ரிதியின் உதவியோடு இந்திரனைக் கண்டுபிடித்தாள். இந்திரன் இமயமலையின் வடக்குப் பகுதியிலுள்ள ஒரு கடலில் அமைந்த கண்டத்தில் அமைந்துள்ள ஓர் ஏரியில் பூத்திருந்த தாமரையின் தண்டில் மிகச் சிறிய உருவமாக உருமாறி ஒளிந்துகொண்டிருந்தான். தன்மீது நகுஷன் கொண்டுள்ள கெட்ட எண்ணத்தை அவள் இந்திரனிடம் எடுத்துச் சொன்னாள். இந்திரனிடம் அவனது வலிமை மூலம் தன்னைக் காப்பற்றும்படியும், ராஜ்ஜியத்தைத் திரும்ப மீட்குமாறும் கேட்டுக் கொண்டாள். நகுஷன் மாபெரும் பலத்துடன் இருப்பதால், உடனடியாக நகுஷனை எதிர்க்கும் காரியத்தை இந்திரன் மறுத்தான். ஆனால், தனது மனைவியிடம் அபகரிப்பாளனான அவனை வீழ்த்தும் ஓர் உபாயத்தைச்

சொன்னான். இந்திராணி நகுஷனிடம் சென்று "நீ ரிஷிகளின் விண்ணுலக விமானத்தில் (புஷ்பக விமானம்) வந்து என்னைச் சந்தித்தால் நான் மகிழ்ச்சியாக உனக்கு அடிபணிகிறேன்" என்று சொல்ல அறிவுறுத்தினான். தேவர்கள் மூலம் இந்தச் செய்தி நகுஷனை வந்தடைந்தது. அவன் இந்திராணியை மகிழ்ச்சியோடு வரவேற்றான். இந்திராணி அவனிடம் "தேவர்களின் அரசரே! இதுவரை யாரும் அறியாத விஷ்ணுவோ, ருத்ரனோ, அசுரர்களோ, ராட்சசர்களோ பயன்படுத்தாத வாகனத்தில் வாருங்கள். ரிஷிகள் எல்லோரும் ஒன்றுசேர்ந்து அந்தத் தேரில் உன்னைச் சுமந்து வரட்டும். இது என்னை மகிழ்வூட்டும். அப்போது நான் உன்மீது மையல் கொள்வேன்" என்று கூறினாள். நகுஷன் அவனது ஆணவத்தோடு இந்திராணியின் இந்த விருப்பத்தை ஏற்றுக் கொண்டான். அப்படி ஏற்றுக்கொள்ளும்போதே தன்னைத்தானே புகழ்வதுபோல் சொல்லிக்கொண்டான் "எவனொருவன் முனிவர்களை தன்னைச் சுமப்பவர்களாகக் கொண்டிருக்கிறானோ அவன் சந்தேகமின்றி மிக வலிமைவாய்ந்த ஆளுமைதான். முக்காலங்களுக்குமான கடவுளின் மிகத் தீவிரமான பக்தன் நானே. நான் கோபம் கொண்டால் இந்த உலகம் தாங்காது. எல்லாம் என்னைச் சார்ந்தே இயங்குகின்றன... ஆகையால், தேவியே நான், நீ விடுத்த வேண்டுகோளை நிறைவேற்றுவேன். ஏழு ரிஷிகளையும், எல்லா பிரம்ம ரிஷிகளையும், என்னைச் சுமக்கச் செய்கிறேன். அழகிய தேவியே, என் கம்பீரத்தையும், என் செழிப்பையும் பெற்றுக்கொள்வாயாக. கதை இப்படியே தொடர்கிறது: கொடூரமும், மதத் துவேசமும், வன்முறையும், தற்பெருமையும் தான்தோன்றித்தனமும் கொண்ட அவன் தனது தேரில் ரிஷிகளைப் பூட்டித் தன்னைச் சுமந்துவர வற்புறுத்திக் கட்டளையிட்டான்." இந்திராணி மீண்டும் விரஹஸ்பதியிடம் அடைக்கலம் கோரி அணுகினாள். அவர் நகுஷனை அவனது உத்தேசங்களுக்காக விரைவில் ஒடுக்கி, அவனை அழிக்கத் தானே ஒரு வேள்வி செய்வதாகவும், அத்தோடு இந்திரன் மறைந்திருக்கும் இடத்தையும் கண்டுபிடித்துத் தருவதாகவும் உறுதியளித்தார். விரஹஸ்பதியிடம் இந்திரனைக் கொண்டுவர அக்கினி அனுப்பப்பட்டான். விரஹஸ்பதி இந்திரனிடம் சென்று அவன் இல்லாதபோது நடந்ததையெல்லாம் விவரித்துச் சொன்னான். குபேரன், எமன், சோமன், வருணன் ஆகியோருடன் நகுஷனை அழிக்கும் வழிமுறைகளைத் திட்டமிட்டு இந்திரன் ஆலோசித்துக் கொண்டிருக்கும்போது அகஸ்திய முனிவர் அங்கே வருகை தந்தார். இந்திரனின்

எதிரி வீழ்ந்துவிட்டதற்காக வாழ்த்து தெரிவித்தார். நகுஷனின் வீழ்ச்சி எப்படி ஏற்பட்டது என்பதையும் விவரமாகக் கூறினார். "பாவியாகிய நகுஷனைச் சுமந்து சுமந்து களைப்புற்ற ரிஷிகள் ஒரு சிக்கலைத் தீர்க்குமாறு அவனைக் கேட்டுக் கொண்டனர். அதாவது "வாசவா, ஒரு மன்னனை எரிக்கையில் ஓதப்படும் பிரமாணங்கள் அதிக அதிகாரம் பெற்றவையா அல்லது வெற்றி பெற்றவர்களுக்குள் சிறந்த வெற்றிபெற்ற நீர் அதிக அதிகாரம் பெற்றவரா? எனக் கேட்டனர். அறியாமை எனும் இருளுக்குள் மூழ்கிய நகுஷன் 'இல்லை' என்றான். ரிஷிகள் மறுபடியும் கேட்டனர்." அநீதியினால் நீதியை அடைய முடியாது. இந்தப் பிரதிகள் பெரும் ரிஷிகளால் ஓதப்பட்டவை, எங்களால் மிகவும் அதிகாரமிக்கவை என்று கருதப்படுபவை" என்றனர்.

அகஸ்தியர் மேலும் சொன்னார் "முனிவர்களோடு முரண்படுவது அநீதியானது. நகுஷனின் கால் என் தலைமீது பட்டது. இது நடந்ததும் அதன் விளைவாக அவனது புகழ் வீழ்ந்தது. அவனது செல்வமும் செல்வாக்கும் அவனை விட்டுப் போனது. அவன் உடனே பதற்றமடைந்து பயத்தால் அடிபணிந்தான். நான் அவனிடம் சொன்னேன் "முட்டாளே! என்றென்றைக்கும் மதிப்போடு திகழும் பழம்பெரும் முனிவர்களால் உருவாக்கப்பட்டு, பிராமண ரிஷிகளால் ஓதப்பட்ட புனிதப் பிரதிகளை எப்போது நீ அவமதித்தாயோ, என் தலையின் மீது கால் வைத்தாயோ, பிரம்மனைப் போல மதிக்கப்படவேண்டிய எதிர்க்கக் கூடாத ரிஷிகளை உன்னைச் சுமக்க வைத்தாயோ அப்போதே உன் எல்லா நன்மைகளும் அழிந்தன, மூழ்கிவிட்டன. பாவியே நீ சொர்க்கலோகத்திலிருந்து பூலோகத்துக்கு தரமிறக்கப்பட்டாய். இனி ஆயிரம் வருடங்களுக்குப் பெரிய பாம்பின் வடிவில் நீ ஊர்ந்து திரிவாய். அந்தக் காலம் முடிந்ததும் விண்ணுலகுக்கு வருவாய்." அப்படியாக நகுஷன் என்னும் கொடுங்கோலன் தேவர்களின் உலகிலிருந்து வீழ்ந்தான்.

அடுத்ததாக மன்னன் நிமிக்கும் பிராமணர்களுக்கும் நடந்த முரண்குறித்த பதிவு இருக்கிறது. விஷ்ணு புராணத்தில் இந்தக் கதை சொல்லப்படுகிறது.

'நிமி என்கிற மன்னன் வசிஷ்டர் என்கிற பிரம்ம ரிஷியிடம் ஆயிரம் ஆண்டுகள் தான் நடத்தப்போகும் ஒரு வேள்விப் பலி சடங்கை நடத்தித் தருமாறு கேட்கிறான். ஆனால், வசிஷ்டர் பதிலாகத் தான் ஐநூறு ஆண்டுகள் இந்திரனிடம் இருப்பதற்கு

ஏற்கனவே ஒப்புக்கொண்டுவிட்டதாகவும் அந்தக் காலக்கெடு முடிந்ததும் தான் அவனிடம் வருவதாகவும் சொன்னார். நிமி அரசன் பதிலேதும் சொல்லவில்லை, எனவே வசிஷ்டரும் அந்த ஏற்பாட்டிற்கு அரசன் ஒப்புக்கொண்டதாக நினைத்துச் சென்றுவிட்டார். அவர் திரும்பி வந்து பார்க்கும்போது தனக்கு இணையான கௌதமரையும் பிற ரிஷிகளையும் வைத்து நிமி வேள்வி செய்து கொண்டிருப்பதைக் கண்டு கடும் கோபமுற்றார். இந்த உதாசீனத்திற்குப் பதிலாக வசிஷ்டர் அப்போது உறங்கிக் கிடந்த அரசனின் உருவம் அழிந்து போகுமாறு சாபமிட்டார். முன்னெச்சரிக்கை இல்லாமல் தான் சபிக்கப்பட்டதை விழித்ததும் அறிந்த நிமி, பதிலடியாக அதைப் போன்று வசிஷ்டரைச் சபித்துவிட்டு இறந்துபோனான். இதன் விளைவால் வசிஷ்டரின் சாபத்தின் வீரியம் குறைந்து, ஊர்வசி அங்கு வந்ததால் இருவரின் சாபத்தின் விதை விழுந்து ஓர் உருவமாகத் தோன்றியது. நிமியின் உடல் பதப்படுத்தப்பட்டது. அவன் தொடங்கியிருந்த வேள்வி முடியும் தருவாயில், புரோகிதர்களின் இடையீட்டை ஏற்று அவனுக்கு உயிரைத் திருப்பியளிக்க தேவர்கள் விரும்பினார்கள், ஆனால் நிமி அதை மறுத்துவிட்டான். மாறாக அவன் கேட்டுக்கொண்டதற்கு இணங்க அவனைச் சகல உயிர்களின் கண்களில் பொருத்தி வைத்தனர். அது முதல் கண்கள் எப்போதும் மூடித் திறக்கின்றன, (நிமிஷ என்பதற்குக் கண்ணிமைத்தல் என்பது பொருள்).

மன்னன் சுமுகனுக்கும் பிராமணர்களுக்கும் நடைபெற்ற மற்றொரு முரணையும் மனு விவரிக்கிறார். என்றாலும் இது பற்றிய விவரங்கள் ஏதுமில்லை.

இவை பிராமணர்களுக்கும் க்ஷத்திரியர்களுக்கும் இடையே நடைபெற்ற முரண்களைப் பற்றிய உதாரணங்கள். ஆனால், இவற்றைக் கொண்டு பிராமணர்களும் க்ஷத்திரியர்களும் தங்களுக்கிடையே சண்டையிட்டுக் கொள்ளாத இரண்டு வகுப்பினர் என்று முடிவுக்கு வந்துவிடக் கூடாது. அரசர்களுடன் ஏற்பட்ட முரண்களைப் போலவே இருவருக்கும் ஏற்பட்டிருக்கும் மோதலைப் பற்றி மறுக்க முடியாத வரலாற்று மதிப்பு கொண்ட தரவுகள் இருக்கின்றன. இது குறித்து மூன்று நிகழ்வுகளைக் காண்போம்.

முதல் நிகழ்வு விசுவாமித்திரர் என்கிற க்ஷத்திரியருக்கும் வசிஷ்டர் என்கிற பிராமணருக்கும் இடையே ஏற்பட்ட மோதலைப்

பற்றியதாகும். இருவருக்கும் இடையேயான பிரச்சினை ஒரு க்ஷத்திரியன் பிராமணத் தன்மையைக் கோரலாமா என்பதே. இந்தக் கதை இராமாயணத்தில் கீழ்கண்டவாறு கூறப்பட்டுள்ளது.

"முன்பொரு காலத்தில் குசன் என்கிற அரசன் வாழ்ந்து வந்தான், அவனுடைய தந்தை பிரஜாபதி, அவனுக்கு குஷான்பன் என்கிற மகன் இருந்தன். அவனுக்கு காதி என்கிற மகன் இருந்தான். காதிக்குப் பிறந்த மகன் விசுவாமித்திரர். விசுவாமித்திரர் பல்லாயிரம் ஆண்டுகளாய் உலகை ஆண்டு வந்தார். ஒருமுறை உலகை வலம் வரும்போது, வசிஷ்டரின் குடிலுக்கு வந்தார். அங்கே பல புனிதர்களும், முனிவர்களும், ரிஷிகளும் மனமகிழ்வுடன் வாழ்ந்து வந்தனர். முதலில் தயங்கினாலும் பின்னர் அவரது உடன்வந்தோருடன் சேர்ந்து அங்கிருந்த விருந்தோம்பலை விசுவாமித்திரர் ஏற்றுக் கொண்டார். அந்த விருந்தில் அங்கிருந்த யாவருக்கும் அறுசுவை உணவை வழங்கிய அதிசயப் பசுவைப் பார்த்து அசூயை கொண்டார். நூறாயிரம் பசுக்களுக்கு ஈடாக அந்தப் பசுவைத் தரும்படி முதலில் கேட்டார். மேலும் "இந்தப் பசு ஒரு ரத்தினம், ரத்தினங்கள் அரசனுக்கு உரிமைப்பட்டவை, ஆகவே இந்தப் பசு தனக்கு உரியது" என்றார். இந்த பேரம் மறுக்கப்பட மேலும் ஈடான பரிசுகளைத் தருவதாகச் சொல்லியும் அவை பயனளிக்கவில்லை. பிறகு மிகவும் வலுக்கட்டாயமாகவும், நன்றிகெட்டத்தனத்தோடும் அந்தப் பசுவைக் கைப்பற்ற முயற்சி செய்தார். ஆனால் அந்தப் பசு தன்னைப் பிடிக்க வந்தவர்களின் கட்டுகளிலிருந்து தப்பித்து தனது எஜமானரிடம் சென்று தன்னைக் கைவிட்டுவிட்டது ஏன் எனக் கேட்டது. அவர் தான் அதைக் கைவிடவில்லை என்றும், தன்னை விட அரசன் பலம் பொருந்தியவனாக இருக்கிறான் என்றும் சொன்னார். அதற்குப் பசு "க்ஷத்திரியர்கள் வலிமையானவர்கள் என்று மக்கள் அப்படியொன்றும் ஏற்றிச்சொல்வது இல்லை. பிராமணர்கள்தான் வலிமையானவர்கள். பிராமணர்களின் வலிமை தெய்வீகமானது, க்ஷத்திரியர்களின் பலத்தை விட அது மேலானது. உங்கள் வலிமை அளவிடமுடியாதது. விசுவாமித்திரர் வீரராக இருக்கலாம். ஆனால், உங்களை விட வலிமையானவர் இல்லை. உங்கள் சக்தி வெல்லமுடியாதது. எனக்குக் கட்டளையிடுங்கள். நான்

பிராமண ஆற்றலால் நிரம்பியிருக்கிறேன். நான் அந்தக் கொடுமைக்கார இளவரசனின் ஆணவம், படைபலம், அவனது படையெடுப்பு எல்லாவற்றையும் அழிக்கிறேன் என்றது. சொன்னபடியே அது உக்காரமிட்டு ஆயிரக் கணக்கான பகலவர்களைத் தோன்றச் செய்தது. அவர்கள் விசுவாமித்திரரின் விருந்தினர்கள் அனைவரையும் அழித்தனர். பதிலுக்கு விசுவாமித்திரர் பகலவர்களைக் கொன்றுவிட்டார். ஆற்றலும், வீரமும், ஆயுதங்களும் கொண்ட சாகர்களையும், யவனர்களையும் அதிசயப் பசு உருவாக்கி அரசனின் படை அனைத்தையும் விழுங்கியது. விசுவாமித்திரர் பதிலுக்குச் சாகர்களையும் யவனர்களையும் வேரோடு கொன்றொழித்தார். பசு மீண்டும் தனது கதறலால் தனது உடலின் பல பகுதிகளிலிருந்தும் பல இனப் போர் வீரர்களை உருவாக்கி விசுவாமித்திரரின் காலாற் படை, யானைப் படை, குதிரைப் படை, தேர்ப் படை என மொத்தப் படைகளையும் மீண்டும் அழித்தது. பலநூறு இளவரசர்கள் பல்வேறு ஆயதங்களுடன் வசிஷ்டரின் குடிலைத் தாக்க வந்தனர், ஆனால் வசிஷ்டரின் வாயிலிருந்து வெளியேறிய பெருநெருப்பு வெடிப்பில் அனைவரும் ஒரு நொடியில் எரிந்து சாம்பலானார்கள். இப்படியாக விசுவாமித்திரர் தோல்வியும் அவமானமும் அடைந்தார். தனது மகன்களில் ஒருவனைத் தனக்குப் பதிலாக ஆட்சிக் கட்டிலில் அமர்த்திவிட்டு இமயமலைக்குச் சென்றுவிட்டார். அங்கு எளிமையான வாழ்க்கையை மேற்கொண்டு தவம் செய்து வந்தார். மகாதேவன் அவர் முன் தோன்றி அனைத்து ஆயுதங்களின் கலையை போதித்தார். அத்தோடு விண்ணுலகப் படைக்கலங்களையும் அளித்தார். இந்தத் தலைக்கனத்தோடு மீண்டும் வந்த விசுவாமித்திரர் வசிஷ்டரின் குடிலை அழித்து அங்கு வசித்து வந்தவர்களைத் துரத்தி ஓடச் செய்தார். வசிஷ்டர் விசுவாமித்திரரை எச்சரித்துக்கொண்டே தனது பிராமண தண்டாயுதத்தை எடுத்தார். விசுவாமித்திரரும் தனது சீறும் ஆயுதங்களைத் தாங்கி வசிஷ்டரை யுத்தத்துக்கு அழைத்தார். வசிஷ்டர் விசுவாமித்திரரிடம் அவரது பலத்தைக் காட்டும்படியும் அதைச் சிதைத்து அழிப்பதாகவும் சூளுரைத்தார். பிராமணனின் வல்லமை முன் க்ஷத்திரியனின் வலிமையை எப்படி ஒப்பிடுவது? பொறாமையும் இழிவுமான க்ஷத்திரியனே இந்தத் தெய்வீகப் பிராமண வல்லமையைப்

பார் என்றார் வசிஷ்டர். விசுவாமித்திரர் ஏவிய ஆயதத்தை நெருப்பை நீர் அமிழ்த்துவதுபோல் வசிஷ்டரின் ஆயுதம் அழித்துவிட்டது. இன்னும் பல்வேறு தேவலோகக் கணைகளான பிரம்மசுருக்கு, காலன் (காலம்), வருணமுடிச்சு, விஷ்ணு சக்கரம், சிவனின் சூலாயுதம் போன்ற கணைகள் அனைத்தையும் வசிஷ்டர் தனது எல்லாவற்றையும் உண்டு செரிக்கும் தண்டாயுதத்தால் விழுங்கிவிட்டார். பிறகு தேவர்களும் பீதியால் நடுநடுங்கும் பிரம்மாஸ்திரத்தை விசுவாமித்திரர் ஏவினார். ஆனால் இதுவும் பிராமண முனிவரை ஒன்றும் செய்யவில்லை. வசிஷ்டர் இப்போது பயங்கர தோற்றத்தை எடுத்தார் அவரது உடலிலிருந்து நெருப்பு ஜ்வாலைகள் பீறிட்டன, புகையும் நெருப்புமாக உடலின் துவாரங்களிலிருந்து பீறிட்டது. அவரது தண்டாயுதம் புகையில்லாப் பெருந்தீயுடன் நெருப்புக் கோளமாகி யமனின் இரண்டாவது செங்கோல் போல ஆனது. முனிவர்கள் அவரைப் போற்றிச் சமாதானப்படுத்தினர். பிறகு அமைதியானார். அவரது வல்லமையை எதிரிக்கு முனிகள் சொல்லினர். வசிஷ்டர் தனது கோபத்தை தக்க வைத்துக்கொண்டார். விசுவாமித்திரர் அவமானத்தில் வியந்து சொன்னார் “ஒரு சாதாரண பிராமண தண்டம் என் மொத்தப் படையையும் அழித்துவிட்டது. பிராமண வலிமையே வலிமை. க்ஷத்திரியனின் வலிமைக்கு இது அவமானம்” என்று வருத்தத்தோடு முனங்கினார். இப்போது எந்த மாற்றுவழியும் இல்லாத நிலையில் விசுவாமித்திரருக்கு இரண்டு வழிகளே இருந்தன. ஒன்று தனது கதியற்ற தாழ்நிலையை உணர்ந்து எதிர்ப்பின்றி பணிந்துபோக வேண்டும். மற்றொன்று தன்னைப் பிராமண நிலைக்கு உயர்த்த முயற்சிக்க வேண்டும். அவர் இரண்டாவது வழியைத் தேர்ந்தார். “இந்தத் தோல்வியை மிகத் தீவிரமாகப் புரிந்துகொண்டதால் எனது புலன்களை அடக்கி மனத்தை நிலைநிறுத்திக் கடும் தவமியற்றி பிராமண நிலையை அடைவேன்” என உறுதிபூண்டார். கடுமையான குழப்பத்தோடும் துயரத்தோடும் தனது ராணியுடன் அவர் தெற்கு நோக்கிப் பயணித்தார். அங்கு அவரது தீர்மானத்தைச் செயல்படுத்தத் தொடங்கினார். அவருக்கு ஹவிஷயந்தன், மதுஷயந்தன், திரிதநேத்திரன் என மூன்று மகன்கள் பிறந்தனர். ஆயிரம் வருடங்கள் முடிந்த பிறகு பிரம்மன் அவர் முன் தோன்றி அவர் ராஜரிஷி

ஆகிவிட்டதாக அறிவித்தார். என்றாலும் விசுவாமித்திரர் அவருக்கு அளிக்கப்பட்ட வரத்தின் போதாமையைக் கண்டு அவமானமும் துன்பமும் கடும் கோபமும் அடைந்தார். "நான் வெகு தீவிரமாகப் புலனடக்கத்தைக் கைக்கொண்டு தவமியற்றினேன், ஆனால் இந்தத் தேவர்களும் கடவுள்களும் என்னை ராஜரிஷியாக மட்டுமே கருதுகின்றனர். பிரம்ம ரிஷியாக ஏற்கவில்லை எனப் புலம்பினார்.

ஒரே பெயருடைய அதே நபர்களுக்கும் அல்லது வெவ்வேறு நபர்களுக்கும் இடையேயான மோதல்களும் கூடப் பதிவு செய்யப்பட்டுள்ளன.

திரிசங்கு, இஷ்வாகுவின் வம்சத்தைச் சேர்ந்த மன்னன். அவன் பூத உடலுடன் சொர்க்கத்துக்குச் செல்ல வேண்டி வேள்வித் தவம் செய்ய முடிவு செய்தான். வசிஷ்டரை அழைத்துக் கேட்க, அவர் அது இயலாத காரியம் (அசாக்கியம்) எனச் சொல்லிவிட்டார். திரிசங்கு தெற்கு நோக்கிப் பயணித்தான். அங்கு வசிஷ்டரின் நூறு பிள்ளைகள் தவம் இயற்றிக் கொண்டிருந்தனர். அவர்களிடம் அவர்களது தந்தை மறுத்ததைச் செய்ய பணிவோடு இவ்வாறு கேட்டான்." இஷ்வாகு வம்சத்தினர் தங்களது குருக்களான முனிவர்களைப் பெரிதும் மதிக்கின்றனர். தங்கள் துயரக் காலங்களில் அவர்களையே ஆறுதலாக நினைக்கின்றனர். உங்கள் தந்தைக்குப் பிறகு உங்களையே காவல் தெய்வமாக நினைக்கிறேன் என்றான். அவர்கள் அவனது உத்தேசத்துக்குச் சற்றும் இடம் கொடுக்காமல் அதற்குக் கடுமையாகக் கடிந்து கொண்டனர். "உண்மையை விளம்பும் ஆசான் ஏற்கனவே இது 'அசாத்தியம்' எனச் சொல்லிவிட்டார் முட்டாளே. அவரது ஆணையை எப்படி அவமதிக்க முடியும். நீ அவரைப் புறக்கணித்துவிட்டு வேறொரு பள்ளிக்கு வந்துள்ளாய். இஷ்வாகு மரபினருக்குத் தங்கள் குடும்ப குருக்களே பெரும் செல்வங்கள். மெய்யான தவவலிமை கொண்டோரின் ஆணைகளை மீறுவது பெருந்தவறு. தெய்வீக ரிஷியான வசிஷ்டர் இயலாது என மறுத்த வேள்வியை நாங்கள் எப்படிச் செய்ய முடியும். நீ ஒரு முட்டாள் அரசன். திரும்ப தலைநகருக்குச் செல். மூன்று உலகுக்கும் புரோகிதராக இருக்கத் தகுதி வாய்ந்த வசிஷ்டருக்கு நாங்கள் அவமதிப்பை ஏற்படுத்தமாட்டோம்" என்று ஏளனம் செய்தனர். திரிசங்கு அவர்களிடம்

நடந்ததைக் கூறி புரிய வைக்க முயற்சித்தான். தனது ஆசானும் ஆசானின் மக்களும் தனது வேண்டுகோளை ஏற்க மறுத்ததால் வேறு உத்திகளைப் பின்பற்ற முடிவு செய்தான். அதைக் கண்ட அவர்கள் அவனைச் சண்டாளனாக மாறச் சாபமிட்டனர். சாபம் விரைவாகப் பலித்ததும் அரசனுடைய உருவம் மாற்றமடைந்து கீழ்நிலையிலுள்ள இழி சாதிக்காரனானான். அவன் அந்த உருவத்தோடு விஸ்வாமித்திரரை அணுகி அடைக்கலம் தேடினான். (அப்போது விசுவாமித்திரர் தெற்குப் பகுதியில் வசித்து வந்ததை நாம் ஏற்கனவே பார்த்தோம்). அவரும் தனது நற்குணங்களை விஸ்தரித்து பக்தியை அதிகரித்து அதேநேரத்தில் தன் விதியை நினைத்தபடி துக்கப்பட்டும் இருந்தார். விசுவாமித்திரர் தன் நிலையைச் சொல்லி வருந்தினார். அதே நேரத்தில் அவனுக்கு உதவுவதாகவும் அவனுடைய சார்பாக வேள்விப் பலியை நடத்த உறுதி கூறினார். அவனது குருவால் சபிக்கப்பட்ட இந்தச் சண்டாள உருவத்திலேயே அவனைச் சொர்க்கத்துக்கு அனுப்பி வைப்பதாகவும் கூறினார். மேலும், அவனிடம் "நீ குசிகனின் மகனை அடைக்கலம் தேடி வந்துவிட்டாய், இனி சொர்க்கலோகம் உனக்குச் சொந்தமானதே" என்றார். அதன் பிறகு வேள்விப் பலிக்குத் தேவையான ஏற்பாடுகளைச் செய்யச் சொன்னார். வசிஷ்டரின் குடும்பம் உள்ளிட்ட எல்லா ரிஷிகளுக்கும் அழைப்பு விடச் சொன்னார். இந்தச் செய்தியை அனைவருக்கும் கூறிவிட்டு வந்த விசுவாமித்திரரின் சீடர்கள் பின்வருமாறு அவரிடம் சொன்னார்கள்.

"உங்கள் செய்தியைக் கேட்டதும் மகோதாயாவைத் தவிர (வசிஷ்டர்?) எல்லாப் பிராமணர்களும் நாட்டின் எல்லாப் பகுதியிலிருந்தும் ஒன்றுகூட்டப்பட்டு, வரவிருக்கிறார்கள். நூறு வசிஷ்டர்கள் கடுங்கோபத்துடன் உதிர்த்த வார்த்தைகளைக் கேளுங்கள் "க்ஷத்திரியனொருவன் சண்டாளனொருவனுக்காக நடத்தும் வேள்விப் பலியின் அவிர் பாகத்தை எப்படி தேவர்களும் ரிஷிகளும் ஏற்றுக் கொள்வார்கள்? மற்றவர்களுக்கு உதாரணமான மரியாதைக்குரிய பிராமணர்கள் விசுவாமித்திரர் ஏற்பாடு செய்து சண்டாளன் இட்ட உணவை உண்ட பிறகு எப்படிச் சொர்க்கத்துக்குச் செல்ல முடியும்" கண்களில்

சினம் பொங்க இந்த இரக்கமற்ற வார்த்தைகள்தான் நூறு வசிஷ்ட புத்திரர்களும் மகோதயரும் சொன்னவை. இந்தச் சேதி கேட்ட விசுவாமித்திரர் வசிஷ்டர்களின் மகன்களைச் சாம்பலாகும்படி சபித்தார். எழுநூறு பிறவிகள் அவர்கள் கீழ்நிலையிலுள்ள சமூக விலக்கம் செய்யப்பட்ட இழி சாதியினராக (மிருதபர்) பிறக்கச் சாபமிட்டார். மகோதயரான வசிஷ்டரை நிஷாதனாக ஆகட்டும் எனச் சபித்தார். இந்தச் சாபம் பலித்ததைக் கண்டதும் விசுவாமித்திரர் திரிசங்குவைத் துதித்து வேள்வியை மூட்டச் சொல்லிவிட்டு, கூடியிருந்த ரிஷிகளிடம் வேள்வியைக் கொண்டாடச் சொன்னார். பயங்கரமான கோபம் கொண்ட முனிவரைக் கண்டு அஞ்சி அவர்கள் இதற்கு ஒப்புக்கொண்டனர். விசுவாமித்திரர் முதன்மையாக வேள்வியின் யாகப் பகுதிகளைப் படைத்தார். மற்ற ரிஷிகள் புரோகிதர்களாகப் (ரித்விஜர்களாக) பிற கடமைகளையும் சடங்குகளையும் நிறைவேற்றினர். விசுவாமித்திரர் அதன்பிறகு தேவர்களை அழைத்து வேள்வியின் பலியை எடுத்துக்கொள்ளச் சொன்னார். அவர்கள் பங்கை எடுத்துக்கொள்ள தேவர்கள் வரவில்லை. விசுவாமித்திரன் கடும் கோபம் கொண்டு வேள்விச் சடங்கின் கரண்டியைக் கையில் எடுத்து திரிசங்குவை நோக்கி "என் தவ வலிமையால் வந்த பலனான இதைப் பெற்றுக்கொள் மன்னனே! நானே எனது தவ ஆற்றலால் உன்னைச் சொர்க்கத்துக்கு அழைத்துப்போகிறேன். பூத உடலோடு விண்ணுலகம் செல்வது மிகவும் அரிதான விஷயம். ஆனால், நான் என் தவத்தால் நிச்சயமாகச் சில பலனைப் பெற்றிருக்கிறேன். வா" என அழைத்தார். முனிவர்கள் பார்த்தபடி இருக்க திரிசங்கு சொர்க்கத்துக்குச் சென்றான். ஆனால் இந்திரன், தனது குருக்களின் சாபம் பெற்ற ஒருவன் சொர்க்கத்துக்குள் நுழைய தகுதியில்லை என அனுமதி மறுக்க - திரிசங்கு அங்கிருந்து தலைகீழாகப் பூமியில் விழத் தொடங்கினான். கீழே இறங்க இறங்க அவன் அலறி வேண்டி விசுவாமித்திரரின் உதவியை நாடினான். கடும் சீற்றமடைந்த விசுவாமித்திரர் தனது ஆன்ம வலிமையால் அவனை அந்தரத்திலேயே நிற்கும்படி ஆணையிட்டார். பிறகு தன் தவ வல்லமையாலும், தெய்வீக ஞானத்தாலும், தெற்கு வானில் மற்றொரு பிரஜாபதியைப் போல ஏழு ரிஷிகளும் (நட்சத்திரக்

கூட்டம்) கொண்ட சொர்க்கத்தைப் படைத்தார். இந்தப் புது சொர்க்கத்தில் ரிஷிகள் சுற்றியிருக்கப் பெருமைமிகு முனிவர் புது விண்மீன் கூடத்தையே உருவாக்கினார். அவரது கோபம் தணியவில்லை. "நான் புதிய இந்திரனைப் படைப்பேன் அல்லது உலகத்துக்கு இந்திரனே இல்லாமல் போகட்டும்" என்றார். கோபத்தில் புதிய தேவர்களையும் உருவாக்க முனைந்தார். ரிஷிகளும், தேவர்களும் (சுரர்களும்) அசுரர்களும், இப்போது எச்சரிக்கை அடைந்தனர். அவர்கள் விசுவாமித்திரரிடம் சமாதானமான குரலில், திரிசங்கு அவனது குருக்களால் சபிக்கப்பட்டதனால் பூத உடலோடு சொர்க்கத்துக்கு அனுமதிக்க முடியாது. அதற்குப் பரிகாரம் செய்து சாப விமோசனம் செய்யுங்கள் எனக் கூறினார். அதற்கு விசுவாமித்திர முனிவர் தான் திரிசங்குவுக்கு வாக்கு கொடுத்துவிட்டதாகவும் அவனைப் பூத உடலோடு சொர்க்கத்திலேயே அனுமதிக்கும்படியும் கேட்டுக்கொண்டார். தன் சீடனுக்காகத் தான் உருவாக்கிய சொர்க்கமும் விண்மீன்களும் அதனதன் இடத்தில் நிலையாக இருக்கும்படியும் கேட்டுக்கொண்டார். தேவர்களும் எல்லா விண்மீன்களும் நிலைத்திருக்கட்டும். சூரியனுடைய பாதையிலிருந்து விலகி திரிசங்குவும் தலைகீழாக ஒளி வீசட்டும். அவனை, அவை பின்தொடரட்டும் என்றனர். மேலும் அவனது ஆசை இப்படியாக நிறைவேறட்டும். அவனது பெருமை காக்கப்படட்டும், அவன் விண்ணுலகவாசி போல் இருக்கட்டும் என்றனர். இப்படியாக விசுவாமித்திரர் ஒப்புக்கொள்ள ஒரு பெரும் மோதல் தீர்வுக்கு வந்தது.[32]

வேள்விப் பலியின் இறுதிக்கட்டத்தில் தேவர்களும் ரிஷிகளும் சென்றபிறகு விசுவாமித்திரர் தனது சீடர்களிடம்,

"தெற்குப் பகுதியில் இது நமது தவப் பாதையில் ஏற்பட்ட தடை, நாம் நமது தவத்தை வேறு திசையில் தொடர்வோம் என்றார். பிறகு மேற்குப் பகுதியில் இருந்த காட்டில் புதிய வேள்வியைத் தொடங்கினார். இந்தக் கதையின் போக்கு வேறொரு கதையால் இங்கு இடையில் துண்டிக்கப்படுகிறது. அது அயோத்தி மன்னன் அம்பரீஷனைக் குறித்தது."

32. திரிசங்குவின் கதை இது. ஹரிவம்சத்தில் சொல்லப்பட்ட கதையிலிருந்து இது பெரிதும் மாறுபடுகிறது.ஆனாலும் விசுவாமித்திரருக்கும் வசிஷ்டருக்கும் இடையே நடந்த மோதலின் குணாம்சத்தை இக்கதை தெளிவாகச் சொல்லுகிறது.

இராமாயணத்தின்படி இக்ஷ்வாகு வம்சத்தின் இருபத்தியெட்டாவது அரசன், திரிசங்குக்குப் பிறகு இருபத்தியிரண்டாவது மன்னர். விசுவாமித்திரர் பெருமைமிகுந்த இந்த இரண்டு மன்னர்களோடும் இருந்தார். அம்பரீஷன் ஒரு வேள்விச் சடங்கில் ஈடுபட்டிருந்தபோது இந்திரன் பலி மிருகத்தை அபகரித்துத் தூக்கிச் சென்று விட்டார். புரோகிதர்கள் இது மன்னனின் நிர்வாகச் சீர்கேட்டினால் ஏற்பட்ட கெட்ட சகுனம் என்றும் அதற்கு பரிகாரமாக ஒரு மனிதனைப் பலியிட்டால் மட்டுமே விமோசனம் கிடைக்கும் என்றும் சொல்லிவிட்டனர். நெடும் தேடலுக்குப் பின் ராஜரிஷியான அம்பரீஷன் பிருகு முனியின் வாரிசும் பிரம்மரிஷியுமான ரிஷிகரிடம் சென்றார். அவரது மகன்களில் ஒருவரை நூராயிடம் பசுக்களின் விலைக்கு அவரது மகனைப் பலிகொடுப்பதற்காகக் கேட்டார். அதற்கு ரிஷிகர் தனது மூத்த மகனைத் தர முடியாது என்று சொல்ல, அவரது மனைவி இளைய மகனைத் தர மறுத்தாள். மேலும் "தந்தைக்கு மூத்த பிள்ளையும் தாய்க்கு இளைய பிள்ளையும் பிரியமானவர்கள் என்றாள். அப்போது இரண்டாவது மகனான சுனஸ்சேபன் தானே விற்பனைக்குரியவன் என்றும் தன்னை அழைத்துச் செல்லலாம் என்றும் சொன்னான். நூறாயிரம் பசுக்களும், ஒரு கோடி தங்கக் கட்டிகளும், ஆபரணக் குவியலும் கொடுக்கப்பட்டு சுனஸ்சேபன் அரசனுடன் அழைத்துச் செல்லப்பட்டான். புஸ்கர என்னும் இடத்தை அவர்கள் கடக்கும்போது, அங்கு வேள்விச் சடங்குகள் மற்ற ரிஷிகளுடன் நடத்திக்கொண்டிருந்த தனது தாய்வழி மாமனான விசுவாமித்திரரிடம் தனது பரிதாபமான கைவிடப்பட்ட யாருமற்ற நிலையை எடுத்துச் சொல்லி அவரிடம் உதவி கோரி அவருடைய கருணையை நாடினான். விசுவாமித்திரர் அவனை ஆறுதல் சொல்லித் தேற்றி, அவனுக்குப் பதில் தனது மகன்களைப் பலியிட அனுப்புவதாகச் சொன்னார். இந்த யோசனையை அவரது மகனாகிய மதுஷந்தனும் மற்ற மகன்களும் ஏற்றுக்கொள்ளவில்லை. ஏளனமும், பரிகாசமுமான குரலில் அவர்கள் விசுவாமித்திரரிடம் "நீங்கள் எப்படி மற்றவர்களின் பிள்ளைகளுக்காகச் சொந்தப் பிள்ளைகளை பலி கொடுப்பீர்கள்" எனக் கோபத்தோடு கேட்டனர். இதைத் தவறாக நாங்கள் கருதுகிறோம். இது சொந்தத்

தசையை வெட்டி உண்பதற்குச் சமமானது என்றனர். முனி அவரது கட்டளைக்கான இந்த அவமதிப்பைக் கண்டு கடும் சினத்துக்கு ஆளானார். வசிஷ்டரின் மகன்களைப் போல நீங்களும் இழிகுலத்தவராகப் பிறப்பீர்கள், ஆயிரம் வருடங்களுக்கு நாயின் இறைச்சியை உண்பீர்கள் எனச் சாபமிட்டார். பின்னர் சுனஸ்சேபனிடம் திரும்பி, "நீ புனிதக் கயிற்றால் கட்டப்பட்டுச் சிவப்பு நிற மாலை அணிவிக்கப்பட்டு, நறுமணத் தைலங்களால் அபிஷேகம் செய்யப்பட்டு, விஷ்ணுவின் பலி கம்பத்தில் கட்டப்படும் போது அம்ரீஷனின் வேள்வியில் அக்கினியை வணங்கி இந்த இரண்டு தெய்வீக மந்திரங்களை (கதாக்கள்) ஓதினால் நீ நினைக்கும் விஷயம் நிறைவேறும்" என்றார். இரண்டு கதாக்களைக் கற்றுக்கொண்டதும் சுனஸ்சேபன் அம்பரீஷனிடம் தாங்கள் செல்ல வேண்டிய இடத்துக்குச் செல்லலாம் என்றான். பிறகு சிவப்பு உடையணிந்து விஷ்ணு கம்பத்தில் வேள்விக்குப் பலியாக்கப்படும் நேரத்தில் இந்திரனையும் அவனது தம்பியான விஷ்ணுவையும் நினைத்து மந்திரங்களை அற்புதமாக ஓதினான். ஆயிரம் கண்கள் கொண்ட இந்திரன் இந்தப் புனிதப் பாடலைக் கேட்டு அகமகிழ்ந்து சுனஸ்சேபனுக்கு நீண்ட ஆயுளை வழங்கினான். அந்த வேள்வியின் பொருட்டு அம்பரீஷனும் நிறைய வரங்கள் பெற்றான். இதனிடையே விசுவாமித்திரர் ஆயிரம் ஆண்டுகளாகத் தான் செய்யும் தவத்தைத் தொடர்ந்தார். முடிவில் தேவர்கள் அவருக்கு வரமளித்தனர். பிரம்மன் தோன்றி அவர் ரிஷியின் ஸ்தானத்தை அடைந்துவிட்டதாக அறிவித்தார். அது முனிவரிலிருந்து அடுத்த கட்டமாகும். இதில் திருப்தியடையாத விசுவாமித்திரர் மீண்டும் புதிதாகத் தவத்தைத் தொடங்கினார். நீண்ட நாள்களுக்குத் தவம் செய்துகொண்டிருக்கும்போது ஒருநாள் தேவலோக அழகியான மேனகை புஷ்கர நதியில் நீராடுவதைக் கண்டார். மேகத்தின் நடுவே எழும் மின்னல் போன்ற அவளது பளீரிடும் அழகில் மயங்கினார். அவளது அழகில் வீழ்ந்து, தனது குடிலுக்கு அழைத்துவந்து அவளது வஞ்சனைக்குப் பத்தாண்டுகள் அடிமையாக இருந்தார். அவரது தவ வலிமையில் இதனால் பெரிதும் பின்னடைவு ஏற்பட்டது. இந்த இழிவான செயலுக்காக வருந்தி அவமானமடைந்து தனது தவத்தைக் கலைக்க தேவர்கள் செய்த தந்திரமான உபாயம்தான் இது என்பதை உணர்ந்து

கோபமடைந்தார். பின்னர் மேனகைக்கு மென்மையாகப் புரியவைத்து அவளைத் துறந்து வடதிசை மலைகளை நோக்கி நகர்ந்து அங்கு ஆயிரம் ஆண்டுகள் கௌசிகி ஆற்றங்கரையில் தவம் இயற்றினார். தேவர்கள் அவரது தவ முன்னேற்றத்தைக் கண்டு எச்சரிக்கை அடைந்தனர். அவருக்கு மகரிஷி (பெரும் ரிஷி) பட்டமளிக்க முடிவு செய்தனர். பிரம்மன் மற்ற தேவர்களின் பொதுக் கருத்தை ஏற்கும் விதமாக மகரிஷி பட்டத்தை அவருக்கு அளித்தார். கைகளை இணைத்து தொழுதவாறு தலைகுனித்து வணங்கி விசுவாமித்திரர் தான் எல்லாப் புலன்களையும் அடக்கி விட்டதால் தனக்குப் பிரம்மரிஷி பட்டம் அளிக்க வேண்டும் என வேண்டினார். அதற்குப் பிரம்மன் அவர் இன்னும் எல்லாப் புலன்களையும் அடக்கும் நிலைக்கு வரவில்லை, ஆனால் இன்னும் முயற்சிக்கலாம் என்றார். விசுவாமித்திரர் மீண்டும் இன்னும் கடுமையான தவங்களைச் செய்யத் தொடங்கினார். கைகளை உயர்த்தி, எவ்விதப் பிடிப்புமின்றி காற்றையே உணவாகக் கொண்டு, கோடைக்காலத்தில் ஐந்து நெருப்புக் கோளத்தின் நடுவேயும் (நான்கு புறம் நெருப்பு மேலே சூரியன்), மழைக்காலத்தில் ஈரப் படுக்கையின் குளிரில் இரவும் பகலுமாக ஆயிரமாண்டுகள் தவம் இயற்றினார். முடிவில் இந்திரனும் மற்ற தேவர்களும் விசுவாமித்திரர் அடைந்து வரும் ஆற்றலைக் கண்டு பயந்தனர். எனவே மற்றொரு தேவலோக அழகியான ரம்பையைத் தன்னழகால் முனிவரின் தவத்தைக் கலைக்கும்படி ஏவினர். ஆனால் ரம்பை முனிவரின் கடும் கோபத்தை நினைத்து அஞ்சிப் போக மறுத்தாள் என்றாலும் இந்திரன் தானும் கந்தர்வனும் (காதலின் கடவுள்) உடனிருப்பதாக வாக்குறுதி அளித்துப் பலமுறை வற்புறுத்தியதால் இறுதியில் சம்மதித்தாள். ரம்பை விசுவாமித்திரரின் அருகில் வந்து அவரது பலவீனம் அறிந்து ஒய்யாரமாக நிற்கவும் அவருக்கு இந்தத் தந்திர உபாயம் புரிந்துவிட்டது. உடனே ரம்பையை ஆயிரம் ஆண்டுகள் கல்லாகப் போகுமாறு சபித்துவிட்டார். சாபம் பலித்ததும் இந்திரனும் கந்தர்வனும் அங்கிருந்து நழுவிவிட்டனர். இப்படியாக அவர் புலன்களின் மயக்கத்தை வென்றுவிட்டார். ஆனால் கோபத்தால் அவரது தவ ஆற்றலைச் சிதைத்துவிட்டார். பின்னர் மீண்டும் தவத்தில் ஈடுபடலானார். பிரம்ம ரிஷியாகும் பொருட்டு அதுவரை தனது அமைதியின்மையைக் குறித்து ஆய்ந்து மௌனம்

காத்தல், சில நூறு வருடங்களுக்கு மூச்சுகூட விடாமல் இருத்தல், உடலை உலர்த்தி, உண்ணா நோன்பிருத்தல், இப்படிப் பிராமணனின் குணாம்சங்கள் வரும்வரை தொடர்ந்தார். பிறகு இமய மலையை விட்டு வெளியேறி கிழக்கு நோக்கி நகர்ந்தார். அங்கு தவ வரலாற்றில் இதுவரை செய்யப்படாத தீவிரமான, கடுமையான ஒரு பயிற்சியை நிகழ்த்தினார். ஓர் உறுதிப்பாட்டின் பேரில் அமைதி காத்து ஆயிரம் வருடங்கள் தவம் இயற்றினார். அதன் முடிவில் முழுமையை அடைந்தார். கடுமையான தடைகளையும், இன்னல்களையும் கடந்து கோபத்தையும் கடந்துவிட்டார். இந்தத் தவத்தின் முடிவில் தனக்காகக் கொஞ்சம் உணவு சமைத்தார். அப்போது இந்திரன் ஒரு பிராமணனுடைய உருவில் வந்து பிச்சை கேட்டான். தான் பசியில் இருக்க நேரிட்டாலும் விசுவாமித்திரர் அந்த உணவையும் பிச்சையிட்டார். மௌன விரதத்தில் இருப்பதால் அந்தப் பிராமணரிடம் விசுவாமித்திரர் எதுவும் பேசவில்லை. மூச்சையடக்கி இருப்பதால் அவரது தலையிலிருந்து புகைநெருப்பு வரத் தொடங்கியது. மூன்று உலகமும் பீதியடைந்தது. ரிஷிகளும் தேவர்களும் பிரம்மனிடம் சென்று 'மகரிஷி விசுவாமித்திரர் நாங்கள் ஏற்படுத்திய எல்லா இன்னல்களையும் மயக்கங்களையும் தாண்டித் தனது குறிக்கோளில் முன்னேறிக் கொண்டேயிருக்கிறார். அவரது விருப்பம் நிறைவேறாவிட்டால் இந்த மூன்று உலகையும் தனது தவ வலிமையால் அழித்துவிடுவார் என்றனர். உலகம் எல்லாம் இருண்டு கிடக்கின்றன, எங்கும் ஒளியில்லை, கடல்கள் தலைகீழாக இருக்கின்றன, மலைகள் நொறுங்குகின்றன. நிலநடுக்கம் ஏற்படுகிறது, காற்று சுழன்றடிக்கிறது, மனிதர்கள் நிலைப்பார்களா எனத் தெரியவில்லை. அவர்கள் நாத்திகர்களாக மாறாமல் இருக்க வழி சொல்லுங்கள். இந்த வல்லமைமிக்க மாமுனிவர் எல்லாவற்றையும் அழிக்கும் முன் ஒரு வழி செய்யுங்கள். அவரைச் சாந்தப்படுத்துங்கள் என்றனர். பிரம்மனின் தலைமையில் தேவர்கள் விசுவாமித்திரரிடம் சென்றனர். பிரம்ம ரிஷியே வணங்குகிறோம். உம் தவத்தால் பெரிதும் மகிழ்கிறோம். ஓ கௌஷிக முனியே நீர் உம் அரும்பெரும் தவ வலிமையால் பிராமணத் தன்மையை அடைந்துவிட்டீர். ஓ பிராமணரே மருத்களுடன் இணைந்து இருப்பவரே உமக்கு நீண்ட ஆயுளைத் தருகிறேன். எல்லா

ஆசிர்வாதங்களும் உம்மை வந்தடையும். நீர் விரும்பும் இடம் எங்கும் நீர் செல்லலாம். முனிவர் மிகவும் அகமகிழ்ந்து தேவர்களிடம் பணிவாக "நான் பிராமண நிலையையும் நீண்ட ஆயுளையும் அடைந்திருந்தால் ஓரெழுத்து மந்திரமும் (ஓம்காரம்) வேள்வி விதிமுறைகளும் (வஷத்கரம்) என்னைப் பிராமண நிலையில் மதிக்கட்டும். சாஸ்த்திர வேதத்திலும் பிரம்ம வேதத்திலும் விற்பன்னரான பிராமணரின் மகனான வசிஷ்டர் என்னை அவ்வாறே அழைக்கட்டும் என்றார். அதன்படி வசிஷ்டர் தேவர்களால் சமாதானம் செய்யப்பட்டு விசுவாமித்திரருடன் சமாதானம் ஆகி பிராமண ரிஷிக்கான சிறப்புரிமையை ஒப்புக்கொண்டார். விசுவாமித்திரரும் பிராமண நிலையை அடைந்துவிட்டதால் வசிஷ்டருக்கு வேண்டிய மரியாதையை அளித்தார்.

க்ஷத்திரியர்களால் பிராமணர்கள் கொலை செய்யப்பட்ட இரண்டாவது பதிவு மகபாரதத்தின் ஆதிபருவத்தில் தரப்பட்டுள்ளது. அந்த விபரம் கீழ்வருமாறு:-

"கீர்த்திவீரியன் என்கிற அரசன் இருந்தான். பிருகுக்கள் எனப்படும் வேதத்தில் விற்பன்னர்களான முனிகளை இவனுடைய அரசாங்கப் புரோகிதர்களாக வைத்திருந்தான். அவர்களுக்குத் தாராளமாகத் தானியங்களையும் பணத்தையும் அளித்தான். அவன் சொர்க்கத்துக்குச் சென்ற பிறகு அவனது வாரிசுகள் வறுமையால் வாடினர். அவர்கள் பிருகு முனிவர்களிடம் சென்று பிச்சை கேட்டனர். சிலர் தங்கள் செல்வங்களை நிலத்தினடியில் புதைத்துவிட்டனர். சிலர் அதை க்ஷத்திரியர்களுக்குப் பயந்து பிரமணர்களுக்குக் கொடுத்துவிட்டனர். சிலர் கடைசியாக இருந்த சிறிது செல்வத்தை க்ஷத்திரியர்களுக்கும் கொடுத்தனர். சில க்ஷத்திரியர்கள் நிலத்தைத் தோண்டும்போது பிருகுவின் வீட்டில் செல்வத்தைப் புதைத்து வைத்திருந்ததைக் கண்டுபிடித்தனர். க்ஷத்திரியர்கள் இந்தப் புதையலைக் கண்டதும் கோபம் கொண்டனர். அவர்கள் கூட்டமாக வந்து எல்லாப் பிருகுக்களையும் கருவிலிருக்கும் குழந்தைகள் உட்பட வெட்டிக் கொன்று போட்டனர். கைம்பெண்கள் இமயமலை நோக்கி ஓடினர். அதில் ஒருத்தி தனது தொடையில் அவளது சிசுவை ஒளித்துவைத்துக்கொண்டாள். இந்தத் தகவலை ஒரு பிராமண ஒற்றன் மூலம் அறிந்த க்ஷத்திரியர் அந்த சிசுவைக் கொல்லச் சென்றனர்.

அப்போது தொடையிலிருந்த அந்த சிசு பேரொலியோடு வெளிப்பட்டு துரத்தியவர்களின் கண்களைக் குருடாக்கியது. மலைகளில் பார்வையற்றவர்களாகச் சில காலம் அலைந்து திரிந்த அவர்கள் பிறகு அந்தக் குழந்தையின் தாயிடம் தங்கள் பார்வையை மீட்டுத் தருமாறு பணிவுடன் கேட்டு அடிபணிந்தனர். அவள் வேதமும் ஆறு வேதாங்கமும் அறிந்த தனது அதிசய மகனான ஆயுர்வனிடம் அனுப்பி வைத்தாள். அவன் தனது உறவினர்களைக் கொன்றதற்காக அவர்களது கண்களைப் பறித்திருந்தான். அவனால் மட்டுமே அவர்களது பார்வையை மீட்டுத் தர முடியும். அவர்கள் அப்படியே அவனிடம் சென்று தங்கள் பார்வையை மீட்டனர். ஆனால், ஆயுர்வன் பிருகு குலத்தை அழித்ததற்காக எல்லா உயிரினங்களையும் அழிக்க வேண்டி கடுந்தவம் புரிந்துவந்தான். இந்தத் தவத்தைக் கண்டு தேவர்கள், அசுரர்கள், மனிதர்கள் எல்லோரும் அஞ்சினர். ஆனால் ஆயுர்வனின் குருக்களான பித்ருக்கள் அவன் முன் தோன்றி, க்ஷத்திரியர்களைப் பழிவாங்கும் நோக்கம் தங்களுக்கு இல்லை எனவே இந்த தவத்திலிருந்து பின்வாங்குமாறு கேட்டுக் கொண்டனர். "இயலாமையால் பிருகுக்கள் கொல்லப்படவில்லை. முதுமையால் சலிப்புற்றதனால் க்ஷத்திரியர்களால் கொல்லப்படுவதை அனுமதித்தோம். பிருகுக்கள் சொர்க்கத்தை அடைய நினைத்துக்கொண்டிருப்பவர்கள். அவர்களுக்கும் பணத்துக்கும் என்ன தொடர்பு. அதை வைத்து அவர்களுக்கு எந்தப் பயனும் இல்லை." க்ஷத்திரியருக்கும் பிராமணருக்கும் இடையே வெறுப்பு மூட்டவே சிலர் பிருகுக்களின் வீட்டில் பணத்தைப் புதைத்து வைத்தன்ர். தற்கொலை செய்துகொள்ளும் பழிபாவத்திலிருந்து பாதுகாத்துக் கொள்ளவே இந்த ஏற்பாட்டைப் பயன்படுத்திக்கொண்டோம் என்று மேலும் ஆயுர்வனிடம் விளக்கிச் சொன்னார்கள். அவனுடைய கோபத்தைக் கட்டுப்படுத்தவும், அவன் தவம் செய்யும் பாவ நோக்கத்தைத் தவிர்க்குமாறும் கூறினார்கள். மகனே! க்ஷத்திரியர்களைக் கொன்றுவிடாதே, மேலும் ஏழு உலகங்களையும் அழித்துவிடாதே. உன் தவ வலிமையை இல்லாமலாக்கும் உன் கோபத்தை அமிழ்த்திவிடு என்றனர் பதிலுக்கு ஆயுர்வான் தனது நோக்கத்தை நிறைவேற்றாமல் அப்படியே விட்டுவிட முடியாதென்றும் தனது கோபத்தை

வேறு எதன்மீதாவது மடைமாற்றாவிட்டால் அது தன்னையே அழித்துவிடும் என்றும் சொன்னான். கூடுதலாகத் தன் குருக்கள் வழிகாட்டித் தந்த நீதி, கடமை, சமயோஜிதம் ஆகியவற்றின் அடிப்படையில் அமைந்ததே தனது செயல்பாடு என்றான். எப்படியோ பித்ருக்கள் அவனை விடாமல் தேற்றி, அவனது கோபத்தைக் கடலில் வீசி அணைக்குமாறு, அங்கு அது நீரில் அடங்கிவிடும் என்றும் இதன்மூலம் அவனது அழிவு காக்கப்படும் என்றும் கூறினர்.

மூன்றாவது நிகழ்வு க்ஷத்திரியர்களைப் பிராமணர்கள் கொன்றொழித்தது குறித்தது. இது மகாபாரதத்தில் பல இடங்களில் வருகிறது.

மகிஷ்மதியைச் சேர்ந்த பெருவலிமையும் கம்பீரமும் கொண்ட கார்த்தவீரியன் என்பவன் ஆயிரம் கைகள் கொண்டு அனைத்துலகுக்கும் அரசனாக வாழ்ந்து வந்தான். இந்த ஹைகய குல வீரன் மண்ணுலகையும் கடல்களையும் கண்டங்களையும் அடக்கி ஆண்டான். இவன் தத்தாத்ரேய முனிவரிடம் பல்வேறு வரங்கள் பெற்றிருந்தான். அவன் உலகை வெல்ல, இந்த உலகை ஆள, போருக்குச் செல்லும்போது ஆயிரம் கைகள் முளைக்கும் வரத்தைப் பெற்றிருந்தான். நீதி வழுவும்போது நல்லவர்களின் அறவுரையை நாடுவதாக உறுதி அளித்து இந்த வரங்களைப் பெற்றிருந்தான். கார்த்தவீரியன், சூரியனைப் போல் ஜொலிக்கும் தனது தேரிலிருந்து இறங்கி தன்னுடைய வல்லமையைக் குறித்து எண்ணி கர்வம்கொண்டு "என்னைப்போல மனபலத்தில், வீரத்தில், புகழில், ஆற்றலில் வேகத்தில் இணையானவர் எவரேனும் உண்டா? எனக் கொக்கரித்தான். இந்தப் பேச்சின் முடிவில் வானிலிருந்து ஓர் அசரீரி அவனை அழைத்தது." உனக்கு எதுவும் தெரியாது, நீயொரு முட்டாள், க்ஷத்திரியனை விட ஒரு பிராமணன் உயர்ந்தவன். பிராமணனின் துணையோடு ஒரு க்ஷத்திரியன் தன் குடிமக்களை ஆள்கிறான். அர்ஜுனன் (கார்த்தவீரியன்) அதற்குப் பதிலாக "நான் ஆசைப்பட்டால் உயிர்களைப் படைப்பேன், நான் நினைத்தால் அவற்றை அழிப்பேன். எந்தப் பிராமணனும் என்னை விடச் சிந்தனையிலோ, சொல்லிலோ, செயலிலோ உயர்ந்தவன் இல்லை. முதலில் பிராமணன் உயர்ந்தவன்;

இரண்டாவதாக க்ஷத்திரியன் உயர்ந்தவன் என்கிறீர்கள், இருவரையும் அவரவருக்குள்ள தனித்தன்மையைக் கொண்டு சொல்லுகிறீர்கள். ஆனால் இருவருக்கும் வலிமையைக் கணக்கிலெடுத்தால் வேறுபாடுகள் உண்டு. பிராமணர்கள் க்ஷத்திரியர்களைச் சார்ந்து வாழ்பவர்கள். க்ஷத்திரியர்கள் பிராமணர்களைச் சார்ந்து வாழ்வதில்லை. க்ஷத்திரியனுக்காக பணிவிடை செய்து வேதங்களை ஒரு பாசாங்குக்காக ஓதுவதுதான் பிராமணின் பணி. நீதியும் மக்களைக் காத்தலும் க்ஷத்திரியனின் பணி. அவர்களிடமிருந்துதான் பிராமணன் தனக்கான வாழ்வாதாரத்தைப் பெறுகிறான். அப்படியானால் பிராமணன் எப்படி க்ஷத்திரியனை விட உயர்ந்தவனாக இருக்க முடியும்? தங்களைப் பற்றி உலகத்து உயிர்களிலெல்லாம் தான் பெரியவன் என உயர்வாக நினைத்துக்கொள்ளும், ஆனால் அதே நேரத்தில் பிறரிடமிருந்து இரந்துண்டு பிழைக்கும் பிராமணர்களை நான் எப்போதும் அடக்கியே வைத்திருப்பேன். காயத்ரி என்னும் வானுலகப் பெண்ணும் இந்த உண்மையையே சொல்கிறாள். மறைந்து வாழும் எல்லாப் பெருமைபேசும் பிராமணர்களையும் நான் அடிமை கொள்வேன். என்னுடைய அரச அதிகாரத்திலிருந்து இறக்கிவிடும் வலிமை இந்த மூவுலகின் தேவர்களுக்கோ மானுடர்களுக்கோ இல்லை. ஆகவே நான் எந்தப் பிராமணனையும் விட உயர்ந்தவன். பிராமணர்களை உயர்ந்தவர்களாகக் கருதும் உலகத்தை க்ஷத்திரியர்களை உயர்ந்தவர்களாகக் கருதும் உலகாக மாற்றிக் காட்டுவேன். ஏனெனில் போரில் என்னை யாரும் சந்திக்கத் துணிய மாட்டார்கள்.

அர்ஜுனனின் இந்தப் பேச்சைக் கேட்டதும் இரவில் வானில் திரியும் வானமங்கை எச்சரிக்கை அடைந்தாள். காற்றில் அலையும் வாயுதேவன் அர்ஜுனனிடம் சொன்னான், “இந்தப் பாவசெயலிலிருந்து விடுபட்டு, பிராமணர்களுக்குக் கீழ்படிந்து நட. நீ அவர்களுக்குத் தவறிழைத்தால் உன் ராஜ்ஜியத்துக்குக் கேடு விழையும். உன்னை அவர்கள் அடக்கிவிடுவார்கள். அண்ட வலிமை பெற்ற மனிதர்கள் உன்னை அடிமை கொள்வார்கள். உன் ராஜ்ஜியத்திலிருந்து உன்னை நாடு கடத்திவிடுவார்கள். “அரசன் அவனிடம் கேட்டான். ‘நீ யார்?’ அவன் சொன்னான். நான்தான் வாயு, கடவுள்களின் தூதுவன்.

உனக்கு எது நன்மை தருமோ அதையே சொன்னேன். அர்ஜுனன் கேட்டான்" பிராமணர்களுக்கு இத்தனை விசுவாசமாக இன்று நிற்கிறீர்களே. ஆனால் பிராமணர்கள் புழு பூச்சியை விடச் சிறந்தவரா சொல்லுங்கள்."

ஜமத்கனி முனிவரின் மகனான பரசுராமனுடன் ஓர் அரசன் மோதினான். அந்த வரலாறு வருமாறு:-

கன்னியாகுப்ஜா எனும் அரசன் வாழ்ந்துவந்தான். காத்தி என அழைக்கப்படும் அவனுக்கு சத்தியவதி எனும் மகள் இருந்தாள். ரிசிக முனிவருடனான அவளது திருமணமும், மகன் ஜமத்கனி பிறந்ததும் அறிந்த கதை. சத்யவதிக்கு ஐந்து மகன்கள் பிறந்தனர். ஐந்தாவது கடைசிப் பிள்ளை பரசுராமன். தவறான இச்சையோடு தனது புனிதத்தன்மையிலிருந்து விலகியதற்காகத் தன் தந்தையின் ஆணைப்படி தாயைக் கொன்றவன். மூத்த நான்கு மகன்களும் தந்தையின் கட்டளைப்படி தாயைக் கொல்லச் சம்மதிக்கவில்லை. அதனால் எதையும் சிந்திக்கும் ஆற்றலை இழக்கும் தந்தையின் சாபத்துக்கு ஆளானார்கள். பிறகு பரசுராமனின் வேண்டுகோளுக்கிணங்க தந்தையார், தாயை உயிர்ப்பிப்பதும் அண்ணன்களை மீண்டும் இயல்புக்கும் திருப்பினார். இப்படியாகத் தாயைக் கொன்ற பழியிலிருந்து மீண்டு, தந்தையிடமிருந்து நீண்ட ஆயுளும் நிறை செல்வமும் நீடிக்கும் வரம் பெற்றுக்கொண்டான். இந்த வரலாறு இப்போது கார்த்தவீரியன்(அர்ஜுனன்) வரலாற்றில் இணைக்கப்பட்டுப் பேசப்படுகிறது. கார்த்தவீரியன் ஒருமுறை ஜமத்கனியின் குடிலுக்கு வந்திருக்கிறான். அவருடைய மனைவியால் மரியாதையோடு வரவேற்கப்படுகிறான். ஆனால், அவன் அந்த மரியாதையைக் காப்பாற்றிக் கொள்ளவில்லை. முனிவரின் வேள்விக்காகப் பலியாக நிறுத்தப்பட்டிருந்த பசுவின் கன்றை வலுக்கட்டாயமாகப் பிடுங்கி இழுத்துச் சென்றான். அத்தோடு உயரமான தேவதாரு மரங்களையும் முறித்தான். இந்த வன்முறையைக் குறித்து பரசுராமன் அறிந்தபோது கடும் அவமதிப்புக்குள்ளாகி, அர்ஜுனனைத் தாக்கி அவனுடைய ஆயிரம் கைகளைத் துண்டித்து அவனைக் கொன்றுவிட்டான். அர்ஜுனனின் மகன்கள் பதிலுக்குப் பரசுராமன் இல்லாத நேரத்தில் வந்து பழிக்குப்

பழியாகச் சாந்தமான முனிவரான ஜமத்கனியைக் கொன்றுவிட்டனர்.

(பரசு)ராமன் தன் தந்தையின் ஈமச் சடங்குகளை முடித்துவிட்டுத் திரும்பியதும் க்ஷத்திரிய குலத்தையே பூண்டோடு அழிப்பதாகச் சூளுரைத்து, முதன்முதலில் அர்ஜுனனின் மகன்களையும் அவர்களது வழித்தோன்றல்களையும் கொன்றழித்தான்.

இருபத்தியொரு முறை பூமியில் உள்ள எல்லா க்ஷத்திரியர்களையும் வேரோடு கொன்றொழித்தான். இதனால் சமந்தபஞ்சகம் என்னும் இடத்தில் ஐந்து ஏரிகள் இரத்தத்தால் நிரம்பியது. இந்த இரத்தத்தைக் கொண்டு தனது மூதாதையரான பிருகுக்களின் ஆவிகளைத் திருப்திப்படுத்தினான். (அவனது தாத்தாவான) ரிஷிக முனிவரிடமும் நேருக்கு நேர் பேசினான். அவரும் தன்னைப் பரசுராமனிடம் வெளிப்படுத்திக் கொண்டார். பிறகு பரசுராமன் இந்திரனுக்குப் பெரும் வேள்விப் பலி செய்து படையலிட்டான். வேள்வியை நடத்திய புரோகிதர்களுக்குப் பூமியைப் பரிசளித்தான். பெரும் வலிமையுடைய காசியபருக்குப் பத்து முழம் நீளமும் ஒன்பது முழம் உயரமும்[33] கொண்ட தங்கத்தாலான பலி பீடத்தைப் பரிசாக அமைத்துக் கொடுத்தான். இந்தப் பலிபீடத்தைக் காசியபரின் ஒப்புதலோடு பிராமணர்கள் பங்கிட்டுக் கொண்டனர். அதனால் அவர்கள் கந்தவவனர்கள் என அழைக்கப்பட்டனர். காசியபரிடம் பூமியைத் தந்துவிட்டதால், பரசுராமன் மகேந்திர மலையில் தங்கியிருந்தான். க்ஷத்திரியர்களுக்கும் அவனுக்குமான பகை இப்படியாக உருவாகி, பூமி முழுதையும் தன் எல்லையில்லா வலிமையால் வெற்றிகொண்டான்.

மகாபாரதத்தின் துரோண பர்வத்தில் பரசுராமனால் கொல்லப்பட்ட காஷ்மீரம், தாரதம், குந்தீசம், க்ஷுத்ரகம், மாளவம், அங்கம், வங்கம், கலிங்கம், விதேகம், தாமரலிப்தகம், மார்த்திக்கவதம், சிவி, ராஜன்யம் ஆகிய பகுதியைச் சேர்ந்த க்ஷத்திரியர்களைப் பற்றிய குறிப்புகள் உள்ளன.

---

33. அறுபது அடி உயரம்/ ஐம்பத்து நான்கு அடி நீளம்/ ஒரு முழம் = ஆறு அடி.

பிராமணர்களால் க்ஷத்திரியர்கள் அழிக்கப்பட்ட கதையின் பகுதியாக க்ஷத்திரியர்கள் மீண்டெழுந்த கதையும் சொல்லப்படுகிறது. அது பின்வருமாறு:-

> "இருபத்தியொருமுறை க்ஷத்திரியர்களைத் துடைத்தழித்த பிறகு ஜமதக்னியின் மகன் (பரசுராமன்) மாமலையான மகேந்திர மலையில் தவத்தில் ஈடுபட்டு வந்தான். க்ஷத்திரியரின் உலகை அழித்தொழித்ததும் கணவனை இழந்த அவர்களுடைய மனைவிகள், பிராமணர்களிடம் வந்து தங்களுக்கு வாரிசுகளைத் தருமாறு வேண்டினர். காம இச்சையற்ற பிராமணர்கள் பொருத்தமான பருவங்களில் கூடி வாழ்ந்தனர். இதனால் அவர்கள் கருவுற்று வலிமைமிக்க க்ஷத்திரிய ஆண், பெண் மக்களைப் பெற்றனர். க்ஷத்திரிய குலம் மீண்டும் பூமியில் தழைத்தது. இப்படியாக நல்லெண்ணம் கொண்ட பிராமணர்களால் க்ஷத்திரிய குலப் பெண்கள் கருவுற்று அவர்கள் குலம் பல்கிப் பெருகி நீண்ட காலம் நீடித்தது. அதன்பிறகு பிராமணர்களுக்குக் கீழ் நான்கு சாதிகள் தோன்றின."

இந்துஸ்தானத்தைப் போல வேறெங்கும் இதுபோன்ற அவலமான வர்க்கப் போராட்டங்கள் நடைபெற்றதில்லை. பிராமணனான பரசுராமன் க்ஷத்திரியர்களை அழித்து அவர்களின் கைம்பெண்களைப் பிராமணர்கள் மூலம் கருவுறச் செய்து க்ஷத்திரிய குலத்தை மீண்டும் உருவாக்கினான் என்று பெருமைச் செருக்கோடு கூறியிருக்கிறான்.

இந்த வர்க்கப் போராட்டம், பழங்கால வரலாற்றைச் சார்ந்தது மட்டுமல்ல, தற்காலத்திலும் தொடர்ந்து நடைபெற்று வருகிறது. இதன் தாக்கம் மராட்டியர்களின் ஆட்சியில் மஹாரஷ்டிரத்தில் அதிகமாக இருந்தது. அது மராத்தா பேரரசின் ஆட்சியை முடிவுக்குக் கொண்டு வந்தது. பல்வேறு நாடுகளின் மக்களைப் பிரித்துப் பகைமையை விதைக்காத சாதாரண போர்களைப் போல இந்த வர்க்கப் போர்கள் வந்து போகும் தற்காலிக நிகழ்வுகளல்ல. இந்தியாவில் இந்தப் போர்கள் அதன் வேலையான மக்களைப் பிரித்தலை, அமைதியாகச் செய்யும் நிரந்தர நிகழ்வுகள். சிறு தானியம் போல இருந்தாலும் இந்துக்களின் மூளையில் நிரந்தரமாக இருந்து அறிவுத்தந்திரமாக மாறியிருக்கிறது.

மக்களின் நலத்தையும் குணத்தையும் சுட்டிக்காட்டும் இந்த உண்மைகள் ஒரு நோய்க் கூறாக இருப்பதை மறுக்கமுடியாது. இந்துக்களிடையே சகோதரத்துவத்தை இவை முன்மொழிகிறதா? இதற்கு உடன்பாடான ஒரு பதிலைக் கொடுக்கவே முடியாது என்றே கூறுவேன்.

இந்துக்களிடையே சகோதரத்துவம் இல்லாமலிருப்பதற்கான காரணம் என்ன? இந்து மதமும் அதன் தத்துவமும்தான் இதற்குப் பொறுப்பு. சகோதரத்துவத்தின் உணர்வானது மில் கூறுவதைப் போல மனிதர்களிடையே இயல்பானதுதான். ஆனால் அது அனுகூலமானதும் வளர்வதற்கான சூழலும் இருக்கும் மண்ணில் வளரும் செடியைப் போன்றது. சகோதரத்துவம் வளர்வதற்கான அடிப்படையான சூழல். ஒரு சிலர் தங்களைக் கடவுளின் பிள்ளைகள் என்று அழைத்துக்கொள்வதல்ல, ஒருவர் மற்றவரைச் சார்ந்து இருப்பதைப் புரிந்து உணர்ந்து கொள்ளுவதும் அல்ல. உயிரின் உயிர்த்துடிப்பைப் பகிர்வதில்தான் சகோதரத்துவம் வளர்வதற்கான சூழல் இருக்கிறது. பிறப்பு இறப்பின் மகிழ்வை, துக்கங்களைப் பகிர்தல், திருமணம் உணவு இவற்றைப் பகிர்தல். இந்த விஷயங்களில் பங்கேற்பவர்கள் தங்களைச் சகோதரர்களாக உணர்வார்கள். பேராசிரியர் ஸ்மித் சமூக உணர்விற்கு உணவைப் பகிர்ந்து உண்ணுவது மிகப் பெரிய காரணி எனச் சரியாகச் சொல்லியிருக்கிறார்.

> *"பண்டைய மத வாழ்வின் லட்சியமான விஷயமாகப் பலி உணவு இருந்திருக்கிறது, இது கடவுளும் வழிபடுபவர்களும் பங்குபெறும் சமூகச் செயல்பாடு என்பது மட்டுமல்ல, கடவுள் மனிதர்களுடன் உடனிருந்து உண்பதும் குடிப்பதும் சகோதரத்துவத்தை வலியுறுத்துவதும் பரஸ்பர சமூக உறவுக்கான ஒரு அடையாளமும் உறுதியேற்புமாகும். பலிவுணவுச் சடங்கின் மூலம் முக்கியமாக வலியுறுத்தப்படும் ஒரு முக்கியமான விஷயம் கடவுளும் வழிபடுபவர்களும் சேர்ந்துண்ணும் உறவு கொண்டவர்கள். அவர்களது பரஸ்பர உறவில் இந்த ஈடுபாடு பலவற்றையும் உள்ளடக்குகிறது. உடன் அமர்ந்து உண்ணுபவர்கள் எல்லாச் சமூகச் செயல்பாடுகளிலும் ஒன்றாக இருக்கவேண்டியவர்கள், அப்படி உடன் அமராதவர்கள் மத உறவற்றவர்கள், பரஸ்பரச் சமூகக் கடமைகள் இல்லாதவர்கள், அந்நியர்கள்.[34]*

34. செமித்தியர்களின் மதம்– பக்கம் 269.

வாழ்வின் முக்கியத் தருணங்களில் இந்துக்கள் தங்கள் இன்ப துன்பங்களைப் பகிர்ந்து கொள்வதில்லை. எல்லாமே தனியாகவும் பிரிந்தும் இருக்கின்றன. இந்து என்பவன் தன் வாழ்நாள் முழுதும் தனியாகவும் பிரிந்துமே இருக்கிறான். இந்தியாவுக்கு வருகை தரும் ஒரு வெளிநாட்டவர் 'இந்து பானி' (இந்து நீர்) 'முஸல்மான் பானி' (முஸ்லிம் நீர்) என்று மனிதர்கள் கத்துவதைப் பார்ப்பதில்லை. ஆனால் பிராமண காபி கடை, பிராமண உணவு விடுதி என இருப்பதைக் காண்பார்கள். அந்த விடுதிகளில் பிராமணரல்லாதவர் நுழைய முடியாது. பிராமணப் பிரசவ விடுதி, மராத்தா பிரசவ விடுதி, பாடியா பிரசவ விடுதி என இருப்பதைக் காணலாம். ஆனால் பிராமணர்கள், மராத்தாக்கள், பாடியாக்கள் எல்லோரும் இந்துக்களே. ஒரு பிராமண வீட்டில் குழந்தைப் பிறப்பு நடந்தால் பிராமணரல்லாதவர் அழைக்கப்படுவதில்லை. அவரும் அங்கு செல்ல ஆசைப்படுவதில்லை. பிராமண வீட்டில் திருமணம் நடந்தால் பிராமணரல்லாதவர் அழைக்கப்படுவதில்லை, அவரும் அதில் கலந்துகொள்ள ஆசைப்படுவதில்லை, பிராமணர் ஒருவர் இறந்துவிட்டால் பிராமணரல்லாதவர் ஈமச் சடங்குகளுக்கு அழைக்கப்படுவதில்லை, அவரும் அந்த துக்க ஊர்வலத்தில் கலந்துகொள்ள நினைப்பதில்லை. ஒரு பிராமணரின் வீட்டில் ஏதேனும் பண்டிகைக் கொண்டாட்டம் நடந்தால் அந்த விழாவில் பங்குகொள்ள பிராமணரல்லாதவர் அழைக்கப்படுவதில்லை, அதை அவர் தப்பாகவும் எண்ணுவதில்லை. ஒரு சாதியின் இன்ப துன்பங்கள் மற்றொன்றின் இன்ப துன்பங்கள் அல்ல. ஒரு சாதி மற்றொரு சாதியைக் கருத்தில் கொள்வது கிடையாது. அறக் கொடைகளும் சாதி அடிப்படையிலேயே கட்டுண்டுள்ளன. இந்துக்களின் மத்தியில் எல்லோருக்குமான அடிப்படையில் பொது அறக்கட்டளை என எதுவும் கிடையாது. பிராமண அறக்கட்டளை பிராமணர்களுக்கானது. அதற்குள்ளாகச் சித்பவன பிராமணர் அறக்கட்டளை சித்பவன் பிராமணர்களுக்கு மட்டுமானது. தேஷச்தா பிராமணர் அறக்கட்டளை தேஷச்தா பிராமணர்களுக்கானது. கர்ஹத பிராமணர் அறக்கட்டளை கர்ஹத பிராமணர்களுக்கு மட்டுமேயானது. இதுவல்லாமல் சரஸ்வத பிராமணர் அறக்கட்டளை உள்ளது. அதனுள்ளேயே கூடல்தேஷ்கர் பிராமண அறக்கட்டளை தனியே உள்ளது. இப்படியே போனால் ஒவ்வொரு சாதி, அதன் உட்பிரிவு என குமட்டலூட்டும் அளவுக்கு இந்து அறக்கொடையின் உண்மையான தனி குணத்தைப் பார்க்கலாம். இது இந்து

அறக்கொடை அல்ல - இந்துக்களுக்கு இடையேயான அறக்கொடை, ஏனென்றால் பொதுவான இந்து அறக்கொடை என ஒன்று இங்கில்லை. ஒரு இந்து உயிருடன் இருக்கும் வரை இன்னொரு இந்துவுடன் எதையும் பகிர்ந்துகொள்வதில்லை. இறப்பிலும் அப்படியே பிரிந்திருக்கின்றனர். சில இந்துக்கள் இறந்தவர்களைப் புதைப்பார்கள். சில இந்துக்கள் எரிப்பார்கள். ஆனால் புதைப்பவர்களும் எரிப்பவர்களும் ஒரே மயானத்தைப் பயன்படுத்துவதில்லை. மயானத்தின் ஒரு பகுதியைத் தங்களுக்குள் எரிப்பவர்களும் புதைப்பவர்களும் பிரித்துக்கொள்வார்கள். எரிப்பவர்களும் ஒரே இடத்தில் எரிப்பதில்லை. தனித் தனியே பகுதியாகப் பிரித்துக்கொண்டே எரிப்பார்கள்.

இந்துக்களுக்குச் சகோதரத்துவம் அந்நியமானது எனச் சொல்வதில் வியப்பேதும் உள்ளதா? இல்லை. வாழ்வின் இன்ப துன்பங்களை சுத்தமாகப் பகிர்ந்துகொள்ளாத போது எப்படி சகோதரத்துவ உணர்வு வேர்கொள்ளும்?

எல்லாக் கேள்விகளுக்கும் அடிப்படையான கேள்வியாக இருப்பது, ஏன் இந்துக்கள் தங்கள் இன்ப துன்பங்களை ஒருவருக்கொருவர் பகிர்ந்துகொள்வதில்லை? இந்துமதம் அவற்றைப் பகிர்ந்துகொள்ளக் கூடாது என்கிறது என்பதே பதில். இது வியப்புக்குரிய விஷயம் இல்லை. இந்துமதம் என்ன கற்றுத் தருகிறது? சேர்ந்துண்ணக் கூடாது, கலப்பு மணம் கூடாது ஒருவரோடு ஒருவர் இணைந்திருக்கக் கூடாது என போதிக்கிறது. கூடாது என்கிற அம்சமே இந்தப் போதனைகளின் சாராம்சமாக இருக்கிறது. நான் எடுத்துச் சொன்ன வெட்கப்படவேண்டிய இந்த உண்மைகள் இந்துமதத் தத்தவத்தின் நேரடி வெளிப்பாடுகள். இந்துமதத் தத்துவம் என்பது சகோதரத்துவத்தை நேரடியாக மறுப்பதாகும்.

இந்து மதத்தின் தத்துவத்தைச் சுருக்கமாக ஆராய்ந்து பார்த்தால் அது சமத்துவத்துக்கு விரோதமாகவும், சுதந்திரத்துக்குப் பகையானதாகவும், சகோதரத்துவத்துக்கு எதிரானதாகவும் இருப்பது வெட்ட வெளிச்சமாகத் தெரிகிறது.

சகோதரத்துவமும் சுதந்திரமும் வருவிக்கப்பட்ட கருத்துகளே. சமத்துவமும் மனித ஆளுமை மீதான மரியாதையுமே அடிப்படையும் ஆதாரமுமான கருத்துகள். சகோதரத்துவமும், சுதந்திரமும் இந்த அடிப்படை கருத்தாக்கங்களிலிருந்து தன் வேர்களை எடுத்திருப்பதைக் காணலாம். இன்னும் ஆழமாகத்

இந்துமதத் தத்துவம் 117

தேடினால் சமத்துவமே அசலான கருத்தாக்கம். அதன் பிரதிபலிப்பே மனிதர்கள் மீதான மதிப்பு. அதனால் எங்கே சமத்துவம் மறுக்கப்படுகிறதோ எல்லாமே மறுக்கப்படுவதாகவே கொள்ள வேண்டும். வேறு வார்த்தைகளில் சொல்வதானால் இந்து மதத்தில் சமத்துவம் இல்லை என்பதை வெளிப்படுத்தியதே எனக்குப் போதுமானது. நான் செய்ததைப் போல் இதுவரை இந்துமதம் ஆராயப்பட்டதில்லை. இந்துமதம் சகோதரத்துவத்தையும் சுதந்திரத்தையும் மறுப்பது என ஒரு கருத்தை விட்டுவிடுவது போதுமானதல்ல.

இந்த ஆய்வின் இறுதியான பார்வையாக ஆக்டன் பிரபு[35] ஆழமாக ஆய்ந்தறிந்த ஒரு கருத்தைக் கொண்டு விவாதத்தை முடிக்க விரும்புகிறேன். பெருமைக்குரிய பிரபு சமத்துவமின்மை வரலாற்றுச் சூழ்நிலைகளின் விளைவுகளால் ஆனது என்கிறார். அது ஒரு மத நம்பிக்கையாக ஒருபோதும் ஏற்கப்படவில்லை என்கிறார். ஆக்டன் பிரபு இந்துமதத்தைக் கணக்கில் எடுக்காமல் இந்தக் கருத்தைத் தெரிவித்தார் என்பது வெளிப்படையாகத் தெரிகிறது. ஏனென்றால் இந்து மதத்தைப்

பொறுத்தவரை அசமத்துவம் என்பது மதக் கொள்கையாகப் பின்பற்றப்பட்டு, மனச் சான்றோடு போதிக்கப்பட்டு வருகிறது. இது அதிகாரப்பூர்வமான ஒரு மத நம்பிக்கையாக இருப்பதால் யாரும் இதை வெளிப்படையாகச் சொல்ல வெட்கப்படுவதில்லை. சமத்துவமின்மை இந்துக்களுக்கு ஒரு தெய்வீகமான வாழ்க்கை முறையாகவும் சமய விதியாகவும் இருப்பதால் அது இந்து சமூகத்துக்குத் திரு அவதாரமாக மாறி அவர்களது சிந்தனையையும் செயலையும் ஊடுருவி

---

35. ஜான் எமெரிச் எட்வர்ட் டால்பெர்க்-ஆக்டன் (லார்ட் ஆக்டன்) (1834-1902), ஓர் ஆங்கிலக் கத்தோலிக்க வரலாற்றாசிரியர், அரசியல்வாதி, எழுத்தாளர் ஆவார். 1887ஆம் ஆண்டு ஆங்கிலிகன் பிஷப் ஒருவருக்கு எழுதிய கடிதத்தில் அவர் எழுதிய "அதிகாரம் சிதைக்க முனைகிறது, முழுமையான அதிகாரம் முற்றிலும் சிதைக்கிறது." எனும் கருத்துக்காக அவர் சிறப்பாக நினைவுகூரப்படுகிறார் 1855இல், அவர் ஷ்ரோப்ஷயரின் துணை லெப்டினன்ட்டாக நியமிக்கப்பட்டார். ஒரு வருடம் கழித்து, அவர் ரஷ்யாவின் இரண்டாம் அலெக்சாண்டரின் முடிசூட்டு விழாவில் பிரிட்டிஷ் பிரதிநிதியாக மாஸ்கோவிற்கு லார்ட் கிரான்வில்லின் பணியுடன் இணைக்கப்பட்டார். 1859ஆம் ஆண்டில், ஆக்டன் இங்கிலாந்தில் ஷ்ரோப்ஷயரில் உள்ள ஆல்டன்ஹாம் என்ற தனது நாட்டு வீட்டில் குடியேறினார். அதே ஆண்டு ஐரிஷ் பெருநகரமான கார்லோவின் உறுப்பினராக ஹவுஸ் ஆஃப் காமன்ஸுக்குத் திரும்பினார்.

வடிவமைக்கும் ஒன்றாகிவிட்டது. சமத்துவமின்மையே இந்து மதத்தின் ஆன்மா.

இனி பயன்பாடு என்கிற கோணத்தில் இந்துமதத் தத்துவத்தை அணுகலாம்.

இந்தக் கோணத்தில் இந்து மதத்தை ஆராய்வது நீண்டதாகவோ விரிவாகவோ இருக்காது. நீதிக்கும் பயன்பாட்டுக்கும் இடையில் பகைமை இருக்க வேண்டியதில்லை என திரு. மில் சுட்டிக்கட்டியுள்ளார். வேறு வார்த்தைகளில் சொல்வதாக இருந்தால், தனி நபருக்கு அநீதியானது சமூகத்துக்குப் பயனுள்ளதாக இருப்பதில்லை. இதைத் தவிர, சாதியத்தின் விளைவுகள் நம்மை நோக்கி முறைத்துப் பார்த்தபடி உள்ளன.

சாதியத்தின் லட்சியம் என்பது வெறுமனே லட்சியவாதம் மட்டுமல்ல. அது நடைமுறையில் செயல்படுத்தப்படுகிறது. சதுர்வர்ணத்தைப் (நால்வகை சாதிமுறை அமைப்பைப்) பொறுத்த வரை இந்துக்கள் ஜெர்மானியத் தத்துவவாதி நீட்சே சொல்லும் "குறிக்கோளை உண்மையாக்கு, உண்மையைக் குறிக்கோளாக்கு" என்பதை விசுவாசமாகப் பின்பற்றுபவர்கள். ஒரு குறிக்கோளின் மதிப்பு அதன் விளைவுகளில் இருக்கிறது. அனுபவம் அளவுகோல் எனக் கொள்வதாக இருந்தால், நால்வருண முறையைத் தவறானதென்று மூன்றுமுறை சொல்ல வேண்டும். ஒரு சமூக அமைப்பு முறையாக அது கடும் கண்டனத்துக்குரியது. ஒரு உற்பத்தி அமைப்பாகவும் அது மதிப்பிழந்ததாகவும் உள்ளது, ஒரு விநியோக முறை அமைப்பாகவும் அது தோல்வியற்ற ஒன்றாகவே இருக்கிறது. அது ஒரு லட்சியவாத அமைப்பாக இருந்தால் இந்துமதம் ஒரு பொது முன்னணியாக அமையாதது ஏன்? அது ஓர் உற்பத்தி அமைப்பாக இருந்தால் ஆதிமனிதர்களிடமிருந்து சிறிதும் முன்னேறாமல் இருப்பது ஏன்? அது ஒரு விநியோக அமைப்பாக இருந்தால் செல்வங்களைப் பகிர்ந்துகொள்வதில் சமத்துவமின்மை நிலவுவது ஏன்? பெரும் செல்வமும் கடும் வறுமையும் அருகருகே நிலவுவது ஏன்?

ஆனால், இந்த விஷயத்தை நான் ஒட்டுமொத்தமாக ஒதுக்கிவிட விரும்பவில்லை. ஏனென்றால் சாதி அமைப்பினால் சமூகத்துக்குப் பெரும் நன்மைகள் விளைந்திருப்பதாகக் கூறும் பல இந்துக்களை நான் அறிவேன். அவர்கள் இந்தச்

சாதி அமைப்பைப் புத்திசாலிதனமாகவும் ஆழமானதாகவும் உருவாக்கியதற்காக மட்டுமன்றி இதைப் புனிதமானதாக ஆக்கியதற்காகவும் மனுவைப் புகழ்கிறவர்களாக இருக்கிறார்கள்.

சாதியைத் தனித்தனியாக எடுத்துப் பார்ப்பதாலேயே சாதி அமைப்பைப் பற்றிய இப்படியான பார்வை உருவாகிறது. இவற்றை ஒட்டுமொத்தமாக எடுத்துக்கொள்ள வேண்டும். சாதியின் தனித்தனி பகுதிகளை ஒன்றாக இணைத்துப் பார்த்தால்தான் சாதியின் சமூகப் பயனையோ அல்லது பயனின்மையையோ சரியாக அணுக முடியும். இந்தச் சிக்கலை இவ்வாறு எதிர்கொண்டால், கீழ்கண்ட முடிவுகள் ஏற்படும்:-

1. சாதியானது தொழிலாளர்களைப் பிரிக்கிறது
2. சாதி, வேலையில் ஈடுபாடு கொள்வதைப் பிரிக்கிறது
3. சாதி, உடல் உழைப்பிலிருந்து புத்திசாலித்தனத்தைப் பிரிக்கிறது
4. சாதி, ஆர்வத்தை வளர்க்கும் உரிமையை மறுப்பதன் மூலம் ஊக்கமற்றவர்களாக்கி விடுகிறது.
5. சாதி இணைந்து பழகுவதைத் தடுக்கிறது

சாதி அமைப்பு தொழில்களைப் பாகுபடுத்திப் பிரிக்கும் ஒரு முறைமை மட்டுமல்ல. அது தொழிலாளர்களையும் பாகுபடுத்திப் பிரிக்கிறது. நாகரிகச் சமூகத்திற்குத் தொழில் பிரிவினைகள் நிச்சயமாகத் தேவைதான். ஆனால், எந்த நாகரிகச் சமூகத்திலும் இயற்கைக்குப் புறம்பான இறுக்கமாக அடைக்கப்பட்ட பிரிவுகளிலான தொழிலாளர் பாகுபாடுகளைக் காண முடியாது. சாதிமுறையானது தொழிலாளர் பாகுபாட்டு முறை மட்டுமல்ல -அது தொழில் பிரிவினையிலிருந்து மாறுபட்டது - கூடுதலாக அது ஒரு படிநிலையமைப்பாகத் தொழிலாளர்களைத் தரப்படுத்தி மேல் கீழாக அடுக்கி வைத்திருக்கிறது. எந்தவொரு நாட்டிலும் தொழிலாளர் பிரிவினையானது தொழிலாளர் தரப்படுதலோடு இணைந்ததாக இல்லை. மூன்றாவதாக ஒரு விமர்சனம் சாதி அமைப்பின் மீது இருக்கிறது. இந்தத் தொழில் பிரிவினை தானாக ஏற்பட்டதல்ல. இப்பிரிவினைகள் இயற்கையான பணி ஈடுபாட்டால் வந்தவையும் அல்ல. ஒரு தனிநபர் தனது சொந்த வேலையைத் தேர்ந்தெடுக்கவும் அதைச் செய்யவும் சமூகத் திறனையும்

தனித் திறனையும் வளரச் செய்ய வேண்டும். இந்தக் கொள்கை சாதி அமைப்பில் மீறப்படுகிறது. அடிப்படை பயிற்சியைப் பொறுத்த தனித் திறமையைப் பொறுத்து அல்லாமல் பெற்றோரின் சமூக அந்தஸ்தைக் கொண்டு தொழில்கள் அமைவதால் இது நிகழ்கிறது. சாதி முறையின் விளைவான இந்தத் தொழில்களின் அடுக்குமுறையால் தொழில்களுக்கு அழிவு நேர்கிறது. தொழில்துறை எப்போதும் நிலையானதல்ல. அது விரைவான, திடீர் மாற்றங்களுக்கு உட்படுவது. இந்த மாற்றங்களுக்குத் தக்கவாறு தங்கள் தொழில்களை மாற்றிக்கொள்ளும் நிலையில் தனிநபர்கள் இருக்க வேண்டும். இப்படி மாறும் சூழ்நிலைகளுக்கேற்ப ஒருவர் தன் தொழில்களை மாற்றிக்கொள்ளும் சுதந்திரத்தோடு இல்லாவிட்டால் அவர் தன் வாழ்வாதாரத்தைத் தேட இயலாது. சாதி முறைமை இந்துக்களை, குறிப்பிட்ட தொழிலில் வேலைவாய்ப்பு அதிகமாக இருந்தாலும் அந்தத் தொழில் அவர்கள் குலத்தொழில் இல்லையென்றால் அவர்களை அதைச் செய்ய அனுமதிக்காது, ஓர் இந்து பட்டினி கிடந்தாலும் தன் சாதிக்குரியதல்லாத புதிய தொழிலைச் செய்யமாட்டார். சாதி முறையே இதற்குக் காரணம். இப்படியாக ஒருவருக்குத் தன் தொழில்களை மாற்றிக்கொள்ளும் உரிமை தடுக்கப்படுவது நாட்டின் பெரும்பாலான வேலையின்மைக்குக் காரணமாக ஆகிறது. தொழில் பிரிவினை காரணமாகச் சாதிமுறை இன்னொரு தீவிரமான குறைபாட்டிற்கு உரியதாகிறது. சாதி அமைப்பால் ஏற்படுத்தப்பட்டுள்ள இந்தப் பிரிவினை ஒருவரின் தனிப்பட்ட தேர்வல்ல. இதில் தனிநபர் உணர்வு, தனிநபர் முன்னுரிமை இவற்றுக்கு எந்த இடமும் இல்லை. இது முன்கூட்டித் தீர்மானிக்கப்பட்ட ஊழ்வினைக் கொள்கையின் அடிப்படையிலானது. சமூகத் திறன் குறித்த கவனம் நம்மைத் தொழில்துறையில் உருவாகும் வறுமையும் துயரும் குறித்து சிந்திக்க வைக்கிறது, நிறைய தொழில் வாய்ப்புகள் அதில் ஈடுபட்டுள்ளோரைக் கூட பார்ப்பதில்லை. இந்தத் தொழில்கள் எப்போதும் வெறுப்பையும், அவநம்பிக்கையையும், அதை விட்டுவிடும் நிலையையுமே உருவாக்குகின்றன. இந்தியாவில் இழிவான தொழில்கள் கீழ்த்தரமான தொழில்கள் எனக் கருதப்படும் தொழில்களில் ஈடுபடுபவர்கள் அவற்றை வெறுப்புடனே செய்கின்றனர். அப்படியான வேலைகளிலிருந்து அவர்கள் விலகவும் தப்பிக்கவும் விரும்புவதற்கு, இந்து மதம் அந்தத் தொழில்களைச் செய்வோரை அவமரியாதையோடு

நடத்துவதும், அதனால் அந்தத் தொழில் செய்வோர் மீது படிந்திருக்கும் இழிவும் அழுக்குமே காரணம்.

இரண்டாவதாக விளைந்த தீமை, செய்யும் தொழிலிலிருந்து அறிவைப் பிரித்தெடுத்ததும், உடலுழைப்பில் திருப்தி கொள்ளச் செய்ததுமாகும். சாதிக்கோட்பாட்டின் படி அறிவைப் பெருக்கிக்கொள்ளும்படி அனுமதிக்கப்பட்ட பிராமணன் உழைப்பதற்கு அனுமதியில்லை. அதுமட்டும் அல்லாமல் உழைப்பைக் கீழானதாகக் கருத கற்பித்துள்ளது. உழைக்க வேண்டிய சூத்திரன் தன் அறிவை வளர்த்துக்கொள்ள அனுமதியில்லை. ஆர்.சி. தத்[36] இதனால் ஏற்படும் பாதகமான விளைவுகளைத் தெளிவாக எடுத்துச் சொல்கிறார்.[37]

சாதி மனிதனை ஆற்றலற்றவனாக ஆக்கிவிடுகிறது. அது ஒருவரை உயிர்ப்பற்றதாக்கும் முறையாகிறது. கல்வி, செல்வம், தொழில் இவையெல்லாம் சுதந்திரமும் முழுமையும் கொண்ட மானுட நிலைக்கு அத்தியாவசியமானவை, செல்வமும் தொழிலும் இல்லாத கல்வி வீணானது. உழைப்பும் கல்வியும் அற்ற செல்வம் மிருகத்தனமானது. ஒவ்வொன்றும் மற்றதற்கு அத்தியாவசியம். அவை மனிதகுல வளர்ச்சிக்கு அவசியமானவை.

பிராமணன் அறிவை வளர்க்க வேண்டும். க்ஷத்திரியன் ஆயுதங்களை வைத்திருக்க வேண்டும். வைசியன் வியாபாரம் செய்ய வேண்டும். சூத்திரன் பணிவிடை செய்ய வேண்டும் என்பது ஒரு குடும்பத்தில் ஒருவரையொருவர் பரஸ்பரம் சார்ந்திருக்கும் கொள்கையைப் போல முன்வைக்கப்படுகிறது. ஆனால், ஒரு சூத்திரன் செல்வம் தேட மற்ற மூன்று வருணத்தாரும் அவனுக்கு உதவிசெய்ய இருக்கும்போது அவன் ஏன் கஷ்டப்படவேண்டும் என்றும் கேட்கப்படுகிறது. படிக்கவோ எழுதவோ சூத்திரனுக்குத் தேவைப்படும்போது அவன் ஒரு

36. **ரமேஷ் சுந்தர் தத் (1848-1909),** ஓர் இந்திய ஆட்சிப் பணியாளரும், பொருளாதார வரலாற்றாளரும், எழுத்தாளருமானவர். இராமாயணம், மகாபாரதம் போன்ற காவியங்களை மொழிபெயர்த்துள்ளார். தத் 1897இல் இந்திய ஆட்சிப்பணியிலிருந்து ஓய்வு பெற்றார். 1898ஆம் ஆண்டில் இலண்டன் பல்கலைக்கழகக் கல்லூரியில் இந்திய வரலாற்றில் விரிவுரையாளராக இங்கிலாந்து சென்றார். அங்கு பொருளாதாரத் தேசியவாதம் குறித்த தனது பிரபலமான ஆய்வறிக்கையை முடித்தார். பின்னர் பரோடா மாநிலத்தின் திவானாகப் பணிபுரிய இந்தியா திரும்பினார். மகாராஜா மூன்றாம் சாயாஜிராவ் கெய்க்வாட் மற்றும் அவரது குடும்ப உறுப்பினர்களும் பிற ஊழியர்களும் தனிப்பட்ட மரியாதைக்குரிய அடையாளமாக இவரை 'பாபு திவான்' என்றே அழைத்தனர்.

37. கையெழுத்துப் பிரதியில் மேற்கோள் கொடுக்கப்படவில்லை– பதிப்பாளர்கள்.

பிராமணனிடம் செல்ல வாய்ப்பிருக்கும்போது அவன் ஏன் கல்வி கற்க வேண்டும். அவனைப் பாதுகாக்க க்ஷத்திரியன் இருக்கையில் எதற்காக அவன் அச்சம் கொள்ள வேண்டும்? இந்த அடிப்படையில் புரிந்துகொள்ளப்படும் சதுர்வர்ணக் கோட்பாடு சூத்திரனைப் பாதுகாப்பிலுள்ளவனாகவும் மற்ற மூன்று வருணத்தாரை அவனது பாதுகாவலர்களாகவும் முன்வைக்கிறது. இப்படி விளக்கப்படும்போது அதுவொரு எளிமையான கவர்ச்சியான கோட்பாடாகத் தெரிகிறது. சதுர்வர்ணக் கோட்பாட்டின் உட்பொதிந்துள்ள கருத்து இதுதான் எனக் கொண்டால் அது அறிவுப்பூர்வமானது, கேடுவிளைவிக்காதது என்றே தோன்றும். ஆனால் பிராமணரோ, க்ஷத்திரியரோ, வைசியரோ அறிவைத் தேடாமல், பொருளியல் விவகாரங்களில் ஈடுபடாமல், வீரர்களாக உருவாகாமல் தங்கள் கடமைகளிலிருந்து தவறினால் என்ன நடக்கும்? போலவே, இந்த மூன்று வருணத்தாரும் சூத்திரனுக்கு உதவாமல் இருந்தாலோ மூவரும் ஒன்று சேர்ந்து அவனை அமுழுத்தினாலோ என்னவாகும்? சூத்திரனின் நலனையும் பாதுகாப்பையும் காப்பது யார்? அல்லது ஒருவேளை க்ஷத்திரியனின், வைசியனின் அறியாமையைத் தனக்கு பிராமணன் சாதகமாகப் பயன்படுத்திக் கொண்டால் என்னவாகும்? சூத்திரனிடமிருந்து திருடுபவன் க்ஷத்திரியனாக இருக்கும் பட்சத்தில் அதைக் காப்பது யார்? பிராமணனா வைசியனா? இந்த நிலையில் ஒரு வகுப்பினர் மற்றொரு வகுப்பினரைச் சார்ந்திருப்பது தவிர்க்கவியலாததாகிவிடுகிறது. ஒரு வகுப்பினர் மற்றொரு வகுப்பினரைச் சார்ந்திருப்பது சில வேளைகளில் அனுமதிக்கக்கூடியதுதான். ஆனால் ஒரு மனிதன் தன் அடிப்படையான தேவைகளுக்கு மற்றவர்களைச் சார்ந்திருக்குமாறு செய்ய வேண்டுமா? எல்லோரும் கல்வி பெற வேண்டும். எல்லோரும் தங்களைக் காத்துக்கொள்ளும் திறன் பெற வேண்டும். தன்னைக் காத்துக்கொள்தலே ஒவ்வொருவருக்குமான உயர்ந்த தேவைகள். படிக்காத, ஆயுதம் இல்லாத ஒருவனுக்கு படித்த, ஆயுதம் ஏந்திய பக்கத்து வீட்டுக்காரன் எவ்வாறு உதவ முடியும்? இந்த மொத்தக் கோட்பாடும் அபத்தமானது. சதுர்வர்ணக் கொள்கையை ஆதரிப்பவர்கள் இதுபற்றிக் கவலைப்படுவதில்லை. ஆனால், இந்தக் கேள்விகள் பொருத்தமானவை. சதுர்வர்ணக் கோட்பாட்டின்படி பாதுகாக்கப்படுவோர், பாதுகாவலர் என்கிற உறவே வர்க்கங்களுக்கு இடையேயான உறவு. ஆனால் பாதுகாவலர் செய்யும் தவறுகளிலிருந்து பாதுகாக்கப்படுவோரைக்

காத்துக்கொள்ள எந்தவித வழிமுறைகளும் இல்லை. நால்வருண முறையின் உட்கருத்தாகப் பாதுகாவலர் பாதுகாக்கப்படுவோர் உறவு என்று சொல்லப்பட்டாலும் அது உண்மையில் ஆண்டான் அடிமை உறவையே குறிக்கிறது என்பதில் சந்தேகம் இல்லை. பிராமணர், க்ஷத்திரியர், வைசியர் ஆகிய மூன்று வகுப்பினருக்குத் தங்களிடையேயான பரஸ்பர உறவு குறித்து மகிழ்ச்சி இல்லை என்றாலும் சமரசமாக நிர்வகித்துக் கொள்கிறார்கள். க்ஷத்திரியர்களைப் புகழ்ந்து பிராமணர்களும், இருவருமாகச் சேர்ந்து வைசியனை அவன் போக்கில் விட்டு அதன் மூலம் தாங்களும் வாழந்தார்கள். ஆனால், மூவருமாகச் சூத்திரனை வீழ்த்த ஒன்றுசேர்ந்துகொண்டார்கள். அவன் செல்வம் சேர்க்க அனுமதிக்கப்படவில்லை, அப்படிச் சேர்த்தால் மூன்று வகுப்பினரிடமிருந்தும் விடுபட்டுவிடுவான். அவன் அறிவைத் தேடியடைய அனுமதிக்கப்படவில்லை, அப்படி அடைந்தால் தன் உரிமைகளைப் பற்றி விழிப்படைந்துவிடுவான். அவன் ஆயுதங்களைக் கையாள அனுமதிக்கப்படவில்லை, அப்படிக் கையேந்தினால் அந்த மூவரின் அதிகாரத்தை எதிர்க்கத் தொடங்கிவிடுவான். மனுவின் சட்டங்களின்படி சூத்திரர்கள் இவ்வாறுதான் திரய வருணத்தாரால் (மூவருணத்தாரால்) நடத்தப்பட்டனர். சமூக நீதியைப் பொறுத்தமட்டில் இதைவிட மங்கலான, இழிவான உதாரணங்கள் எங்குமில்லை. இந்தப் பெரும்பான்மை மக்கள் ஏன் தங்கள் மீது சுமத்தப்பட்ட சமூக அநீதிகளைக் கண்டு கொந்தளிக்காமல் பொறுத்துக்கொண்டு இருக்கிறார்கள்? உலகின் எல்லா நாடுகளிலும் சமூகப் புரட்சிகள் நடைபெற்றுள்ளன. இந்தியாவில் சமூகப் புரட்சிகள் ஏன் நடைபெறவில்லை என்பது என்னை எப்போதும் இடைவிடாமல் உறுத்தும் கேள்வி. அதற்கு ஒரேயொரு பதில்தான் என்னால் தர முடிகிறது. இந்து கீழ்த்தட்டு மக்கள் நேரடியாகச் செயலில் இறங்க முடியாதபடி இந்த அவலமான சதுர்வருண முறையால் செயலற்றுப் போக வைக்கப்பட்டிருக்கிறார்கள் என்பதே அது. அவர்கள் ஆயுதங்கள் ஏந்த முடியாது, ஆயுதமின்றி கிளர்ச்சி செய்ய முடியாது. அவர்கள் யாவரும் விவசாயிகள், அல்லது விவசாயிகளாக ஆக நிர்பந்திக்கப்பட்டவர்கள். அவர்களின் கலப்பை முனைகளையே வாள்களாகக் கருத அனுமதிக்கப்பட்டவர்கள். அவர்களிடம் துப்பாக்கி முனைக் கத்திகள் இல்லை ஆகவே கலப்பையைத் தேர்ந்தவர்கள் அத்தோடு ஒன்றிப்போய் அதன் மீது வெறுமனே அமர்ந்துகொண்டார்கள். சதுர்வருண

முறைமையால் அவர்கள் கல்வியறிவு பெற முடியவில்லை. அவர்களின் விடுதலைக்கான வழியைக் குறித்து சிந்திக்கவோ அறியவோ முடியவில்லை. அவர்கள் கீழ்நிலையிலேயே இருக்க சபிக்கப்பட்டார்கள். அதனின்றும் மீளும் வழி அறியாமல் மீளும் வழிகள் இல்லாமல், என்றென்றைக்கும் அடிமை வேலை செய்யும் நிலைக்கு ஒப்புக்கொடுத்து, அதையே தங்கள் தப்பிக்கமுடியாத தலைவிதியாக ஒத்துக்கொண்டனர். ஐரோப்பாவில் எளியவர்களை வலியவர்கள் சுரண்டுவது உண்மைதான். எளியவர்களைச் சூறையாடுவது உண்மைதான். ஆனாலும், இந்தியாவின் இந்துக்களைப் போன்று வெட்கித் தலைகுனியக் கூடிய அளவுக்கு ஐரோப்பாவில் எளியவர்களைத் திட்டமிட்டுச் சிதைவுக்கு உள்ளாக்கவில்லை. சுரண்டலுக்கு எதிராக அவர்களைச் செயலற்றவர்களாக்கவில்லை. இந்தியாவில் நடந்தேயிராத அளவுக்கு ஐரோப்பாவில் எளியவருக்கும் வலியவருக்குமான சமூக யுத்தங்கள் உக்கிரமான வன்முறையோடு நடைபெற்றுள்ளன. ஐரோப்பாவில் எளியவர்கள் இராணுவத்தில் சேர்கின்ற சுதந்திரத்தின் மூலம் கிடைத்த உடல் பலம் அவரது உடலின் ஆயுதமாக இருந்தது, வாக்குரிமை அவரது அரசியல் ஆயுதமாக இருந்தது. அவர் பெற்ற கல்வி அவரது நன்னெறி ஆயுதமாக இருந்தது. விடுதலைக்கான இந்த மூன்று ஆயுதங்களையும் ஐரோப்பாவில் எளியவர்களிடமிருந்து வலியவர்கள் ஒருபோதும் பறித்துக் கொள்ளவில்லை. சதுர்வருண முறையால் இந்த ஆயுதங்கள் இந்தியாவில் பெரும்பான்மை மக்களுக்கு மறுக்கப்பட்டது. நால்வருண முறையைப் போலக் கீழ்த்தரமான அமைப்பு இருக்கவே முடியாது. இந்த அமைப்பு மக்களைப் பயன்தரும் செயல்பாடுகளிலிருந்து விலக்கி, அவர்களைக் குன்றச்செய்து, முடக்கி, முடமாக்கும் அமைப்பு. இது மிகைப்படுத்தப்பட்டதல்ல. வரலாற்றில் போதிய ஆதாரங்கள் உள்ளன. இந்திய வரலாற்றில் ஒரேயொரு காலக்கட்டத்தில் மட்டுமே சுதந்திரமும் பெருமையும் மகிமையும் கொண்டதாக அது இருந்தது. அது மௌரியப் பேரரசின் காலம். மற்றைய காலங்களில் நாடு தோல்வியையும் இருளையும் மட்டுமே கொண்டிருந்தது. சதுர்வருணம் முழுதும் அழித்தொழிக்கப்பட்ட காலமாக மௌரிய பேரரசுக் காலம் இருந்தது. அப்போது மக்கள்தொகையில் பெரும்பான்மையாக இருந்த சூத்திரர்கள், தங்கள் தன்னிலை அடைந்து நாட்டின் ஆட்சியாளர்களாக ஆனார்கள். பெரும்பான்மை மக்கள் மீளா நரகத்தில் கிடந்த

சதுர்வருணம் ஓங்கியிருந்த காலமே தோல்வியும், இருளுமான காலமாக இருந்தது.

சாதி மக்களின் ஒன்றிணைந்த வாழ்வைத் தடுக்கிறது. சமூகம் பேராபத்துகளிலிருந்து தங்களைக் காத்துக்கொள்ள ஒருங்கிணைந்து செயல்பட வேண்டிய சந்தர்ப்பங்கள் வரும். போர் போன்ற ஒரு பேராபத்து நேரத்தில் சமுதாயம் தன் மொத்தத் திறன்களையும் படை திரட்டப் பயன்படுத்த வேண்டும். எல்லோரும் போரிட வேண்டியிருக்கும். எல்லோரும் படைவீரராக ஆக வேண்டியிருக்கும். சாதியக் கோட்பாட்டின்படி இது சாத்தியமா? இயலாது என்பது வெளிப்படையானது. இந்திய நாட்டின் வரலாறு முழுக்க ஏற்பட்ட தோல்விகளுக்குச் சாதியே காரணம். சாதியானது பொதுமக்கள் ஒன்றிணைவதைத் தடுத்தது. அல்லது ஒருங்கிணைவின் எல்லை மிகக் குறைவாக இருந்தது. க்ஷத்திரியர்கள் மட்டுமே போரிட வேண்டுமென எதிர்பார்க்கப்பட்டனர். பிராமணர்களும் வைசியர்களும் ஆயதங்கள் வைத்திருக்கவில்லை. நாட்டின் பெரும்பான்மையான சூத்திரர்களுக்கு ஆயுதம் ஏந்தும் உரிமையில்லை. இதன் விளைவாகச் சிறு வகுப்பினரான க்ஷத்திரியர்கள் எதிரிகளிடம் வீழ்ந்துவிட்டால் மொத்த நாடும் எதிரிகளின் கால்களில் விழவேண்டியதாகிவிட்டது. எதிர்ப்பைக் காட்ட வழியிருக்கவில்லை. எதிர்ப்பைக் காட்ட வலுவில்லை. இந்தியாவில் நடந்துள்ள போர்கள் பெரும்பாலும் தனித்தனி யுத்தங்கள் அல்லது தனித்தனி முற்றுகைகள்தான். க்ஷத்திரியர்கள் வீழ்ந்தால் மொத்தமும் வீழ்ந்தன. ஏனென்றால் மக்கள் எல்லோரும் ஒன்றிணைந்து போரிடாததே இதற்குக் காரணம். மக்களின் மனப்போக்கிலேயே இது வலுவாக ஊறிவிட்டது.

இந்த முடிவுகள் சரியானவையாக இருக்குமாறு இருந்தால், சமூகத்தைப் பிளவுபடுத்தித் துண்டு துண்டாக்கும், ஈடுபாட்டிலிருந்து தொழிலைப் பிரிக்கும், அறிவைத் தொழிலிலிருந்து பிரிக்கும், அடிப்படைத் தேவைகளை அடைய மனிதருக்குரிய உரிமைகளைப் பறிக்கும், பேராபத்துகளின்போது மக்களை ஒன்றிணைந்து செயல்பட்டுத் தங்கள் திறனை வெளிக்காட்டச் செய்ய இயலாமல் தடுக்கும் ஒரு தத்துவம், சமூகப் பயன்பாட்டுக்கான பரிசோதனையில் எப்படி வெற்றி பெறும்?

IV

இந்துமதத் தத்துவம் சமூகப் பயன்பாட்டு நோக்கத்தையோ தனிமனித நீதியையோ திருப்தி செய்யவில்லை.

என்னுடைய ஆய்வு முடிவுகளோ பலருக்கும் வியப்பைத் தரும் வகையில் தனித்து முரண்பட்டுத் தெரியலாம். இந்துமதத் தத்துவம் குறித்த என் ஆய்வு முடிவுகள் முரணாக இருக்கிறதென்றால் என் ஆய்வு தவறாக இருக்கிறதென்று எவரேனும் சொல்லலாம். இந்த மறுப்பை நான் எதிர்கொள்கிறேன். எனது ஆய்வை மறுப்பவர்கள் எல்லோரும் எனது ஆய்வு முரண்பட்டிருப்பதாகக் கருதுவதற்குக் காரணம் அவர்கள் இந்து மதத் தத்துவத்தின் மையம் என்ன என்பதை விளங்கிக்கொள்வதில் சரியான நோக்கத்தைக் கொண்டிருக்கவில்லை. அவர்கள், அப்படிச் செய்திருந்தால் என் ஆய்வு முடிவுகளைக் கண்டு வியக்க ஒன்றுமில்லை.

இந்த விஷயம் மிக முக்கியமானது. இதனை இன்னும் விளக்க வேண்டும். நான் விளக்க இருக்கும் மதப் புரட்சி, மனிதச் சமூகத்தின் தெய்வீக ஆட்சி முறைக்குத் தேவையான மத குறிக்கோள்கள் அடங்கிய இரண்டு விதமான பிரிவில் வரக்கூடியது. ஒன்று மனிதனை மையமாகக் கொண்டது. மற்றொன்று சமூகத்தை மையமாகக் கொண்டது. பயனளிக்கக்கூடியதாக, முன்னதற்கு எது நல்லது எது தீயது அதாவது நல்லொழுக்கத்தின் பயன்பாடு எனும் சோதனையும், பின்னதற்கு நீதியும் சோதனையாகக் கொள்ளப்படும் என ஆய்வு முடிவுகள் காண்பித்தன. இந்துமதத் தத்துவத்தில் பயன்பாட்டுச் சோதனையும் நீதிச் சோதனையும் என இரண்டிற்கும் சரியான விடை கிடைக்காததற்குக் காரணம், மனிதச் சமூகத்தில் தெய்வீக ஆட்சிக்கான கொள்கை தனித்த பிரிவில் வருவதுதான். தனிமனிதர் மையமாக ஆக முடியாது என்கிற கொள்கை அது. இதன் மையமாகத் தனிமனிதரோ சமூகமோ இல்லை. அது ஒரு வர்க்கம் - பிராமணர் என்கிற அதிமனிதர்களின் வர்க்கம். அதிகாரமும் அழிவும் தரக்கூடிய

இந்த உண்மையை மனத்தில் வைத்திருப்பவர்கள் இந்துமதத் தத்துவத்தில் தனிமனித நீதிக்கோ சமூகப் பயன்பாட்டிற்கோ ஏன் இடமில்லை என்பதைப் புரிந்து கொள்வார்கள். இந்துமதத் தத்துவம் முற்றிலும் வேறான ஒரு கொள்கையில் தோற்றுவிக்கப்பட்டிருக்கிறது. எது சரி? எது நல்லது? என்பதற்கு இந்துமதத் தத்துவம் தரும் பதில் குறிப்பிடத்தக்கது. ஒரு செயல் சரியாகவும் நல்லதாகவும் இருக்க வேண்டுமென்றால் அது அதிமனிதர்களான பிராமணர்களுக்கு நன்மை தரும் செயலாக இருக்க வேண்டும் என்று அது சொல்கிறது. ஆஸ்கர் வைல்டு[38] "அறிவுப்பூர்வமாக இருப்பதென்பது நேர்மையாக இருந்து வெளிப்படுத்திக்கொள்வது" என்கிறார். மனு நேர்மையற்று இருப்பதற்காக வெட்கப்படவோ பயப்படவோ இல்லை. அவர் நேர்மையற்றது என்பதாகக் கூட அதை விட்டுவைக்கவில்லை. அதிமனிதர்கள் யார்? அவர்களுக்கு நன்மை பயக்கும் செயல்கள் மட்டுமே நல்லதும் சரியானதும் என்று, அவரது பார்வையை அதிர்வூட்டும், கம்பீரத் தொனியிலேயே சொல்கிறார். அவரது மேற்கோள்களைப் பார்ப்போம்:

X-3. "பிராமணன் தனது பிறப்பினால் உயர்ந்த இடத்திலிருந்து தோன்றியதாலும், உயர்ந்த குலத்தாலும், தனித்த கட்டுப்பாடான விதிகளை பின்பற்றுவதாலும், குறிப்பிட்ட புனிதப்படுத்தல்களாலும் எல்லா வருணத்தாருக்கும் தலைவனாக உள்ளான்."

அவர் தனக்கான காரணங்களைத் தொடர்ந்து கீழ்கண்டவாறு குறிப்பிடத்தக்க வகையில் மிகைப்படுத்துகிறார்:-

I-93. "பிராமணன் பிரஜாபதியின் முகத்திலிருந்து தோன்றியவனாதலாலும், முதலாவதாகத் தோன்றியவனாதலாலும் வேதங்களைப் பெற்றிருப்பதனாலும் படைக்கப்பட்ட யாவற்றிற்கும் தலைவனாகும் உரிமையைப் பெற்றிக்கின்றான்."

I-94. "தேவர்களுக்கு வேள்வி செய்து மகிழ்விக்கவும், முன்னோர்களுக்கு படையல் இடவும் இந்த உலகத்தை அழிவிலிருந்து காக்கவும்

---

38. ஆஸ்கார் வைல்டு (1854-1900), ஐரிஷ் நாடகாசிரியரும், எழுத்தாளரும், கவிஞரும் ஆவார். இவர் எண்ணற்ற சிறுகதைகளையும் ஒரு புதினத்தையும் எழுதியுள்ளார். நகைச்சுவை வாய்ந்த எழுத்துகளுக்காக மிகவும் அறியப்பட்ட இவர், விக்டோரியா காலத்தில் இலண்டனில் மிகவும் வெற்றிகரமான நாடகாசிரியராக விளங்கியதுடன், அக்காலத்துப் பிரபலங்களுள் ஒருவராகவும் விளங்கினார். இவரது சில நாடகங்கள் இன்றும் அரங்கேறி வருகின்றன.

தக்கவனாகப் பிராமணனைச் சுயம்புவான பிரம்மா தமது வாயிலிருந்து முன்னதாகப் படைத்தார்."

I-95. "எவனுடைய மந்திர கோஷங்களையும், அவிப்பாகத்தையும், தேவர்கள், முன்னோர்கள் இடையறாது உண்டு மகிழ நேர்கிறதோ அந்தப் பிறப்புக்குரியவன் படைப்பில் சிறந்தவனாகின்றான்."

I-96. "படைப்புப் பொருள்களில் உயிருடையவை சிறந்தவை, உயிருள்ளவற்றுள் அறிவுள்ளவை சிறந்தவை, அறிவுள்ளவற்றிலும் மானுடர் சிறந்தவர்கள், மானுடருள் பிராமணர் சிறந்து விளங்குகின்றனர்."

மனு ஏற்கனவே சொல்கிற காரணங்களோடு, பிராமணன் கடவுளின் வாயிலிருந்து படைக்கப்பட்டவன். எனவே அவன் உயர்ந்தவன், ஆகவே தேவர்களுக்கும் இறந்த முன்னோர்களுக்கும் வேள்வியின் பாகத்தை அளிப்பதற்குரியவன் என்கிறார். மனு பிராமணர்களின் உயர்வுக்கு மற்றொரு காரணத்தையும் சொல்கிறார். அது:-

I-98. "ஒரு பிராமணனின் பிறப்பைப் புனித சட்டத்தின் (வேதத்தின்) நிலையான மறு அவதாரம் எனலாம். ஏனென்றால் புனித சட்டத்தை (நிறைவேற்றுவதற்காகவே) அவன் பிறக்கிறான், பிரம்மத்துடன் (கடவுளுடன்) கலந்து விடுகிறான்."

I-99. "உலகப் படைப்புகளில் பிராமணன் உயர்ந்த பிறவியாகப் பிறந்து பிற உயிர்கள் அனைத்துக்கும் தலைவனாக இருப்பதற்கு அவன் சட்டம் என்னும் கருவூலத்தைக் காப்பவனாக இருப்பதே காரணம்."

மனு இப்படிச் சொல்லி முடிக்கிறார்:-

I-101. "பிறரிடமிருந்து பெற்ற போதிலும் பிராமணன் அவனுடைய உணவையே பெறுவதாகவும், அவனுடைய உடையையே அவன் உடுத்துவதாகவும், அவனுடைய பொருள்களையே அவன் அடைவதாகவும் உள்ளது. ஏனையோர் பிராமணினடமிருந்து இவற்றைப் அவனுடைய கருணையால் பெற்று உயிர்வாழ்பவர்களாக உள்ளனர்."

ஏனென்றால் மனுவின் சட்டப்படி:-

II-100. "படைப்புலகில் காணப்படும் பொருள்கள் அனைத்தையும் தனக்குரிய செல்வமாகப் பெறுவதற்கு அவனுடைய பிறவியின் மேன்மையினால் பிராமணன் உரிமை கொண்டிருக்கின்றான்."

மனு இப்படி நெறிப்படுத்துகிறார்:-

VII-37. "அரசன் அதிகாலையில் துயிலெழுந்து, மூன்று வேதங்களையும் அறவியல் நூல்களையும் கற்றுணர்ந்த பிராமணரை வணங்கி வழிபட்டு, அவர்கள் எடுக்கும் முடிவுகளை ஏற்பானாக."

VII-38. "வேதங்கள் அறிந்த, வயதாலும் பக்தியாலும் முதிர்ந்த, மனத்தாலும் உடலாலும் தூய்மையான பிராமணர்களுக்கு அரசன் எப்போதும் மரியாதை செலுத்திவந்தால் அவனை பாதாள உலகின் பூதங்களும் மரியாதை செய்யுமாம்."

IX-313. "செல்வம் இல்லாத இக்கட்டு நேரத்திலும் பிராமணர்களுக்கு அவர்களின் சொத்துகளைப் பிடுங்கி அவர்கள் கோபம் கொள்ளச் செய்யாமல் இருக்க வேண்டும். அவர்களின் வருத்தம், கோபம் இவை அரசனின் படைகள், யானைகள் குதிரைகள் தேர்கள் எல்லாவற்றையும் அழித்துவிடும்."

இறுதியாக மனு சொல்கிறார்:-

XI-35. "பிராமணனே இந்த உலகைப் படைத்தவனெனன (இதன் வாயிலாக) அறிவிக்கப்படுகிறது. தண்டிப்பவனாகவும், ஆசிரியனாகவும் (இருந்து எல்லா உயிர்களுக்கும் புரவலனாக) விளங்குபவனாதலால் அவனை கடும் சொற்களால் பேசுதலும் பழித்துரைத்தலும் ஆகாது."

அதிமனிதர் கோட்பாட்டை முழுமையாக்கவும் எது சரி? எது நல்லது? எனும் கோட்பாட்டைச் சொல்லவும் மனுவின் இரண்டு பகுதிகளை இங்கே கூறுகிறேன்:-

10-122. "பிழைப்புக்காகவும், சொர்க்க வாழ்விற்காகவும் பிராமணர்களுக்கு ஊழியம் செய்தல் சூத்திரனின் கடனாம். பிராமணனின் வேலைக்காரன் என்ற புகழே அவனுக்கு மேன்மை."

10-123. "பிராமணருக்குப் பணி செய்தலே சூத்திரர்க்கு வேறெந்த தொழிலைக் காட்டிலும் மேலானது; பிற அனைத்தும் எந்தப் பயனும் தராதவை."

மேலும் மனு சொல்கிறார்:-

10-129. "சூத்திரன் பொருள் சமபாதிக்க முடிந்தவனாயினும் அவன் தனது தேவைக்கு மேலாகப் பொருள் சேர்க்கக் கூடாது. அவன், பொருள் சேர்த்துப் பணக்காரனாக மாறினால் பிராமணனுக்கு அவன் துன்பம் இழைப்பான்."

மனு தர்மத்திலிருந்து மேற்கோள் காட்டப்பட்ட இந்தப் பகுதிகள் இந்துமதத் தத்துவத்தின் மையக் கருவையும் அதன் மனப்போக்கையும் காட்டுகின்றன. இந்துமதம் அதிமனிதர்களின் சுவிசேஷம், அந்த வேதம் அந்த அதிமனிதர்களுக்கு எது சரியோ அதையே அறநெறிப்படி சரியானது, அறநெறிப்படி நல்லது என போதிக்கும்.

இந்துமதத் தத்துவத்துக்கு இணையான தத்துவம் வேறெதுவும் இருக்கிறதா? அதைக் குறிப்பிட அஞ்சுகிறேன். ஆனால், அது வெளிப்படையானது. இந்து மதத் தத்துவத்துக்கு இணையாக இருப்பது நீட்சே[39]யின் தத்துவம். இந்துக்கள் இதைச் சொல்வதற்காகக் கோபப்படலாம். அது புரிந்துகொள்ளக்கூடியதே. ஏனென்றால் நீட்சேவின் தத்துவம் கடும் வெறுப்புக்கு

---

39. பிரட்ரிக் நீட்சே அல்லது நீட்சே எனச் சுருக்கமாக அறியப்படும் பிரட்ரிக் வில்ஹெல்ம் நீட்சே (1844–1900): 19ஆம் நூற்றாண்டைச் சேர்ந்த ஒரு ஜெர்மானிய மெய்யியலாளரும், மொழியியலாளரும் ஆவார். இவர் மதம், ஒழுக்கநெறி, சமகாலப் பண்பாடு, மெய்யியல், அறிவியல் ஆகியவை தொடர்பில் பல முக்கிய ஆக்கங்களை எழுதியுள்ளார். இவரது ஆக்கங்கள் ஒரு தனித்துவமான ஜெர்மன் மொழி பாணியில் அமைந்திருந்தன. நீட்சேயின் செல்வாக்கு மெய்யியலுக்கு உள்ளேயும் வெளியேயும் குறிப்பிடத்தக்க அளவில் இருந்து வருகிறது. சிறப்பாக இருப்பியல்வாதம், பின்நவீனத்துவம் ஆகியவற்றைக் குறிப்பிடலாம். இவரது பாணியும்; உண்மை தொடர்பான விழுமியம், புறநிலைநோக்கு என்பவை குறித்த அவரது கேள்விகளும்; அவற்றை விளக்குவது தொடர்பாக பல சிக்கல்களை ஏற்படுத்தின. இதனால் அக்காலத்து ஐரோப்பிய மெய்யியலிலும், பகுப்பாய்வு மெய்யியல் துறையிலும் பல துணை நூல்கள் உருவாகின. பேசல் பல்கலைக்கழகத்தின் மொழியியல் துறை தலைமைப் பதவி இவருக்குக் கிடைத்தது. ஆனால், 1879ஆம் ஆண்டில் உடல்நலக் குறைவினால் இப்பதவியில் இருந்து அவர் விலகினார். 1889ஆம் ஆண்டில் இவருக்குத் தீவிரமான மனநோயின் அறிகுறிகள் தென்பட்டன. இதனால், 1900ஆவது ஆண்டில் அவர் இறக்கும்வரை, தனது தாயினதும், சகோதரியினதும் பாதுகாப்பில் இருக்கவேண்டி இருந்தது. 1889ஆம் ஆண்டில், 44 வயதில், அவருக்கு மனநலத் திறன்களின் முழுமையான இழப்பால் ஆகியவற்றால் பாதிக்கப்பட்டார். 1897ஆம் ஆண்டு அவரது தாயார் இறக்கும் வரை பிரட்ரிக்கை கவனித்துக் கொண்டிருந்தார், பின்னர் அவரது சகோதரி எலிசபெத் ஃபொஸ்டர்க் நீட்சேவை கவனித்து வந்தார். இறுதியில் 1900இல் இறந்தார். 'கடவுள் இறந்துவிட்டார்' என்ற சொற்றொடர் அவரின் மாபெரும் தத்துவக் கொடையாகப் பார்க்கமுடிகிறது. கடவுள் எனும் கருத்தாக்கம் மனிதனின் சாத்தியப்பாடுகளை மறுக்கிறது. அது மனித இருப்பை உதாசீனப்படுத்தி கேள்விக்குள்ளாக்குகிறது என்றார். மதச்சார்பற்ற சமுகத்தில்தான் ஆக உயர்ந்த மானுட ஆளுமைகளை உருவாக்க இயலும் என்ற நம்பிக்கையை அவர் தந்தார். அவர் கட்சி என்கிற அமைப்பு ஒன்றிற்காகச் சிந்தித்ததாகத் தெரியவில்லை. அவரது சிந்தனைகளை நிறுவனப்படுத்திட முயற்சிக்கவில்லை. மறுப்புவாதம் ஆழ்ந்த நெருக்கடிக்குப் பதிலளிப்பதன் மூலம் அவரது அழகியல் உறுதிமொழி தென்படுகின்றது.

ஆளாகியிருக்கிறது. அது வேரூன்றவில்லை. அவருடைய சொந்த வார்த்தைகளில் அவரே சொல்லியிருப்பதுபோல் அவர் நிலப் பிரபுக்களின், நிலக்கிழார்களின் தத்துவஞானி என்றும், சில வேளைகளில் ஏளனத்திற்கும், சில வேளைகளில் இரக்கத்திற்கும், மறுப்புக்கும், சிலவேளைகளில் மனிதத்தன்மையற்றவர் என எதிர்ப்புக்கும் ஆளாகியுள்ளார். நீட்சேவின் தத்துவம் அதிகாரத்துக்கான வன்முறைக்கான விருப்புறுதி, ஆன்மீக மதிப்புகளை மறுத்தல், அதிமனிதம் அதற்காக எளிய மனிதர்களை இழிவுபடுத்துதல், கொத்தடிமையாக்குதல், பலியாக்குதல் ஆகியவற்றிற்கு அடையாளமாக இருப்பது. அவரது தத்துவத்தின் இத்தகைய கடும் குறைகள் காரணமாக அவருடைய தலைமுறையைச் சேர்ந்த மக்களுக்கு அதன்மீது வெறுப்பும் அச்சமும் ஏற்பட்டது. அவர் முழுதும் விலக்கப்படாமலிருந்தாலும் புறக்கணிக்கப்பட்டவரானார். அவர் இறந்த பிறகு புகழ்பெறுபவராகத் தன்னைக் கருதிக்கொண்டு நிம்மதியடைந்தார். பல நூற்றாண்டுகளுக்குப் பின் தன்னை ஒரு பகுதி மக்கள் பாராட்டுவார்கள் என்று எதிர்நோக்கினார். இதிலும் நீட்சே ஏமாற்றமடைந்தார். அவருடைய தத்துவங்கள் பாராட்டப்படுவதற்குப் பதிலாக காலங்களுக்குப் பிறகும் அவருடைய தலைமுறை மக்களைப் போலவே கடும் வெறுப்புக்கும் ஒதுக்குதலுக்கும் ஆளானது. நீட்சேவின் தத்துவம் நாஜித்துவத்தைத் தோற்றுவிக்கக் கூடியது என்பது வெளிப்பட்டதே இதற்குக் காரணம். இப்படியான கருத்து எழுவதை அவரது நண்பர்கள் கடுமையாக எதிர்த்தனர்.[40] ஆனால் அவருடைய தத்துவம் அதிமனிதரை உருவாக்குவதைப் போன்றே ஒரு வல்லரசை உருவாக்கவும் வழிகோலும் என்பதை எளிதாகப் புரிந்துகொள்ளலாம். இதையே நாஜிக்கள் செயல்படுத்தினர். எல்லா வகையிலும் நாஜிக்கள் தங்கள் மரபின் மூலத்தை நீட்சேவிடம்தான் தொடங்குகின்றனர். அவரைத் தங்கள் ஆன்மீகத் தந்தையாகக் கருதுகின்றனர். ஹிட்லர் கூட நீட்சேவின் மார்பளவு சிலையின் அருகில் நின்று புகைப்படம் எடுத்துக்கொண்டார். தன் குருவான அவரது கையெழுத்துப் பிரதிகளைத் தம்முடைய உயர்ந்த பாதுகாப்பில் வைத்திருந்தார், நாஜிக்களின் விழாக்களில் நீட்சேவின் எழுத்துகள் உரத்து முழங்கப்பட்டு பிரகடனப்படுத்தப்பட்டன. அவற்றைப் புதிய ஜெர்மானியக் கொள்கைகள் என முழங்கினர். நீட்சேவின்

40. மேலும் தொடரும் சில உண்மைகளை அறிய எம்.பி.நிக்கோலாஸின் 'நீட்சேவிலிருந்து ஹிட்லர் வரை' 1938 நூலைக் காண்க.

நெருங்கிய உறவினர்கள் நாஜிக்களின் ஆன்மீக மரபு நீட்சேவுடன் தொடர்புபடுத்தப்பட்டதை மறுக்கவில்லை. நீட்சேவின் ஒன்றுவிட்ட சகோதரர் ரிச்சர்ட் ஆஹ்லர்[41] இதை ஒப்புக்கொண்டு "நீட்சேவின் சிந்தனைதான் ஹிட்லரின் செயல்" என்றார். நாஜிக்கள் அதிகாரத்துக்கு வந்ததற்கு முன்னோடியாக இருந்தவர் நீட்சேதான் என்றும் அவர் சொன்னார். நீட்சேவின் சொந்தச் சகோதரி, தன் இறப்புக்குச் சில மாதங்களுக்கு முன்பு, ஜரதுஷ்ட்ரா தீர்க்கதரிசனமாகக் கூறிய அதிமனிதரின் அவதாரமாக, மறுபிறவியாக நீட்சேவைக் காண்பதாகவும், அவருக்கு மரியாதையைச் செலுத்திய பியுர்ஹர் அவர்களுக்கு நன்றி தெரிவிப்பதாகவும் கூறினார்.

பெரும் வெறுப்பையும் பயங்கரத்தையும் தூண்டும் நீட்சேவின் பெயரையும் தத்துவத்தையும் மனுவோடு ஒப்பிடும்போது இந்துக்கள் மனத்தில் வியப்பும் வெறுப்பும் ஏற்படவே செய்யும். ஆனால், இதில் ஐயத்துக்கு இடமில்லை. மனுவின் திட்டத்தைப் பின்பற்றுவதாக நீட்சேவே வெளிப்படையாக அறிவித்துள்ளார். நீட்சே அந்தி கிறிஸ்து என்கிற தனது நூலில் கூறியிருப்பதாவது:-

"கற்பிதங்கள் எந்த அளவுக்குத் தீமைசெய்துள்ளன என்பதுதான் இப்போதைய கேள்வி. உண்மையில் கிறிஸ்தவத்தில் புனித முடிவுகள், முழுமையாக இல்லாவிடினும், அவற்றை நடைமுறைப்படுத்துவதில் உள்ளவற்றின் மீதுதான் என்னுடைய மறுப்பு அமைந்திருக்கிறது. தன் முடிவுகள் தவறாக உள்ளன. வாழ்வுக்கு நஞ்சூட்டுதல், பழித்தல் மறுத்தல், உடலை வெறுத்தல், பாவங்களை அற்பமாக நினைப்பதன் மூலம் சுய அசுத்தப்படுதல், கீழ்த்தரப்படுதல் என அதன் வழிமுறைகள் கெட்டனவையாகவும் உள்ளன. மனுவின் சட்டப் புத்தகத்தைப் படித்தபோது என்னுடைய எண்ணங்கள் மாறின, அதுவொரு ஒப்பிட முடியாத அறிவுப்பூர்வமான உயர்வான நூல் என்கிற உணர்வோடு விவிலியத்தைக் குறிப்பிட்டால் கூட அது பெரும் பாவமென்பேன். ஏன் இப்படி என நீங்கள் யூகிக்கலாம். அதில் ஒரு நேர்மையான தத்துவப் பின்னணி உள்ளது. கெட்ட நாற்றமெடுக்கும் யூதத் தூய்மைவாத ராபிக்களின் கோட்பாடுகள் மூடநம்பிக்கைகள் இல்லாத தத்துவம். முழுக்க நுட்பத்தை எதிர்பார்க்கிற ஒரு மனோவியல் நிபுணருக்குக் கூடக்

---

41. ரிச்சர்ட் ஆஹ்லர் (1878 -1948), ஒரு ஜெர்மானிய நீட்சேவிய அறிஞர் ஜெர்மனியின் வெய்மரில் உள்ள நீட்சே காப்பகத்தை இயக்கிய மாக்ஸ் ஆஹ்லர் இவரது சகோதரர் ஆவார். ஆஹ்லர்கள் நீட்ஷேவின் குடும்ப உறவுகளாக இருந்தனர்.

கற்றுக்கொள்ள ஏதேனும் அதில் இருக்கிறது. இதில் முக்கியத்துவம் வாய்ந்த முக்கிய விஷயம், எல்லா வகை விவிலியங்களிலிருந்தும் அடிப்படையிலேயே மாறுபட்டது. இதன் மூலம் பிரபு வம்சத்தினர், தத்துவவாதிகள், வீரர்கள், அனைவரும் மக்களைப் பாதுகாத்து வழிநடத்துவார்கள். உயர்ந்த விழுமியங்கள் அதில் நிரம்பியுள்ளன. முழுமையடைதலுக்கான உணர்வு, வாழ்வுக்கு இணங்கிப்போகும் தன்மை, வாழ்வில் நன்றாக இருப்பதான வெற்றி உணர்வு எல்லாம் மொத்தப் புத்தகத்திலும் ஒளிர்கிறது. இனப்பெருக்கம், பெண்கள், திருமணம் குறித்து கிறிஸ்தவத்தில் ஆழம்காண இயலாத அளவுக்கு மறைமுகமான ஆபாசங்களாகச் சொல்லப்பட்டிருப்பவை இந்நூலில் மாண்புடன், கனிவாக, அன்போடும், நன்னம்பிக்கையோடும் அணுகப்பட்டிருக்கிறது. "தகாத உறவுகளைத் தவிர்ப்பதற்கு ஒவ்வொரு மனிதனும் தனக்கான மனைவியைப் பெற்றிருக்கக் கடவதாக. ஒவ்வொரு மனுஷியும் தனக்கான புருஷனைப் பெற்றிருக்கக் கடவதாக... எரிக்கப்படுவதைவிட மணம் புரிவது மேல்" எனச் சொல்லும் இப்படியான புத்தகத்தை எப்படி ஒருவர் குழந்தைகளிடமும் பெண்களிடமும் கையளிக்க முடியும்: மனிதத் தோற்றமே கிறிஸ்தவமயப் படுத்தப்பட்டிருக்கும்போது அதாவது களங்கமற்ற கர்ப்பம் தரித்ததாகச் சொல்லப்பட்டுள்ளபோது கிறிஸ்தவர் எனச் சொல்லுவது மரியாதைக்குரியதுதானா? மனுவின் சட்டப் புத்தகத்தில் கூறப்பட்டுள்ளதைப்போலப் பெண்களுக்கு மென்மையோடும் கருணையோடும் வேறெந்த நூலிலும் கூறப்படவில்லை. இந்த வெண்தாடி பெரியவர்களும் புனிதர்களும் பெண்களிடம் கம்பீரமாக இருப்பதாகக் காட்டும் முறைகளைத் தெரிந்தவர்கள் இவர்களை இதில் யாரும் மிஞ்ச முடியாது. மனு ஒரு சந்தர்ப்பத்தில் "பெண்ணின் வாய், கன்னியின் மார்பு, குழந்தையின் பிரார்த்தனை, வேள்விப் பலியின் புகை, எப்போதும் தூய்மையானது" என்கிறார். மற்றொரு இடத்தில் "சூரியனின் ஒளியை விட, காற்று, நீர், நெருப்பு, பசுவின் நிழலை விட அந்தக் கன்னிப் பெண்ணின் மூச்சு இவற்றைவிடத் தூய்மையானது எவையுமில்லை" என்கிறார். கடைசியாக; ஒருவேளை இதுவும் ஒரு புனிதப் பொய்யாக இருக்கலாம்; அவர் சொல்கிறார், - "தொப்புளுக்கு மேலுள்ள திறந்த பகுதிகள் எல்லாமே தூய்மையானவை, தொப்புளுக்குக் கீழுள்ள பகுதிகள் எல்லாமே தூய்மையற்றவை, ஆனால் கன்னிப் பெண் ஒருத்தியின் மொத்த உடலுமே தூய்மையானது" என்கிறார்.

இதன் மூலம் ஜரதுஷ்டரர் என்பது மனுவின் புதிய பெயர் என்றும் "ஜரதுஷ்டிரா இவ்வாறு கூறினான்" என்னும் நூல் மனு ஸ்ம்ரிதியின் புதிய பதிப்பு எனவும் சந்தேகத்துக்கு இடமின்றிக் கூறலாம்.

மனுவுக்கும் நீட்சேவுக்கும் ஏதேனும் வேறுபாடு இருக்குமென்றால் அது ஒன்றில்தான். நீட்சேவுக்கு ஏற்கனவே இருக்கும் மனித இனத்திலிருந்து அதிமனிதர் இனம் எனும் சிறப்பான இனத்தைப் படைக்க வேண்டும் எனும் தீராத விருப்பம் கொண்டிருந்தார். மனுவோ தங்களை அதிமனிதர்களாகக் கோரி அப்படியே ஆக்கிகொண்ட சிறப்புரிமைகள் பெற்ற ஒரு வகுப்பினருக்கு அவற்றைக் கட்டிக்காக்க ஆர்வம் கொண்டவர். நீட்சேவின் அதிமனிதர்கள் தங்கள் ஆற்றலால் திறமையால் அதிமனிதர்கள் ஆனவர்கள், நீட்சே எந்தவொன்றிலும் தனிப்பற்றைக் காட்டாத தத்துவவாதி. ஆனால் மனுவோ அதிமனிதர்கள் எனும் பட்டம் பெற்ற குறிப்பிட்ட குழுவினரின் நலன்களைக் காப்பாற்றுவதற்காகவே ஒரு தத்துவத்தை உருவாக்குவதற்காகப் பணியமர்த்தப்பட்டவர். அவரால் அதிமனிதர் எனப் பெயர் சூட்டப்பட்டவர் அந்தப் பெயருக்குரிய பண்புகளில் எதுவும் இல்லாதபோதும் பண்புகளிலிருந்து வழுவியபோதும் அந்தப் பெயரை இழக்கத் தேவையில்லாதவர். கீழ்காணும் மனுவின் கூற்றுகளை ஒப்பிட்டுப் பார்க்கலாம்:

10-81. "தனக்கு விதிக்கப்பட்ட தொழில் செய்து வாழ்க்கை நடத்த இயலாதபோது பிராமணன், க்ஷத்திரியனுக்குரிய தொழிலைச் செய்து பிழைத்துக் கொள்ளலாம். ஏனெனில் இதுதான் அவனுக்குரிய அடுத்த குலத்தொழில் ஆகும்."

10-82. "பிராமணன், தனது குலத் தொழில், க்ஷத்திரியருக்குரிய தொழில் ஆகிய இரண்டையும் செய்து வாழ்க்கை நடத்த முடியாத பட்சத்தில் வாழ்க்கை நடத்துவதற்கு என்ன செய்ய என்ற கேள்விக்கு வைசியனுக்குரிய வாணிபம் செய்தும், உழுது பயிரிட்டும், கால்நடைகள் மேய்த்தும் வாழ்க்கையை நடத்திக் கொள்ளலாம் என்பதே விடையாகும்."

மனு மேலும் சொல்கிறார்:

9-317. "எவ்வாறு நெருப்பானது (வைதீக காரியங்கள் செய்வதற்கு) பயன்பட்டாலும் பயன்படாவிட்டாலும் தெய்வத் தன்மையுடன்

விளங்குகிறதோ அவ்வாறே ஒரு பிராமணன் கற்றறிந்தவனாகவோ மூடனாகவோ இருந்தாலும் தெய்வத் தன்மையுடன் இருக்கின்றான்."

9-319. "பிராமணர்கள் (எவ்வகையான) இழிந்த தொழில்களைச் செய்த போதிலும் அனைத்திலும் அவர்கள் மதிப்புக்குரியவராவர்; ஏனென்றால் அவர்கள் ஒரு வகைத் தெய்வீகத் தன்மை பெற்றவராவர்."

நீட்சேவின் அதிமனிதக் கோட்பாட்டைவிட ஒப்பிடும்போது மனுவின் அதிமனிதக் கோட்பாடு இழிவானது, தரப்படுத்துவது, ஆகவே கடுமையாக வெறுக்கத்தக்க, அருவருப்பூட்டும் தன்மையும் கொண்டது.

இதன் மூலம் இந்துமதத் தத்துவம் நீதிச் சோதனையிலும் பயன்பாட்டுச் சோதனையிலும் ஏன் தேர்வாகவில்லை என்பது விளங்குகிறது. இந்துமதம் சாதாரண மனிதர்களைக் குறித்து அக்கறை கொள்ளவில்லை. இந்துமதம் ஒட்டுமொத்தமான ஒரு சமூகம் குறித்தும் அக்கறை கொள்ளவில்லை. அதனுடைய மையமாக ஒரு குறிப்பிட்ட வகுப்பினரின் நலன் குறித்த அக்கறையும் அதன் தத்துவம் அவர்களின் உரிமையைத் தக்க வைக்கவும் அதற்குத் துணையாக நிற்கவும் செய்கிறது. இதனால்தான் இந்துமதத் தத்துவத்தில் சாதாரண மனிதர்களின் நலனும் சமூகத்தின் நலனும் மறுக்கப்படுகின்றன, ஒடுக்கப்படுகின்றன, மேலும் அதிமனிதர்களுக்காக அவை பலிகொடுக்கப்படுகின்றன. இப்படியான ஒரு மதத்தினால் மானுடருக்கு என்ன மதிப்பு? திரு. பால்ஃபோர்[42] ஒரு மதமாக எடுத்துக்கொண்டு நேர்மறைவாதத்தின் தகுதிகளைப் பற்றிப்

---

42. பால்ஃபோர் – அனுபவவாதம் அல்லது நேர்மறைவாதம் என்னும் தத்துவம்.

ஆர்தர் ஜேம்ஸ் பால்ஃபோர் (1848-1930), லார்ட் பால்ஃபோர் என்று அழைக்கப்படுபவர், 1902 முதல் 1905 வரை ஐக்கிய இராச்சியத்தின் பிரதமராகப் பணியாற்றிய ஒரு பிரிட்டிஷ் அரசியல்வாதி ஆவார். லாயிட் ஜார்ஜ் அமைச்சகத்தில் வெளியுறவுச் செயலாளராக இருந்த அவர், அமைச்சரவையின் சார்பாக 1917ஆம் ஆண்டின் பால்ஃபோர் பிரகடனத்தை வெளியிட்டார். இது பாலஸ்தீனத்தில் 'யூத மக்களுக்கான இல்லத்தை' ஆதரித்தது.

1874இல் பாராளுமன்றத்தில் நுழைந்த பால்ஃபோர் அயர்லாந்தின் தலைமைச் செயலாளராக முக்கிய இடத்தைப் பெற்றார், அந்த நிலையில் அவர் விவசாய கலகத்தை அடக்கினார், அதே நேரத்தில் நில உரிமையாளர்களுக்கு எதிராக நடவடிக்கை எடுத்தார். அவர் ஐரிஷ் ஹோம் ரூலை எதிர்த்தார், அயர்லாந்திற்கு இடையில் ஐக்கிய இராச்சியத்திற்குள் இருக்கவோ அல்லது சுதந்திரமாகவோ இருக்க முடியாது என்று கூறினார். 1891 முதல் ஹவுஸ் ஆஃப் காமன்ஸில் கன்சர்வேடிவ் கட்சியை வழிநடத்தினார்.

பேசும்போது நேர்மறைவாதிகளிடமும் கேட்ட கேள்விகள் நினைவுகூரும்படியானவை. பொருத்தப்பாடோடு அவர் கேட்பதாவது:

"அன்றாடங்களின் தேவைகளிலும் சிறு கவலைகளிலும் மூழ்கி இழுத்துக்கொள்ளப்பட்டு அதீதமான உணர்ச்சிப் பெருக்கில் கணந்தோறும் போராடிக்கொண்டிருக்கும் எண்ணற்ற மக்கள்திரளுக்கு நேர்மறைவாதிகள் என்ன சொல்லப் போகிறார்கள்? மானுடம் எனும் மாபெரும் நாடகத்தில் தங்களின் சரியான பாத்திரம் என்ன என்பதைப் பற்றி எண்ணிப் பார்ப்பதற்கான வாய்ப்போ தெளிவோ இல்லாதவர்களுக்கும் அல்லது அதன் முக்கியத்துவத்தையோ அதன் ஈடுபாட்டையோ குறித்து அறியாமல் குழம்பிவிடக் கூடியவர்களுக்கு இவர்கள் சொல்வது என்ன? சொர்க்கத்தைப் படைத்த கடவுளுக்கு முன் ஒரு பொருட்டும் இல்லாத அளவுக்குத் துளியும் அருகதையற்றவர்கள் எனக் கருதப்படக்கூடியவர்கள் யாருமில்லை என அவர்கள் உறுதியளிக்க முடியுமா? இந்த உலகியல் அமைப்பு ஒன்றுமில்லாமல் சூனியமாகிப் போன பின்பு முடிவற்ற விளைவுகளை உருவாக்கிக் கொண்டேயிருக்கும் ஆற்றல் அற்றதா அவரது செயல்? இழப்புக்கு ஆளானவர்களுக்கு ஆறுதலையும், எளியவர்களுக்கு வலிமையையும், பாவிகளுக்கு மன்னிப்பையும், களைப்புற்றவர்களுக்கும், பாரம் சுமப்பவர்களுக்கும் ஓய்வையும் அளிக்கக் கூடியதா அது?"

இதே கேள்விகள் மனுவிடமும் கேட்கலாம்.

இதற்கான பதில்கள் அனைத்தும் நேர்மறையாக (ஆமென்றே) இருக்க வேண்டும்.

சுருக்கமாக இந்து மதத் தத்துவம் மனிதநேய மதம் எனச் சொல்ல முடியாததாக இருக்கின்றது. இதனால்தான் பால்ஃபாரின் வார்த்தையில் சொல்வதாக இருந்தால் சாதாரண மனிதத்தில் இந்துமதம் ஊடுருவினால் அது அதன் உள்ளார்ந்த வாழ்வினை பிரதிபலிக்காது. அது செய்யக்கூடியது எதுவென்றால் ஊடுருவும் எல்லாவற்றையும் முடக்கிவிடுவது மட்டுமே. இந்துமதத்தில் சாதாரண ஆன்மாக்களுக்கு எவ்வித ஊட்டமளிக்கும் விஷயங்களோ, சாதாரணர்களின் துயரங்களுக்கு ஆறுதலோ, சாதாரண மனித நலிவுகளுக்கு உதவியோ இல்லை. பயனில்லாத போராட்டத்தின் இறுதியில், தாங்கள் பலியாகும், தங்களைப் பெற்றெடுக்கும் இயற்கையின் எண்ண முடியாத ஆற்றலின்

முன் நேருக்கு நேர் சந்திக்கும் மனிதர்களை அது இருளில் தள்ளிவிடுகிறது. மதத் தன்மையில்லாத மதங்களுக்கு முந்தைய வடிவங்களை விடக் கொடூரமான மதமாக, கடவுளோடு மனிதனுக்கு எந்தவிதத் தொடர்புமில்லாமல் செய்துவிடுகிறது.

இப்படியான இந்துமதத் தத்துவம், அதிமனிதர்களின் சொர்க்கமாகவும் சாதாரண மனிதர்களின் நரகமாகவும் உள்ளது.

எல்லாத் தரப்புகளிலிருந்தும் இந்துமதத் தத்துவம் குறித்த என் நிலைப்பட்டிற்காக நான் தாக்கப்படுவேன் என்பதை உணர்ந்திருக்கிறேன். சமகாலக் கருத்துகளிலிருந்து என்னுடைய கண்ணோட்டம் மாறுபட்டிருப்பதால் தாக்குதலுக்கு உள்ளாவது உறுதியாக நிகழக்கூடியதுதான். இந்தத் தாக்குதல் பல்வேறு இடங்களிடமிருந்தும் வரலாம்.

மனு ஸ்மிருதியை நான் இந்து மதத்தின் புனித நூலாக எடுத்துக் கொண்டது தவறு என்றும், இந்து மதத்தின் உண்மையான கோட்பாடுகள் வேதங்களிலும் பகவத் கீதையிலும்தான் அடங்கியுள்ளன என்றும் சொல்லப்படலாம்.

ஆச்சாரமான இந்துக்கள் மனு ஸ்மிருதியை இந்து மதத்தின் புனித நூலாக ஏற்றுக்கொள்வதை மறுக்கமாட்டார்கள் ஆர்ய சமாஜிகள் போன்ற ஒருசில சீர்திருத்த இந்துக் குழுக்கள் வேண்டுமானால் ஏற்க மறுக்கலாம். ஆனால் இந்த மறுத்தல் ஆதாரமற்றது என்பதில் ஐயமில்லை. இந்தக் குற்றச்சாட்டை மறுப்பதற்கு ஸ்மிருதிகள் இந்துக்களின் வாழ்வில் எத்தகைய இடத்தைப் பெற்றுள்ளன என்பதையும் அவற்றின் செல்வாக்கையும் விளக்குவது[43] சிறந்தது.

---

43. பேராசிரியர். அல்டேகரின் சுவாரசியமான கட்டுரை 'தர்மத்தின் மூலாதாரமும் ஸ்மிருதிகளின் நிலையும் – கானே நினைவுத் தொகுதி'–பக்– 18.25

அனந்த் சதாசிவ் அல்டேகர் (1898-1960), இந்தியாவின் மகாராஷ்டிராவைச் சேர்ந்த ஒரு வரலாற்றாசிரியர், தொல்பொருள் ஆராய்ச்சியாளர், நாணயவியல் நிபுணர் ஆவார். இந்தியாவின் வாராணசியில் உள்ள பனாரஸ் இந்து பல்கலைக்கழகத்தில் பேராசிரியராகவும், பண்டைய இந்திய வரலாறு கலாச்சாரத் துறையின் தலைவராகவும் இருந்தார்.

பல்வேறு அகழ்வாராய்ச்சிகளுக்குத் தலைமை தாங்கினார்; அவரது கண்டுபிடிப்புகள் டேவிட் பிரைனார்ட் ஸ்பூனரின் கோட்பாடுகளை உறுதிப்படுத்தின 1958ஆம் ஆண்டு வைஷாலிக்கு அருகிலுள்ள புத்த மடாலயத்தில் அல்டேகர் தோண்டிய கலசமானது பாட்னா அருங்காட்சியகத்தில் காட்சிக்கு வைக்கப்பட்டுள்ளது, அதில் புத்தரின் சாம்பல் இருப்பதாகக் கூறப்படுகிறது. அல்டேகரின் புத்தகமான *பண்டைய இந்தியாவில் கல்வி*

முதலில் வேதங்களைக் கற்றவர்கள் பரிந்துரைத்ததும் அங்கீகரித்ததுமான சமூகப் பழக்கவழக்கங்கள், சடங்குகள், சம்பிரதாயங்கள் இவை தொடர்பான விதிகளைக் கொண்டதாகவே ஸ்மிருதிகள் இருந்தன. நீண்ட காலங்களாக வேதங்களைக் கற்றறிந்தவர்களின் நினைவுகளிலேயே இவை இருந்துவந்தன. வேதங்கள் அல்லது ஸ்ருதிகள் என்பவை கேட்கப்பட்டவை என்றும், அதற்கு மாறாக ஸ்மிருதிகள் நினைவில் உள்ளவை என்றும் அழைக்கப்பட்டன. ஆரம்பக் காலத்தில் ஸ்மிருதிகளை வகைப்படுத்தியபோது அவை வேதங்களில் அடங்கியுள்ள விதிகளைவிட ஒப்புநோக்கத் தாழ்ந்தவை எனக் கருதப்பட்டன.

அதிகாரத்திலும் கட்டுப்பாட்டிலும் இவற்றிற்கான வேறுபாடு என்பது ஒன்றைக் கேட்பதில் உள்ள நம்பகத் தன்மைக்கும் நினைவில் மட்டுமே உள்ளதற்கான நம்பகத்தன்மைக்குமான இயற்கையான வேறுபாடே ஆகும். இந்த தர்ம சாஸ்திரங்களுக்கிடையேயான வேறுபாட்டிற்கு மற்றொரு காரணம் உண்டு. அது இதை எழுதிய ஆசிரியர்களின் தகுதியைப் பொறுத்தது. வேதங்களின் ஆசிரியர்கள் ரிஷிகள். ஸ்மிருதிகளின் ஆசிரியர்கள் கல்விமான்கள். ரிஷிகள் கல்விமான்களை விடத் தகுதியிலும் புனிதத்திலும் உயர்ந்தவர்கள். இந்த வேறுபாட்டின் காரணமாக ஸ்மிருதிகளை விட வேதங்கள் அதிகாரப்பூர்வமானவை எனக் கருதப்படலாயின.

இதன் மூலம் எழுந்த விளைவுகள் இந்து இறையியல் கோட்பாடுகளில் வெளிப்படுவதைக் காணலாம். ஒரே பொருள் குறித்த இருவேறு வேதங்களின் விதிகளில் முரண்பாடு எழும்போது அதில் ஒரு வேதத்தின் விதியைச் செயல்படுத்த முடியாதது எனக் கருத முடியாது. ஆனால் ஸ்ருதியில் உள்ள ஒரு விதிக்கும் ஸ்மிருதியில் உள்ள ஒரு விதிக்கும் முரண் எழுந்தால் ஸ்மிருதியை விட ஸ்ருதியின் விதியே மேலோங்கி நிற்கிறது, இதற்கான மேற்குறிப்பிட்ட காரணங்களே இரண்டுக்குமான ஏற்றத்தாழ்வை ஏற்படுத்தியது. ஆனாலும் பேராசிரியர் அல்டேகர் சுட்டிக் காட்டுவதுபோல் காலங்கள் செல்ல செல்ல ஸ்மிருதிகளுக்கு வேதங்களுக்குச் சமமான அதிகாரம் கிடைக்கப்பெறலாயிற்று. இதை நிறைவேற்ற பல்வேறு வழிமுறைகள் மேற்கொள்ளப்பட்டன. முதலாவதாக

சுமார் கி.பி 1200 வரை இந்தியக் கல்வியின் அனைத்து அம்சங்களையும் ஒரு விரிவான மதிப்பாய்வை வழங்கியது.

ஸ்மிருதிகளைப் படைத்தவர்களும் ரிஷிகளின் நிலைக்குத் தரம் உயர்த்தப்பட்டனர். கௌதமர், பௌத்யாயனர் போன்ற தொடக்க கால தர்ம சாஸ்திர எழுத்தாளர்களுக்கு ரிஷி அந்தஸ்து அளிக்கப்படவில்லை. ஆனால் மனுவும் யக்ஞவல்கியரும் ரிஷிகளாகக் கணக்கிலெடுக்கப்பட்டார்கள். இதன்மூலம் ஸ்ருதிகளுக்கு இணையான அந்தஸ்து ஸ்மிருதிகளுக்கும் தரப்பட்டு இரண்டும் சமப்படுத்தப்பட்டது. இரண்டாவது வழியாக அழிந்துவிட்ட ஸ்ருதி ஒன்றை நினைவில் வைத்திருந்து எழுதியதுதான் ஸ்மிருதி என்று கொள்ளப்பட்டது. இதனால் ஸ்ருதியிலிருந்து ஸ்மிருதி வேறுபட்டதாகக் கருதப்படாமல் ஸ்ருதியும் ஸ்மிருதியும் ஒரே வகை என்றும் ஒன்றுக்கொன்று வேறுபடுத்த முடியாததென்றும் ஆகிவிட்டது. இதன் விளைவாக இவை இரண்டின் அதிகாரம் குறித்த விதிகளில் அடியோடு மாற்றம் ஏற்பட்டது. முன்பு ஸ்ருதி ஸ்மிருதியின் ஒரு விதியில் முரண்பாடு ஏற்பட்டால் ஸ்ருதியின் விதியே ஏற்புடையதாகக் கருதப்பட்டது. ஆனால் புதிய விதிகளின்படி இரண்டுக்குமிடையே ஏதேனும் முரண்பாடு வருமானால் ஸ்மிருதியின் விதியையும் ஸ்ருதியைப் போன்றே செயல்படுத்திக் கொள்ளலாம் என வாய்ப்பு அளிக்கப்பட்டது. இந்தப் புது விதி வெளிப்படையாகச் செயல்பட்டது குமரிலபட்டர் பூர்வ மீமாம்சத்தின் சூத்திரத்திற்கான உரையில்தான். அதில் ஸ்மிருதிகளும் ஸ்ருதிகள் போன்றே அதிகாரப்பூர்வமுடையவை ஆயின.

முன்பு இந்துச் சமூகம் வேதங்களுக்குக் கட்டுப்பட்டு வேதங்களுக்குப் புறம்பான விதிகளை ஏற்காமல் இருந்துவந்தது. இந்தப் புது விதி அந்நிலையை மாற்றி ஸ்ருதியையோ ஸ்மிருதியையோ பின்பற்றிக்கொள்ளலாம் எனச் சமூகத்தை அதன் விருப்பத்துக்கு விட்டுவிட்டது. பின்னர் இந்த விருப்பத்தேர்வும் நீக்கப்பட்டது. இது ஸ்ருதிகளைப் போன்றே ஸ்மிருதிகளையும் கட்டாயம் கற்றுக் கொள்ளவேண்டும் என்றாக்கியதன் மூலம் நிகழ்ந்தது.

இந்த மாற்றம் படிப்படியாகச் செய்யப்பட்டது. ஸ்ருதியும் ஸ்மிருதியும் பிராமணர்களின் இரு கண்கள் என்று முதலில் சொல்லப்பட்டது. ஒன்றைக் கற்றுக்கொண்டு இன்னொன்றை விட்டுவிட்டால் ஒற்றைக் கண்ணுடையவனாகிவிடுவான் எனப்பட்டது. தொடர்ந்து வேதங்களையும் ஸ்மிருதிகளையும் ஒருசேரக் கற்றுக்கொண்டால்தான் பிராமணியம் அமையும்

என்னும் கோட்பாடு வந்தது. இறுதியாக வந்த விதியின்படி, ஸ்மிருதியை மட்டும் கற்றுக்கொள்வது அங்கீகரிக்கப்பட்டதோடு, ஸ்மிருதியை பழிப்பது பாவமென்றும் அப்படி பாவம் செய்தவன் 21 தலைமுறைகள் விலங்காகப் பிறப்பான் என்றும் சபிக்கப்பட்டான்.

இந்து மதத்தின் மூல ஆதார நூல்களாக ஸ்மிருதிகள் இப்படியாகத்தான் அங்கீகரிக்கப்பட்டன. இதில் சந்தேகத்துக்கு இடமில்லை என்பதைப் பேராசிரியர் அட்லேகரின் கூற்றின் வழி நிறுவலாம்.

அவர் சொல்கிறார்: ஸ்மிருதிகள் "பல்வேறு சமூக, சமூக - சமய நிறுவனங்கள் அமைவதற்கும், சம்பிரதாயப் போக்குகள் உருவாகுவதற்கும், நவீன இந்துமத வளர்ச்சிக்கும் பெரும் பங்காற்றியுள்ளன."

எனவே இந்துமதத்தின் தத்துவம் மனு ஸ்மிருதியில் அடங்கியிருக்கிறது என நான் எடுத்துக்கொண்டது தவறு எனச் சொல்லமுடியாது என்றாகிறது.

ஒரு சுயநலமான காரணத்துக்காகத்தான் ஸ்மிருதிகள் வேதங்களின் அந்தஸ்துக்குப் பிரமணர்களால் உயர்த்தப்பட்டது. ஸ்மிருதிகளில் சாதிக் கோட்பாடு, பிராமண மேன்மை, அவர்களின் சிறப்புச் சலுகைகள், சிறப்புரிமைகள், க்ஷத்திரியர்களையும் வைசியர்களையும் அடக்கிவைக்கும் கோட்பாடு, சூத்திரர்களைத் தரம் தாழ்த்தும் கோட்பாடு ஆகியன அதன் வரையறையற்ற நிலையிலும் வளர்ச்சியுற்ற நிலையிலும் இடம் பெற்றுள்ளன. இவைகள்தாம் ஸ்மிருதிகளின் தத்துவங்கள் என ஆனபின்பு பிராமணர்கள் வேதங்களுக்கு அளிக்கப்பட்டிருந்த அதிகாரங்களை ஸ்மிருதிகளில் முதலீடு செய்ய நேரடியாக ஆர்வம் கொண்டனர். இறுதியாக அவர்கள் அதில் வெற்றிபெற்றனர். ஆனால் நாடு அழிவுற்றது. ஆச்சாரமான ஆஸ்தீகமான இந்துக்கள் ஏற்றுக்கொள்வது போல இந்து மதத் தத்துவம் வேதங்களிலும் பகவத் கீதையிலும்தான் இடம்பெற்றுள்ளது என ஏற்றுக்கொண்டாலும் முடிவில் என்ன வித்தியாசம் ஏற்பட்டுவிடப்போகிறது என்பதுதான் கேள்விக்குரியது.

ஒருவர் ஸ்மிருதியையோ, வேதத்தையோ, பகவத் கீதையையோ என எதை எதுவொன்றை எடுத்துக் கொண்டாலும் அது என்னைப் பொறுத்தவரை ஒரு பொருட்டேயில்லை.

ஸ்மிருதிகள் கற்றுக்கொடுப்பதற்கும் வேதங்கள் சொல்வதற்கும் அடிப்படையில் ஏதேனும் மாறுபாடுகள் இருக்கிறதா? ஸ்மிருதிகளின் விதிகளுக்கும் பகவத்கீதையின் விதிகளுக்கும் ஏதேனும் முரண்கள் இருக்கிறதா? சில எடுத்துக்காட்டுகள் மூலம் இதனைத் தெளிவுபடுத்தலாம்.

புருஷசூக்தம் என்பதன் வழியாகச் சதுர்வர்ணக் கோட்பாட்டை வேதங்கள்தாம் விதித்துள்ளன என்பதில் மாற்றுக்கருத்துக்கு இடமில்லை. புருஷசூக்தம் இரண்டு அடிப்படைக் கொள்கைகளை அங்கீகரிக்கிறது. சமூகத்தை நான்கு பிரிவுகளாகப் பிரிப்பதை லட்சியமாக ஏற்கிறது. இந்த நான்கு பிரிவுகளுக்கு இடையேயும் சமத்துவமின்மையை ஒரு லட்சியமான தொடர்பாக அது ஏற்கிறது.

பகவத் கீதை போதிப்பதும் விவாதத்திற்கு அப்பாற்பட்டது. பகவத் கீதையின் போதனைகளைக் கீழ்காணும் கிருஷ்ணனின் நான்கு கூற்றுகளின் மூலம் சுருக்கிக் கூறலாம்.

1. நானே சதுர்வர்ணத்தைப் படைத்தேன் (அதாவது பிராமணர், க்ஷத்திரியர், வைசியர், சூத்திரர் என்கிற நால்வகை சமூகக் கட்டமைப்பு). நால்வகை வருணத்தினருக்கும் அவரவர்கள் இயற்கையான தகுதிக்கேற்ப தொழில்களைப் பிரித்தளித்து உள்ளேன். எனவே நானே இந்தச் சதுர்வருணங்களைப் படைத்தவன் ஆகிறேன். *- கீதை- IV- 13*

2. ஒருவர் இன்னொரு வருணத்தவரின் தொழிலைச் செய்வது எளிதாக இருந்தாலும் அவருடைய சொந்த வருணத்தின் தொழிலை மிகச் சிறப்பாகச் செய்ய முடியாதபோதும் தனது வருணத்துக்குரிய தொழிலைச் செய்வதே சாலச் சிறந்தது. ஒவ்வொருவருடைய வருணத்துக்குரிய தொழிலைச் செய்வதில் மரணமே நேரிட்டாலும் அதைச் செய்வது பேரானந்தம் கொண்டது. அதே நேரத்தில் மற்ற வருணத்தின் தொழிலைச் செய்வது ஆபத்தானது. *- கீதை-III-35*

3. தத்தமது தொழிலில் பற்றுடைய கல்வியறிவு அற்றவர்களைக் கற்றவர்கள் குழப்பிவிடக்கூடாது. கற்றவர்கள் தங்கள் வருணத்துக்குரிய தொழில்களை அவர்களே செய்து கல்லாதவர்களுக்கு முன்னுதாரணமாக இருக்க வேண்டும். கற்றவர் தனது தொழில் மீது பற்றில்லாதவராக

இருக்கலாம். ஆனால், அவர் தமது தொழிலின் மீது பற்று கொண்டுள்ள கல்லாதவருக்கும், சிந்தனை குறைபாடு உடையவர்களுக்கும் தம் தொழிலை விட்டுவிட்டு வேறு தொழிலுக்குப் போய்விடும் கெட்ட வழியில் விட்டுவிடக் கூடாது. - கீதை - III-26, 29

4. ஓ, அர்ஜுனனே! எப்போதெல்லாம் கடமைகளும், தொழில்களுமான இந்த தர்மம் (அதாவது: சதுர்வருண மதம்) தோல்வியுறுகிறதோ அப்போதெல்லாம் இந்தத் தோல்விக்குக் காரணமானவர்களைத் தண்டித்து தர்மத்தை நிலைநாட்ட நானே பிறப்பேன். - கீதை-IV-7-8

இதுவே கீதையின் நிலைப்பாடு. மனு ஸ்மிருதிக்கும் இதற்கும் என்ன வேறுபாடு? கீதை மனுஸ்மிருதியின் சுருக்கமான வடிவம். மனுஸ்மிருதியிலிருந்து தப்பித்து கீதையிடம் தஞ்சம் புகுவோர் கீதையை அறியாதவர்களாக இருக்கிறார்கள் அல்லது கீதையின் ஆன்மாவான பகுதிகள் மனுஸ்மிருதிக்கு நெருக்கமானது என்பதைக் கண்டுகொள்ளாமல் விட்டுவிடுபவர்களாக இருக்கிறார்கள்.

இந்து மதத் தத்துவத்தை விளக்கியுரைக்க நான் எடுத்துக் கொண்டுள்ள வேதம், கீதை ஆகியவற்றின் பகுதிகளை மனுஸ்மிருதியோடு ஒப்பிட்டுப் பாருங்கள். ஒருவர் இவற்றில் என்ன வேறுபாட்டைக் கண்டுகொள்ள முடியும்? ஒரே வேறுபாடு வேதங்களும் பகவத் கீதையும் பொதுவான கோட்பாடுகளைப் பேசுகின்றன. ஸ்மிருதிகள் அந்தக் கோட்பாடுகளைக் குறிப்பாகவும் விலாவரியாகவும் சொல்கின்றன. ஆனால் உள்ளடக்கத்தைக் கணக்கெடுக்கையில் இவை எல்லாமே ஒரே வடிவமைப்பில் பின்னப்பட்டுள்ளன. ஒரே இழை இவற்றுக்கிடையே ஓடுகிறது. இவை ஒரே கட்டுமானத்தின் பகுதிகள்.

இதற்கான காரணம் வெளிப்படையானது. உபநிடத நூல்களைத் தவிர இதர இந்துமத நூல்களின் ஆசிரியர்களாக இருக்கிற பிராமணர்கள் ஸ்மிருதிகளில் தாங்கள் உருவாக்கிய கோட்பாடுகளை வேதங்களிலும் பகவத் கீதையிலும் திணிப்பதற்குக் கடும் முயற்சிகளை எடுத்துக்கொண்டனர். எனவே இவற்றுக்கிடையே தேர்ந்தெடுப்பதிலும் அலசுவதிலும் பயன் இல்லை. இந்துமதத் தத்துவம் என்பது ஒருவர் மனுவைப் புனித நூலாகக் கொண்டாலும் சரி, வேதங்களையோ பகவத் கீதையையோ புனித நூலாகக் கொண்டாலும் சரி, இந்து மதத் தத்துவம் என்பது ஒன்றேதான்.

இரண்டாவதா மனுஸ்மிருதி என்பது சட்ட நூலே தவிர அறநூல் அல்ல. அதுபோல நான் இந்துமதத்தின் தத்துவம் என முன்வைப்பது சட்டப்பூர்வமான தத்துவம்தானே தவிர ஒழுக்க நெறிகளின் தத்துவம் அல்ல என எதிர்ப்புகள் வரலாம்.

இதற்கான எனது விடை எளிதானது. இந்துமதத்தில் சட்டப்பூர்வமான தத்துவத்திற்கும் ஒழுக்க நெறி தத்துவத்திற்கும் இடையே வேறுபாடுகள் இல்லை எனக் கருதுகிறேன். ஏனென்றால் இந்து மதத்தில் சட்டத்திற்கும் ஒழுக்க நெறிக்கும் இடையே வேறுபாடுகள் இல்லை, சட்டமே ஒழுக்க நெறியாக உள்ளது.

எனது வாதத்துக்குச் சான்றாக நிறைய ஆதாரங்களைக் காட்டத் தேவையில்லை. ரிக் வேதத்தில் தர்மம் என்கிற சொல்லின் பொருள்[44] என்ன என்பதை எடுத்துக்கொள்வோம். ரிக் வேதத்தில் தர்மம் எனும் சொல் 58 முறை பயிலப்படுகிறது. அது ஆறு விதமான பொருளில் பயன்படுத்தப்பட்டுள்ளது. 1. பண்டைய வழக்கம் 2. சட்டங்கள் 3. சமூகத்தில் சட்டம் ஒழுங்கை காக்கும் ஏதேனுமொரு ஏற்பாடு 4. இயற்கையின் போக்கு 5. ஒரு பொருளின் தரம் அல்லது பண்பு 6. நன்மை தீமையின் கடமை.

ஆரம்பத்திலிருந்தே இந்து மதத்தில் தர்மம் என்னும் சொல் இருபொருள் கொண்டதாகப் பயன்படுத்தப் பட்டுள்ளதைக் காணலாம். சட்டம் ஒழுக்க நெறி என்னும் இரு பொருளும் கொண்டது தர்மம். ஆகவே இந்து மதத்தில் சட்டத் தத்துவம் ஒழுக்க நெறித் தத்துவம் என இரண்டுக்குமிடையே வேறுபாடுகள் இல்லை என்பதற்கு இதுவுமொரு காரணம்.

இந்துக்களுக்கு ஒழுக்க நெறிச் சட்டங்கள் இல்லையெனச் சொல்லிவிட முடியாது. அவர்களுக்காண ஒழுக்க நெறிகள் உள்ளன. ஆனால் இந்து மத ஒழுக்கநெறிக் கோட்பாடுகள் எதனை ஒழுக்கப் பண்பு, நன்னடத்தை என்கிறது, அதன் இயல்பு என்ன என்பதைக் கேட்பது பொருத்தமானதாகும்.

---

44. திரு யஷ்வந்த் இராமகிருஷ்ண தாதே மராத்தி இதழான ஸ்வதயாவில் எழுதியுள்ள கட்டுரையிலிருந்து எடுக்கப்பட்டவை இதைத் தொடர்ந்து வருவன. பார்க்க ஸ்வதயா இரு இதழ்கள், எண்: 7–8 முதலாண்டு பக்கம் 18–21.

இந்துக்கள் கருதும் ஒழுக்க நெறிகளின் பண்பு என்பதையறிய மூன்றுவிதமான நடத்தைகளை[45] அறிந்துகொள்வதும் அவற்றை வேறுபடுத்திக் கொள்வதும் நன்று. (1) அடிப்படைத் தேவைகளுக்காகவும் உள்ளுணர்வினாலும் எழும் நடத்தை (2) சமூகத்தினால் ஒழுங்குபடுத்தப்படும் நடத்தை (3) தனிமனிதரின் மனச்சான்றின்படி ஒழுங்குபடுத்தப்பட்ட நடத்தை. முதல் நிலையில் அதனை நாம் நன்னடத்தை என்று அழைப்பதில்லை. அது தீய நடத்தையுமல்ல. அது நேர் நடத்தை அல்லாதது. அது நன்னடத்தை எனும் நோக்க விசையால் கட்டுப்படுத்தப்படுவதில்லை. ஆனாலும், அதன் விளைவுகள் மதிப்புமிக்கது. அந்த விசைகள் உயிரியல் விசையாகவோ சமூகவியல் விசையாகவோ உளவியல் விசையாகவோ இருக்கலாம். இதற்கான நோக்கங்கள் பசியைத் தீர்ப்பதாகவோ, எதிரியின் மீது ஆயுதத்தைப் பயன்படுத்துவதாகவோ இருக்கலாம். ஆனால் இதன் விளைவுகள் உடல்ரீதியானதாகவோ உள்ளுணர்வு ரீதியானதாகவோ அமையும். இவை நடத்தை என்று சொல்வதற்கு ஏற்றதாக இல்லாமல் இருக்கிறது. இது தவிர்க்கமுடியாத முடிவு என ஒப்புக்கொள்ளப்பட்ட மற்றவற்றோடு ஒப்பீடு செய்யப்படாத தேர்ந்தெடுக்கப்பட்ட நடத்தை ஆகும். இரண்டாவது நிலை நடத்தை சமூகத் தன்மையுடையது. எங்கெல்லாம் மனிதர்கள் சேர்ந்து வசிக்கிறார்களோ அங்கெல்லாம் அந்தக் கூடத்துக்கே உரிய பொதுவான நடத்தைகள் அதாவது குழு நடைமுறைகள் காணப்படும். ஒப்புக்கொள்ளப்பட்ட நடைமுறைகள் உண்டு, அவை குழுவுக்குப் பொதுவானதாகவும் வழி வழியாக ஒவ்வொரு தலைமுறைக்கும் கடத்தப்படுவதாகவும் உள்ளது. இந்த அங்கீகரிக்கப்பட்ட நடைமுறைகள் சமூக ஒழுக்க நடைமுறைகள் அல்லது அந்தக் குழுவின் நன்னடத்தைகள் எனப்படுகின்றன. அவை, அந்தக் குழுவினரால் பின்பற்றப்படவேண்டும் என உட்கிடையாக அந்தக் குழுவினரால் விதிக்கப்பட்டுள்ளன. அந்தக் குழுவின் நலன் ஒருவகையில் அந்த நடத்தைகளில் பொதிந்து வைக்கப்பட்டுள்ளதாகக் கருதப்படுகிறது. அக்குழுவின் தனி நபர்கள் அதைப் பின்பற்றி நடக்க வேண்டியவர்கள் ஆகிறார்கள். எவரேனும் அதற்கு மாறாக நடந்துகொண்டால் குழுவின் எதிர்ப்பைத் தேடிக்கொள்ள நேரிடும். இந்த நடைமுறையை ஒழுக்க நடத்தை எனக் கறாராகச் சொல்லிவிட

45. க்ரோலி, டஃப்ட்ஸ் ஆகியோரின் அறவியல் குறித்த நூல்களிலிருந்து ஒழுக்கவியல் குறித்த ஆய்வை அப்படியே எடுத்தாள்கிறேன்.

முடியாது. ஏனென்றால் இதன் முடிவில் சமூகம் எதை நல்லது என்று வரையறுத்திருக்கிறதோ அதையே ஒப்புக்கொள்ள வேண்டியதாகிறது. அது நன்னடத்தை என ஏதேனும் நடவடிக்கையை ஏற்றுக்கொண்டால் அது சமூக ஒழுக்கக் கட்டுப்பாட்டு விதிகளுக்கு ஏற்றதாக இருப்பதால்தான். இதைச் சமூகத்தின் மரபான நெறிமுறைகள் எனலாம். மூன்றாவது நிலையில் உள்ள நடத்தையே உண்மையான முழுமையான நன்னடத்தை என்பது. ஏனென்றால் இதில் தனிமனிதன் சரியானதைத் தெரிந்துகொண்டு நல்லதைத் தெரிவு செய்கிறான். அதை நிறைவேற்ற முழுமனதாக ஈடுபடுத்திக் கொள்கிறான். சமூகத்தால் அங்கீகரிக்கப்பட்டது என்பதற்காகவோ தவிர்க்க முடியாதது என்பதற்காகவோ அவன் அதை ஏற்றுக் கொள்ளவில்லை. தனிப்பட்ட முறையில் அதன் மதிப்பைத் தெரிந்துகொண்டு தெரிவு செய்து முழுக்க அதன் விளைவுகளுக்குப் பொறுபேற்றுக்கொள்கிறான். அவனுடைய நன்னடத்தை பிரதிபலிப்பு நன்னடத்தையாகிறது.

இந்து நன்னடத்தை எந்தளவில் நிற்கிறது? நிச்சயமாக அது மூன்றாவது நிலையில் இல்லை. இதன் மூலம் இந்துக்கள் சமூக ரீதியாக ஒன்றிணைந்து இருக்கிறார்களே தவிர அதன் வரையறுக்கப்பட்ட பொருளில் நன்னடத்தை ரீதியாக இல்லை என்றாகிறது. அதாவது இந்து ஒருவர் தான் பின்பற்றும் செயல்களுக்கும் அதன் விளைவுகளுக்கும் தான் பொறுப்பேற்பதில்லை. சமூகத்தின் விருப்புக்கு ஏற்றபடி செயல்படும் ஒரு கருவியாக அவர் இருக்கிறார். கூடவே சமூகத்தின் விருப்பத்தைப் பின்பற்றும்படி அவர் கட்டாயப்படுத்தப்பட்டுள்ளார். அவர் சமூகத்தோடு மாறுபடுவதற்கான அளவுக்குச் சுதந்திரமானவர் அல்ல. பாவம் எதுவென்பது குறித்த அவரது கருத்துகள், அவரது நன்னெறிகளுக்கு மாறான பண்புக்கு வலு சேர்க்கும் ஆதரமாக உள்ளது. விஷ்ணுவின் அமைப்பு (சட்ட மூலத்தொகுப்பு) ஒன்பது வகையாகப் பகுக்கப்பட்ட பாவங்களின் பட்டியலைத் தருகிறது:-

1. கொலை பாவங்கள் - அதிபாதகா -நெருங்கிய உறவுகளுடன் கொள்ளும் தகாத உறவுகள், தீயில் விழுந்து எரிவதே இதற்கான கழுவாய்.

2. பெரும் பாவங்கள்- மகாபாதகா- பிராமணனைக் கொல்வது, சாராயம் அருந்துவது, பிராமணனின் தங்கத்தைத் திருடுவது,

குருவின் பத்தினியுடன் கள்ள உறவு கொள்வது, இத்தகைய பாவங்களைச் செய்தவர்களுடன் சமூகத் தொடர்புகொள்வது.

3. சிறு பாவங்கள் - *அனுபாதகா* - குறிப்பிட்ட சில வகுப்பினரைக் கொல்வது, பொய்சாட்சி சொல்வது, நண்பரைக் கொல்வது, பிராமணனின் சொத்தையோ சேமிப்புகளையோ திருடுவது, சிலவகை தகா உறவுகள், திருமணம் மீறிய உறவுகள்.

4. சின்னஞ்சிறு பாவங்கள் - *உபபாதகா*- பொய்சாட்சி, சில மதக் கடமைகளைச் செய்யாதிருத்தல், திருமணம் மீறிய உறவுகள், சட்டத்திற்குப் புறம்பான தொழில் செய்தல், மூத்த சகோதரருக்கு முன்னதாகத் திருமணம் செய்தல், கடவுள்களுக்கும், முன்னோர்களுக்கும், உரிய கடன்களை ஆற்றத் தவறுதல், நாத்திகம் பேசுதல் முதலானவை.

5. சாதி விலக்குக்கு ஆட்படக்கூடிய பாவங்கள்- *ஜாதிபிரம்மசாகரா* - பிராமணனுக்கு உடல்ரீதியாக ஊறு விளைவிப்பது, முகர்ந்து பார்க்கக் கூடாத பொருட்களை முகர்ந்து பார்த்தல், நேர்மையற்ற நடவடிக்கை, மனித இயல்புக்கு மாறான சில குற்றங்கள் புரிதல்.

6. கலப்பு சாதியினராகக் கூடிய குற்றங்கள் - *சம்காரிகாரணா* - வீட்டு விலங்குகளையோ காட்டு விலங்குகளையோ கொல்லுதல்.

7. இரந்துண்ணுவதற்குத் தகுதியற்றவர்களாக ஆக்கக் கூடிய பாவங்கள் - *அபத்ரிகாரணா* - இழிந்தவர்களிடம் தானம் பெறுதல், வணிகம், வட்டிக்கு விடுதல், பொய் சொல்லுதல், சூத்திரனுக்கு ஊழியம் செய்தல்.

8. அசுத்தப்படுத்தக்கூடிய பாவங்கள் - *மாலவாகா* - பறவைகளைக் கொல்லுதல், நீர் உயிரிகளை, நீர்நிலவாழ் உயிரிகளைக் கொல்லுதல், புழுக்களையும் பூச்சிகளையும் கொல்லுதல், ஜாதிக்காய் உண்பது அல்லது மதுமயக்கம் ஏற்படுத்தும் செடி கொடிகளைத் தின்பது

9. பிற பாவங்கள் - *பிரகிர்ணகா* - மேலே குறிப்படாத பாவங்கள்.

இது பாவங்களைக் குறித்த முடிவான பட்டியல் அல்ல. ஆனால் இந்துக்கள் பாவங்களைப் பற்றி என்னவிதமான கருத்துகளைக்

கொண்டுள்ளார்கள் என்பதை எடுத்துக்காட்டுவதற்குப் போதுமான பட்டியல் இது. முதலாவதாக இது ஒரு நடத்தையிலிருந்து ஒரு மனிதன் வீழ்வதை உள்ளீடாகச் சொல்கிறது. இரண்டாவதாக அசுத்தமடைவதைத் தூய்மை இழப்பதைச் சொல்கிறது. பாதகா என்பதன் வேர்ச்சொல் அதுதான். அதன் பொருள் பாதனா (வீழ்ச்சியடைதல்) மேலும் அதன் அர்த்தம் அசௌசா (அசுத்தம் அடைதல்). எப்படிப் பார்த்தாலும் இந்துக்களின் கருத்துப்படி பாவமென்பது ஆன்மாவின் நோய். முதல் நிலை அர்த்தத் தளத்தில் பொதுவிதிகளை மீறுவது என்பதாகவே பொருளாகிறது, அடுத்த நிலை அர்த்தத் தளத்தில் அது உடலை தூய்மைக்கேடு செய்வது என்றாகிறது. அதனைப் புனித யாத்திரை மேற்கொள்வது மூலமோ அல்லது வேள்விசெய்வது மூலமோ, அல்லது இரண்டையும் சேர்த்தோ தூய்மைப்படுத்திக் கொள்ள முடியும். ஆனால் கெட்ட எண்ணங்களால், கெட்ட செயல்களால் ஆன்மாவில் ஏற்படும் அசுத்தத்தைப் பற்றி இதில் ஏதுமில்லை.

இதிலிருந்து இந்துக்களின் நன்னெறி என்பது முழுக்க சமூகம் சார்ந்தது எனக் கொள்ள முடியும். அதாவது ஓர் இந்துவின் நன்னடத்தை முழுமையாக மரபானதாகவும் வழக்கமாகவும் பின்பற்றப்பட்டு வருவது எனப் பொருளாகிறது. தொன்றுதொட்டு வழக்கமாகப் பின்பற்றப்படும் நடத்தையில் இரு விதமான தீமைகள் உள்ளன. முதன்மையாக அது அதன் நோக்கத்தில் உண்மையும் தூய்மையும் எப்போதும் கொண்டிருக்கும் என்பதற்கு உத்திரவாதம் எதுவுமில்லை. தனிமனிதர்களிடம் எப்போதும் நன்னெறிகள் ஆழமான நோக்கத்தோடும் உணர்வோடும் ஊடுருவி, அதில் மனித நடத்தையில் பாசாங்குக்கு இடமில்லை என உணர்வு மேலிடும் வகையில் நிற்கவேண்டும். இரண்டாவது நிலையில் வழக்கமாகப் பின்பற்றப்படும் நன்னடத்தை என்பது நங்கூரத் தடையாகவும் முட்டுக்கட்டையாகவும் அமைந்துவிடும். சராசரி மனிதர்களைத் தடுத்து நிறுத்தி அவனது வேகமான முன்னேற்றத்தைத் தடுத்துவிடும். ஒழுக்கநிலையில் தேக்கநிலைக்கு மற்றொரு பெயர்தான் வழக்கமான நன்னடத்தை என்பது. நெறிகளில் தொன்றுதொட்ட நெறிகள் என இருக்கின்ற எல்லா இடங்களிலும் இதுவே வழக்கமானது. ஆனாலும் இந்து நன்னடத்தை நெறிகளில் அதற்கு மட்டுமே உரித்தான குறிப்பான ஒரு தீமையான குணாம்சம் இருக்கிறது. பொதுவாகவே, வழக்கமாகப் பின்பற்றிடும் நன்னடத்தைநெறி

பாராட்டத்தக்கதுதான். பொது நோக்கிலும் சமூக நோக்கிலும் இது நல்ல விஷயம்தான். ஆனால் இந்து மதத்தில் இந்த நன்னடத்தை கடவுள் வழிபாட்டோடோ அல்லது சமூகப் பொது நன்மையோடோ தொடர்புடையதல்ல. இந்துமதத்தின் நன்னடத்தை என்பது பிராமணர்களுக்குப் பரிசுகள் அளிப்பது, கொடையளிப்பது, மரியாதை செய்வது ஆகியவற்றோடு தொடர்புடையது. இந்து அறவியல் என்பது அதிமனிதர்களை வழிபடுவதுதான்.

இந்து மதத் தத்துவத்தை ஆய்வதற்கு இந்து அறவியலை நான் அடிப்படையாகக் கொண்டிருந்தால் என்ன வித்தியாசம் ஏற்பட்டிருக்கக்கூடும்? ஆய்வாளர்கள் இந்து மதத்தில் சட்டத்திற்கும் அறவியலுக்கும் வேறுபாடு இல்லாததைப் போலவே சட்டத்துக்கும் மதத்துக்கும் வேறுபாடு இல்லை என்பதை மறந்துவிடுகிறார்கள். இவை இரண்டுமே கீழ்நிலையிலுள்ள இந்துக்களின் நடத்தையை ஒழுங்குபடுத்தி மேல்நிலையில் இருக்கும் உயர்சாதி இந்துக்களுக்குப் பணிவிடை செய்யவைப்பதிலேயே கருத்தாய் இருக்கின்றன.

இந்துமதத்தின் உண்மையான மூல ஆதாரங்களாக உள்ள உபநிடதங்களை நான் கணக்கில் கொள்ளாமல் ஒதுக்கி, இந்துமதம் குறித்த பொய்யான தோற்றத்தை உருவாக்கிவிட்டதாக மூன்றாவதாக என் மேல் கண்டனம் எழலாம்.

நான் உபநிடதங்களைக் கணக்கில் எடுத்துக்கொள்ளவில்லை என்பதை ஒப்புக்கொள்கிறேன். எனக்கு அதற்கான காரணம் இருக்கின்றது, அது சரியான காரணம் என்றும் நம்புகிறேன். மதங்களின் தத்துவத்தின் ஒரு பகுதியாக இந்து மதத் தத்துவத்தை அக்கறைகொள்வதே என்னுடைய நோக்கம், இந்து தத்துவத்தைக் குறித்து எனக்கு அக்கறையில்லை. அப்படியிருந்திருந்தால் உபநிடதங்களைக் கணக்கில் எடுத்து ஆராய வேண்டிய தேவை இருந்திருக்கும். ஆனாலும் இந்துமதத் தத்துவம் என எதை வெளிப்படுத்தியிருக்கிறேனோ அது உபநிடதங்களின் தத்துவமும் ஆகும் எனச் சந்தேகத்திற்கு இடமின்றி இருந்தால், அதையும் கணக்கில் எடுத்துக்கொள்ளத் தயாராக இருக்கிறேன்.

உபநிடதத்தின் தத்துவம் குறித்து ஒருசில வார்த்தைகளிலேயே சொல்லிவிடலாம். ஹக்ஸ்லி[46] உபநிடத் தத்துவம் எவ்வாறு ஒத்துப்போகின்றது என்பதைக் குறித்துச் சொல்லும்போது இதனைச் சரியாகத் தொகுத்துரைக்கிறார்:-

“ஒவ்வொரு கணத்திலும் மாறிக்கொண்டேயிருக்கும் நிகழ்வுகளின் தொகுப்பினடியில் பொருளால் ஆன அல்லது மனத்தால் ஆன, நிரந்தரமான ஓர் உண்மையோ அல்லது ஒரு மூலப்பொருளோ இருக்கலாம் எனக் கருதுகிறோம். அண்டத்தின் மூலப்பொருள் பிரம்மா. தனிமனிதனுக்கு ஆத்மா. மூலப்பொருளான பிரம்மத்திலிருந்து பின்னதான ஆத்மா பிரிவது, எப்போதென்றால், நிகழ்வுகளின் கூட்டுத் தொகுப்பில், வாழ்வில் மயக்கம் தருகின்ற மாயத் தோற்றங்களை உருவாக்கும் உணர்ச்சிகள், எண்ணங்கள், ஆசைகள், இன்ப துன்பங்கள் ஆகிவற்றை மறைக்கையில் ஏற்படும். அறியாமையில் இருப்பவர்கள் இதை உண்மையென்று நினைப்பர். எனவே அவர்களின் ஆத்மா என்றென்றைக்கும் மையங்களால், ஆவல்களின் தளைகளால், துயரங்களால் அடைபட்டுக் கிடக்கிறது.”

இந்த உபநிடதத் தத்துவங்களால் என்ன பயன்? இருத்தலின் போராட்டத்திலிருந்து விலகி துறவு மேற்கொண்டு ஆசைகளை அழித்துக்கொண்டு புலனடக்கம் கொண்டு இருப்பதைத்தான் உபநிடதத் தத்துவங்கள் சொல்லுகின்றன.

---

46. பரிணாமமும் அறவியலும் பக்- 63 (ஹக்ஸ்லி)

தாமஸ் ஹென்றி ஹக்ஸ்லி (1825-1895), ஓர் ஆங்கில உயிரியலாளர், மானுடவியலாளர். ஒப்பீட்டு உடற்கூறியலில் நிபுணத்துவம் பெற்றவர். சார்லஸ் டார்வினின் பரிணாமக் கோட்பாட்டை ஆதரித்ததற்காக அவர் ‘டார்வினின் புல்டாக்’ என்று அறியப்பட்டார்.

சாமுவேல் வில்பர்ஃபோர்ஸ் உடனான ஹக்ஸ்லியின் புகழ்பெற்ற 1860 ஆக்ஸ்போர்டு பரிணாம விவாதம் தொடர்பான கதைகள் பரிணாமத்தைப் பரந்த அளவில் ஏற்றுக்கொள்வதற்கும் அவரது சொந்த வாழ்க்கையில் ஒரு முக்கியத் தருணமாக இருந்தது, மனிதர்கள் குரங்குகளுடன் நெருங்கிய தொடர்புடையவர்களா என்பதைப் பற்றி விவாதித்தார். ஹக்ஸ்லி, டார்வினின் சில யோசனைகளை மெதுவாக ஏற்றுக்கொண்டார். பிரிட்டனில் அறிவியல் கல்வியை வளர்ப்பதில் கருவியாக இருந்த அவர், மதப் பாரம்பரியத்தின் தீவிர பதிப்புகளுக்கு எதிராகப் போராடினார். ஹக்ஸ்லி 1869ஆம் ஆண்டில் ‘அஞ்ஞானவாதம்’ என்ற வார்த்தையை உருவாக்கினார்.

பரிணாம வளர்ச்சிக்கு ஆதரவான அவரது ஆற்றல்மிக்க சர்ச்சைக்குரிய செயல்பாடு விஞ்ஞானக் கல்வி குறித்த அவரது விரிவான பொதுப் பணி ஆகிய இரண்டும் பிரிட்டன் மற்றும் பிற இடங்களில் சமூகத்தில் குறிப்பிடத்தக்க தாக்கத்தை ஏற்படுத்தியது.

இது ஒரு வாழ்க்கைமுறையா என ஹக்ஸ்லி[47] கடும் சொற்களால் குற்றம் சாட்டுகிறார்:-

“இந்தியத் துறவிகள் உலக வாழ்வைத் துறந்து புலனடக்கிச் சாதித்திருப்பதை விட தன்னைத் தானே மரணத்துக்கு ஒப்புக்கொடுத்த முயற்சி வேறெதுவும் இல்லை. உணர்ச்சியற்ற, அரைத்தூக்கத்தில் நடப்பது போன்ற அரைமயக்க நிலையில் மனித மனத்தைத் தாழ்த்தி, அதில் வெற்றியும் பெற்று, அதைப் புனிதமானது என ஏற்றுக்கொண்டிருக்காமல் இருந்தால், முழுமையான மூடத்தனம் எனும் நிலையை அடைந்திருக்க நேரிட்டிருக்கலாம்.” உபநிடதத் தத்துவத்துக்கான இந்தக் கண்டனம், லாலா ஹரிதயாள்[48] அதற்குக் கூறும் மறுப்புரைக்கு முன் ஒப்பிட ஒன்றுமில்லை.

“உபநிடதங்களை அறிந்தால் எல்லாவற்றையும் அறிந்ததாகி விடுகிறது என விளக்கப்படுகிறது. இந்தியாவின் எல்லா மறைபொருள் ஆய்வுகளுக்கும் அடிப்படையானது முழுமுதற்பொருளைக் குறித்த இந்தத் தேடலே. இந்த ஆய்வுக்கட்டுரைகள் முழுக்க அபத்தமான ஏமாற்றுதல்கள், கவர்ச்சியான புனைவுகள், குழப்பமான கற்பனைகள் நிறைந்தவை. இவையெல்லாம் பயனற்றவை என நாம் அறிந்துகொள்ளவில்லை. பழைய தடத்திலேயே இன்னும்

---

47. பரிணாமமும் அறவியலும் பக்-64

48. மாடர்ன் ரிவியூ, ஜூலை, 1912

லாலா ஹர் தயாள் மாத்தூர் (1884-1939), இந்திய தேசியவாதப் புரட்சியாளரும் சுதந்திரப் போராட்ட வீரரும் ஆவார். கேம்பிரிட்ஜ் மிஷன் பள்ளியில் பயின்றார். பின்னர் டெல்லியில் உள்ள செயின்ட் ஸ்டீபன் கல்லூரியில் சமஸ்கிருதத்தில் இளங்கலைப் பட்டமும், பஞ்சாப் பல்கலைக்கழகத்தில் சமஸ்கிருதத்தில் முதுகலைப் பட்டமும் பெற்றார். இந்திய சிவில் சர்வீஸ் தொழிலை நிராகரித்து எளிமையான வாழ்வை வாழ்ந்தார். அவர் 1911இல் அமெரிக்காவிற்குக் குடிபெயர்ந்தார், அங்கு அவர் தொழிற்சங்கவாதத்தில் ஈடுபட்டார். ப்ரிட்ஸ் வுல்ப்ஹெய்ம் உடன் இணைந்து உலகின் தொழில்துறைத் தொழிலாளர்களின் சான் பிரான்சிஸ்கோ கிளையின் செயலாளராகவும் பணியாற்றினார். “கம்யூனிசத்தை நிறுவுதல், ஒரு தொழில்துறை அமைப்பு, பொது வேலைநிறுத்தம் மூலம் நிலம், மூலதனத்தில் உள்ள தனியார் சொத்துக்களை ஒழித்தல், ஒடுக்குமுறை அமைப்பின் அழித்தொழிப்பு ஆகியவற்றை அவர்கள் முன்மொழிந்தனர். அராஜக இலக்கியத்தைப் பரப்பியதற்காக அமெரிக்க அரசாங்கத்தால் கைது செய்யப்பட்டார் அங்கிருந்து ஜெர்மனியின் பெர்லினுக்குத் தப்பி ஓடினார். பெர்லினில் அவர் பெர்லின் கமிட்டி (பின்னர்: இந்தியச் சுதந்திரக் குழு) அமைப்பதில் முக்கியப் பங்கு வகித்தார். கிழக்கிற்கான ஜெர்மன் உளவுத்துறை பணியகத்துடன் ஒத்துழைத்தார். 4 மார்ச் 1939 அன்று பிலடெல்ஃபியாவில் இறந்தார்.

நாம் போய்க்கொண்டிருக்கிறோம். ஐரோப்பிய செவ்வியல் சமூகச் சிந்தனை இலக்கியங்களை மொழிபெயர்ப்பதற்குப் பதிலாக நாம் பழைய புத்தகங்களையே மீள மீள பதிப்பித்துக் கொண்டிருக்கிறோம். பிரெட்ரிக் ஹாரிசன், ப்ரீயக்ஸ், பேபல், அனடோல் ஃபிரான்ஸ், ஹெர்வே, ஹேகால், கிட்டிங்க்ஸ், மார்ஷல் ஆகியோர் டூன்ஸ், ஸ்காட்டஸ், தாமஸ் அகுவினாஸ் போன்றவர்களைப் பற்றி ஆய்வு செய்வதிலும் பென்டாட்யூக்கின் சட்டங்கள், பியோவுல்ஃப் எழுதிய கவிதைகள் ஆகியவற்றின் சிறப்பைக் குறித்து ஆய்வுசெய்வதில் தங்கள் காலத்தைக் கழித்திருந்தால் ஐரோப்பா என்னவாகியிருக்கும்? இந்தியாவின் பண்டிதர்களும் பட்டதாரிகளும் உளுத்துப் போனவற்றிலும் பழமையேறியவற்றிலும் ஆர்வம்கொள்ளும் ஒருவகை பித்துநோய்க்கு ஆளாகி இருக்கிறார்கள் என்று தோன்றுகிறது. முற்போக்காளர்களால் நிறுவப்பட்ட நிறுவனம் ஒன்று ஆறு தரிசனங்கள் வழியாக வேதங்களை அறிவதற்கு சம்ஸ்கிருத இலக்கணத்தைக் கற்பிக்கும் லட்சியத்தைக் கொண்டிருக்கிறது. ஞானத் தேடலில் எத்தகையதொரு தவறான அசைவு? இது உண்மையில் நன்னீரைத் தேடி சாக்கடலின் கரையை அடைய பாலைவனத்தைக் கடந்து போகும் ஒட்டகக் கவிகை வண்டிகளின் பயணத்தைப் போன்றது. இந்திய இளைஞர்களே, பாசிபடிந்த மறைபொருள் ஆய்வேடுகளில் ஞானத்தைத் தேடிப் போகாதீர்கள் அங்கே முடிவில்லா வார்த்தை ஜாலங்களைத் தவிர வேறொன்றுமில்லை. வாழ்வின் சாரத்தையும் அதன் சிக்கல்களையும் நீங்கள் புரிந்துகொள்ள விரும்பினால் ரூசோ, வால்டேர், அரிஸ்டாட்டில், ஹெகல், ஸ்பென்சர், மார்க்ஸ், டால்ஸ்டாய், ரஸ்கின், கோம்ட் இன்னும் பிற ஐரோப்பிய சிந்தனையாளர்களையும் வாசியுங்கள்."

இந்தக் கண்டனங்கள் ஒருபுறம் இருக்கட்டும். சமூக அரசியல் அமைப்பு என்ற அளவில் இந்துமதத்தில் உபநிடதத் தத்துவத்தின் செல்வாக்கு ஏதேனும் உள்ளதா? இந்துக்களின் நன்னடத்தை, சமூக ஒழுங்கு இவற்றிற்கு எந்தவிதத்திலும் பயனற்ற, பொருத்தமற்ற வெற்று கற்பனைவாதமாகவே இது உள்ளது என்பதில் சந்தேகமில்லை.

இந்த துரதிர்ஷ்டவசமான விளைவுக்கான காரணங்களைத் தேடுவது தேவையற்ற ஒன்றாகிவிடாது. ஒரு காரணம் இதில் வெளிப்படையானது. உபநிடதத் தத்துவங்கள் முழுமை

பெறாததால் அதனால் விளைந்திருக்கக்கூடிய பயன்களைத் தரவில்லை. இது ஒருவர் உபநிடதங்களின் மையக் கருத்து என்ன எனக் கேட்டால் தெளிவாக விளங்கிவிடும். பேராசிரியர். மாக்ஸ்முல்லரின்[49] சொற்களில் கூறுவதென்றால் "உன்னையே நீ அறிவாய்" என்பதுதான் உபநிடதங்களின் மையக் கருத்து. உன்னையே நீ அறிவாய் என்றால் உனது உண்மையான பொருளை அறிவாய். அதன்படி உன்னுள் உறைந்திருக்கும் நான் எனும் சுயத்தை அறிந்துகொள், அதன் மூலம் உயர்ந்த என்றென்றைக்குமாக நிலைத்திருக்கும் உன்னை, நீயல்லாது மற்றொன்று ஒன்று உண்டு என்பதற்ற உலகம் எங்கும் பரவி இருக்கும் ஒன்றை அறிந்துகொள் எனப் பொருளாகிறது."

ஆத்மாவும் பிரம்மாவும் ஒன்றே என்பதுதான் உபநிடதங்கள் கண்ட உண்மை, மனிதர்கள் அறியவேண்டும் என உபநிடதங்கள் கேட்டுக்கொண்ட முற்று முழு உண்மை. உபநிடதங்கள் ஏன் பயன் விளைவிக்காமல் போயின என்பதற்கான காரணங்கள் பல. இதுபற்றி வேறு இடத்தில் விளக்குவேன். இங்கு ஒன்றை மட்டும் குறிப்பிடுகிறேன். உபநிடதத் தத்துவஞானிகள் உண்மையை அறிதல் மட்டும் போதாது என்பதைப் புரிந்துகொள்ளவில்லை. உண்மையை நேசிக்கவும் தெரிந்துகொள்ள வேண்டும். மதம் தத்துவம் இரண்டுக்குமான வித்தியாசத்தை இருவேறு வழிகளில் விளக்கலாம். தத்துவம் உண்மையை அறிவதோடு தொடர்புடையது. மதம் உண்மையை நேசிப்பதோடு தொடர்புடையது. தத்துவம் இயங்காதது. மதம் இயங்குவது. இந்த வேறுபாடு ஒரே விஷயத்தின் இருவேறு தன்மைகள். தத்துவம் ஏன் இயக்கமற்றதாக இருக்கிறது என்றால் அது உண்மையை அறிவதோடு மட்டுமே ஈடுபாடு கொண்டது. மதம் ஏன் இயக்கத்தோடு இருக்கிறது என்றால் அது உண்மையை நேசிப்பதில் ஈடுபாடு கொண்டது. மாக்ஸ் ப்ளோமேன்[50] இதுகுறித்து சரியாகக் கூறியுள்ளார்:

---

49. ஹிப்பர்ட் சொற்பொழிவுகள் –1878 –பக்–317

50. பயனற்ற மதத்திற்கு நேர்ந்த அழிவு –அடெல்பி –ஜனவரி 1941.

மார்க் ப்ளோமேன் (1883-1941), பிரிட்டிஷ் எழுத்தாளர், பத்திரிகையாளர், கவிஞர். 1914இல் அவர் பிராந்திய இராணுவம், ராயல் ஆர்மி மெடிக்கல் கார்ப்ஸ், ஃபீல்ட் ஆம்புலன்ஸ் ஆகியவற்றில் சேர்வதற்கு முன்வந்தார். பின்னர் அவர் 10 வது பட்டாலியன், யார்க்ஷயர் ரெஜிமென்ட்டில் ஒரு கமிஷனை ஏற்றுக்கொண்டார், மேற்கு முன்னணியில் உள்ள சோம்முக்கு அருகில் ஆல்பர்ட்டில் பணியாற்றியபோது வெடித்த ஷெல் காரணமாக அவர் மூளையதிர்ச்சிக்கு உள்ளானார். ஷெல் அதிர்ச்சியால் பாதிக்கப்பட்டு குணமடைந்த அவர் மனசாட்சியின் அடிப்படையில் தன்னைக் கமிஷனில் இருந்து விடுவிக்க வேண்டும் என்று

".... மதம் இயக்கமுள்ளதாக இருந்து நம்மை ஏதேனும் ஒன்றை நேசிக்கும் உணர்வைத் தோற்றுவிக்காவிட்டால், மதம் என்கிற ஒன்று இல்லாமல் இருப்பதே மேல். ஏனெனில் மதம் என்பது உண்மையைக் காண்பது. உண்மையைக் காணும்போது அதனோடு நாம் அதை நேசிக்கவும் செய்யாவிட்டால் அதைக் காணாமல் இருப்பதே மேல். உண்மையை வெறுப்பதற்காகவே அதைக் கண்டவன் சாத்தான் மட்டுமே. "உயர்ந்தவற்றைக் காணும்போது அதை நேசிக்கவேண்டும்" என்றார் டென்னிசன்[51]. இது தொடரவில்லை. தூய்மையான புறவயப் பார்வையில் உயர்ந்தவை அதன் தூரத்தாலும் மாறுபாட்டாலும் நம்மை விரட்டிவிடுகிறது நாம் அதைக் கண்டு பயப்படுகிறோம். நாம் எதைக் கண்டு பயம் கொள்கிறோமோ அதனை வெறுக்கிறோம்."

எல்லா இயல் கடந்த தத்துவங்களின் விதியும் இதுதான். வாழ்வில் அவற்றினால் எவ்வித பாதிப்பும் ஏற்படுவதில்லை. ப்ளேக்[52] சொல்வதைப்போல "மதம்தான் அரசியல் அரசியலே சகோதரத்துவம். தத்துவம் மதமாகவேண்டும். அது செயல்படும் அறமாகவும் வேண்டும். வெறுமனே மறைபொருளாக இருந்துவிடக்கூடாது."

திரு. ப்ளோமேன் சொல்வதுபோல்:-

"மதம் மறைபொருளாக மட்டும் இருந்துவிட்டால் எளிய சாதாரண மனிதருக்கு அதில் ஈடுபாடு கொள்ள ஒன்றும் இல்லை."

"மதத்தை மறைபொருளின் ஆட்சியில் முழுவதுமாக வைத்திருப்பது என்பது அதை மடத்தனத்தில் வைத்திருப்பதாகும். அரசியலில் நேரடியாகவோ உயிர்ப்போடோ விளைவை ஏற்படுத்தாத மதத்தின் மீதான நம்பிக்கை முழுமையான முட்டாள்தனமான

கேட்டுக்கொண்டார். அவர் தனது பிரிவுக்குத் திரும்ப மறுத்ததற்காக 5 ஏப்ரல் 1918இல் இராணுவ நீதிமன்றத்தால் கைது செய்யப்பட்டு விசாரணைக்கு உட்படுத்தப்பட்டார்.
51. ஆல்ஃபிரட் டென்னிசன் (1809-1892), ஓர் ஆங்கிலக் கவிஞர். விக்டோரியா மகாராணியின் ஆட்சியில் பரிசு பெற்றவர்.
52. வில்லியம் பிளேக் (1757-1827), ஓர் ஆங்கிலக் கவிஞர், ஓவியர், அச்சுத் தயாரிப்பாளர். தனது வாழ்நாளில் பெரிய அளவில் அங்கீகரிக்கப்படாத பிளேக் காதல் யுகத்தின் கவிதை, காட்சிக் கலையின் வரலாற்றில் ஒரு முக்கிய நபராகக் கருதப்படுகிறார்.

நம்பிக்கையாகிவிடும். ஏனெனில் விளைவை ஏற்படுத்தும் கோணத்தில் பார்த்தால் இந்த மத நம்பிக்கை எந்த வித்தியாசத்தையும் ஏற்படுத்தாது. இடமும் பொழுதுமான இவ்வுலகில் மாற்றத்தை ஏற்படுத்தாத எதுவும் இல்லாதது என்றே பொருள்கொள்ளப்படும்."

இந்தக் காரணங்களாலேயே உபநிடதத் தத்துவம் பயனற்றது என நிரூபிக்கப்பட்டது.

இந்துமத அறநெறிச் சட்டங்கள், உபநிடதத் தத்துவங்கள் இருந்தும் கூட மனுவால் முன்மொழியப்பட்ட இந்துமதத் தத்துவத்தை மறுக்கவோ அசைக்கவோ முடியவில்லை. மதத்தின் பெயரால் மனு பரப்பிய இழுக்கை அழிக்க பயனில்லாத இவற்றால் இயலவில்லை. அவை இருக்கின்ற போதும் ஒருவர் இன்னும் சொல்லலாம்.

"இந்து மதமே! உன் பெயர்தான் ஏற்றத்தாழ்வா!!"

V

அசமத்துவம்தான் இந்துமதத்தின் ஆன்மா. இந்துமதத்தின் நன்னடத்தை சமூகத்தன்மை கொண்டது மட்டுமே. சுருங்கச் சொன்னால் மனிதத் தன்மையற்றது நன்னெறியற்றது. மனிதத் தன்மையற்றதும் நன்னெறியற்றதும் ஆன ஒன்று எளிதாகத் தீய நடத்தையுள்ளதாகவும், மனிதனுக்குத் தீமைகளை விளைவிக்கக் கூடியதாகவும், இகழ்ச்சிக்குரியதாகவும் ஆகிவிடுகிறது. இதில் சந்தேகம் இருப்பவர்கள் இந்து சமூகத்தின் சமூக உள்ளடக்கம் எப்படி இருக்கிறது, அதில் சில கூறுகளின் நிலை எப்படியிருக்கிறது என ஆராய வேண்டும். பின்வரும் சில எடுத்துக்காட்டுகளைக் காண்போம்.

முதலில் பழங்குடி மக்களை எடுத்துக்கொள்வோம். அவர்கள் நாகரிகத்தின் எந்த நிலையில் இருக்கிறார்கள்?

மனித நாகரிக வரலாறு, புராதன ஆதிமனித நிலையிலிருந்து காட்டுவாழ் நிலைக்கும் அதிலிருந்து நாகரிக நிலைக்கும் மனிதச் சமுதாயம் மாறிய நிலைகளை முழுவதும் உள்ளடக்கிக் கூறுகிறது. ஒரு நிலையிலிருந்து மற்றொரு நிலைக்கு முன்னேறிய மாற்றத்தின்போது மனிதரின் முன்னோக்கிய பயணத்தில் பங்காற்றிய கலைத் துறையில் நடந்த வெளிப்பாடுகள் புதிய கண்டுபிடிப்புகள் குறிப்பிடப்பட்டுள்ளன.

வளர்ச்சிக் கண்ணோட்டத்தில் பார்க்கையில் விலங்கு நிலையிலிருந்து மனிதனை வேறுபடுத்தியது தெளிவான பேச்சுத்திறன் ஆகும். இதுவே அவனது முதல் படி. ஆதிமனித படிநிலையில் இது முதல் நிலை. ஆதிமனித நிலையின் இடைப்பட்ட காலத்தில் நெருப்பை உருவாக்கவும் அதைப் பயன்படுத்தவுமான அறிவை அடைந்ததில் அடுத்த நிலை வளர்ச்சியானது ஏற்பட்டது. இந்த அற்புதமான கண்டடைதல் மனிதரின் வசிப்பிடத்தை எல்லையில்லாமல் பரவலாக்கியது. அவனால் அவனது காட்டை விட்டுப் பல்வேறு குளிர் பிரதேசங்களுக்குப் போகவும், மாமிசமும் மீனுமாக அவனது

உணவு வகைகளைப் பெருக்கிக்கொள்ளவும் வழிவகுத்தது. அடுத்த கண்டுபிடிப்பு வில்லும் அம்பும். இது ஆதி மனிதனின் மிகப் பெரும் வெற்றி. இது காட்டுவாழ் மனிதர்களின் மிக உயர்ந்த நிலை. இது ஓர் அற்புதக் கருவி. இதைக் கைகொண்டவர் வெகு வேகமான விலங்கை வேட்டையாடி வீழ்த்த முடியும், வேட்டையாடும் கொடிய விலங்கிடமிருந்து தற்காத்துக்கொள்ள முடியும்.

காட்டு வாழ்விலிருந்து பண்படா வாழ்வுநிலைக்கு மனிதர்கள் மாறியபோது மண்பாண்டங்களின் கண்டுபிடிப்பு நடந்தது. நெருப்பின் ஆற்றலைத் தாங்கும் அளவிற்கான பாத்திரங்கள் அதுவரை மனிதர்களிடம் இல்லை. பாத்திரங்கள் இன்றி சேமிக்கவோ சமைக்கவோ முடியவில்லை. சந்தேகத்துக்கு இடமின்றி மண்பாண்டங்கள் நாகரிகத்துக்குப் பெரும் பங்காற்றியுள்ளன.

பண்படா வாழ்வு நிலையில் இடைப்பட்ட காலகட்டம் மனிதன் காட்டு விலங்குகளை வீட்டில் வளர்க்கப் பழக்கியபோது தொடங்கியது. மனிதன் சிறைபிடிக்கப்பட்ட காட்டு விலங்குகள் அவனுக்கு உதவிகரமாக இருக்கும் எனக் கற்றுக்கொண்டான். மனிதன் மேய்ப்பனாக ஆனான். இப்போது அவன் உணவுக்காகக் காட்டு விலங்கைத் துரத்தி ஆபத்தான வேட்டையாடுதலைச் சார்ந்து இருக்க வேண்டிய அவசியம் இல்லை. எல்லாப் பருவ காலங்களிலும் பால் கிடைக்கும் நிலை அவனது உணவுக்கு மிகச் சிறந்த துணையானது. குதிரைகள் ஒட்டகங்கள் மூலம் அதுவரை பயணிக்க முடியாத பகுதிகளுக்குப் பயணித்தான். பழக்கி எடுக்கப்பட்ட விலங்குகள் வணிகத்துக்கு உதவியாகவும், சரக்குகளும் கருத்துகளும் பரவுவதற்கு உதவிகரமாகவும் இருந்தன.

இரும்பை உருக்கும் கலையைக் கண்டுபிடித்தது அடுத்த நிலை. பண்படா மனிதரின் மிக உயர்ந்த வளர்ச்சிநிலையை இது குறிக்கின்றது. இந்தக் கண்டுபிடிப்பினால் மனிதன் 'கருவி செய்யும் விலங்காக' மாறினான். அவனுடைய கருவியைக் கொண்டு மரத்தையும் கல்லையும் செழுமைப்படுத்தி வீடுகளையும் பாலங்களையும் கட்ட முடிந்தது.

இந்த நிலையில் பண்படா மனிதர்களின் வளர்ச்சி நிலை முடிவுக்கு வருகிறது.

பண்படா மக்களுக்கும் பண்பட்ட மக்களுக்கும் இடையில், நாகரிகம் என்பதன் முழுமையான அர்த்தம் வேறுபடுவது, குறியீடுகளால் தங்கள் கருத்துகளைத் தெரிவிக்கும் கலை. அதாவது, எழுத்துக் கலை. முந்தைய கண்டுபிடிப்புகள் மூலம் இடத்தை வெற்றி கொண்ட மனிதன் இந்தக் கண்டுபிடிப்பின் மூலம் காலத்தை வெற்றிகொண்டான். இப்போது அவனது எண்ணங்களையும் செயல்களையும் அவனால் பதிவு செய்ய முடிந்தது. அவனது அறிவு, கவித்துவமான கனவுகள், அவனது நன்னெறி நோக்குகள் எல்லாவற்றையும் இப்போது அவனது சமகாலத்தவருக்கு மட்டுமல்லாமல் பின்னால் காலம்காலமாக வரவிருக்கும் தலைமுறைகளுக்கும் இதன் மூலம் பதிவு செய்ய முடிந்தது. அவனது வரலாறு பாதுகாப்பானதாகவும் உறுதியானதாகவும் ஆகிவிட்டது. செங்குத்தான இந்த மேடும் அதில் மனிதன் ஏறியதும் நாகரிகத்தின் தொடக்கமாகியது. ஆதிப் பழங்குடி மக்களின் நாகரிகம் என்ன நிலையில் இருக்கிறது என்று இங்கே ஒருகணம் நிறுத்திப் பார்ப்போம்.

ஆதிப் பழங்குடிகள்[53] என்னும் பெயரே அவர்களின் இன்றைய நிலையை எடுத்துக்காட்டுவதாக உள்ளது. காடுகளில் ஆங்காங்கே சிதறிய நிலையில் ஒழுங்கற்ற குடிசைகளில் அவர்கள் வசித்துவருகின்றனர். காட்டுப் பழங்கள், கொட்டைகள், கிழங்குகளை உண்டு வாழ்கின்றனர். உணவுக்காக வேட்டையாடுதலையும் மீன்பிடித்தலையும் நாடுவது வழக்கம். அவர்களின் சமூகப் பொருளாதாரத்தில் விவசாயம் வெகு சிறிய அளவிலேயே பங்களிக்கிறது. உணவு கிடைப்பதென்பது நிலையற்ற ஒன்றாக இருப்பதால் எப்போதும் அவர்கள் அதிலிருந்து தப்பிக்க வழியின்றி அரைப் பட்டினி நிலையிலேயே இருக்கின்றனர். ஆடைகளைப் பொறுத்தவரை அவர்கள் ஏறக்குறைய இல்லாதது எனச் சொல்லக்கூடிய அளவுக்குச் சிக்கனமாக அணியும் நிலையில் இருக்கின்றனர். இதன் பொருட்டு கிட்டத்தட்ட நிர்வாண நிலையில் உலவுகின்றனர். 'நிர்வாண போராஜாக்கள்' எனப் பொருள்கொள்ளப்படும் 'போண்டா போராஜாக்கள்' எனும் ஒரு பழங்குடி இனத்தவர் உண்டு. அந்தப் பழங்குடி இனப் பெண்கள், அசாமின் மொம்ஜாக் நாகாக்கள் அணிவதைப் போன்றே மிகக் குறுகிய உள்ளாடை போன்ற இடையாடையை

53. இதைக் குறித்தும் பிறவற்றைக் குறித்தும் தகவல்கள், இந்திய மக்கள்தொகை கணக்கீடு 1931, தொகுதி 1–லிருந்து எடுத்தவை.

இடது தொடைமேல் தொங்கும் வகையில் அணிகிறார்கள். இந்த உள்ளாடைகளைக் காட்டு மரம் ஒன்றின் இழையில் இருந்து நெய்து கொள்கிறார்கள். பெண் குழந்தைகள் மணிமாலைகளையும் பனையோலை மாலைகளையும் அணிகின்றனர். கொம்ஜாக் பெண்கள் அணிவதைப் போன்றே ஏராளம் மணிகளையும் கழுத்தணிகளையும் அணிகின்றனர். இவையல்லாமல் மற்ற எதையும் இந்தப் பெண்கள் அணிவதில்லை. பெண்கள் தங்கள் தலைகளை மொட்டையடித்துக்கொள்கிறார்கள். நிஜாம் சமஸ்தானத்தைச் சேர்ந்த பார்ஹாபாத் அருகில் வசிக்கும் சென்சுக்கள் என்னும் பழங்குடியினரின் குடிசைகள் கூம்பு வடிவத்தில் அமைந்திருக்கின்றதாகச் சொல்லப்படுகிறது. கூரையின் உச்சியில் மூங்கில்கள் இணைத்துக் கட்டப்பட்டு வேயப்பட்டிருக்கும்... வெகு சில பொருட்களே அவர்களுக்கான உடைமைகள். மிகக் குறைந்த ஆடைகள், லங்கோடும்[54] இன்னொரு சிறு துணியும் ஆண்களுக்கானதாகவும், சிறு மேலாடையும் ஓர் உள்ளாடையும் பெண்களுக்கானதாகவும் நடைமுறையில் இருக்கின்றன. ஒரு சில சமையல் பாத்திரங்கள் ஓரிரு கூடைகள் அதில் எப்போதாவது கொஞ்சம் தானியங்கள். கால்நடைகளும், ஆடுகளும் வைத்துள்ளனர். இந்தக் குறிப்பிட்ட கிராமத்தில் சிறிது விவசாயமும் செய்கின்றனர். மற்ற இடங்களில் தேனையும், காட்டில் விளையும் பொருட்களையும் விற்றுப் பிழைக்கின்றனர். மோரியர்கள் எனும் மற்றுமொரு பழங்குடி ஆண்கள் பொதுவாக ஒரு சிறு துணியை இடுப்பில் அணிந்து முன்னால் ஒரு துண்டு தொங்குமாறு உடுத்துகிறார்கள். மணிமாலைகளும், நடனம் ஆடுகையில் தலைப்பாகைகளில் சேவல் இறகுகளையும் மயில் பீலிகளையும் சொருகி வைத்துக்கொள்கின்றனர். பெண் குழந்தைகள் முகத்திலும் கால்களிலும் மிகுதியாக பச்சை குத்திக்கொள்கிறார்கள். முட்களாலும் ஊசிகளாலும் அவரவர் விரும்பியபடி பச்சைக்குத்திக் கொள்கிறார்கள். கூந்தலில் காட்டுச் சேவல்களின் இறக்கைகள் கொண்டும், மரம், தகரம், பித்தளைச் சீப்புகளால் தலையையும் அலங்காரம் செய்துகொள்கிறார்கள்.

இந்த ஆதிப்பழங்குடி மக்கள் புழுக்கள் பூச்சிகள் என எதையும் தின்பதற்குத் தயங்குவதில்லை. குறைந்த அளவு மாமிசமே இருப்பிலுள்ளதால் அவற்றை உண்ணாமல் சேமித்து, இயற்கையாக இறந்த விலங்கானாலும், அல்லது புலியால்

---

54. கோவணம்.

கொல்லப்பட்டு நான்கு நாள்கள் ஆன விலங்கானாலும் அவற்றின் மாமிசத்தைக் கூட உண்ணத் தயங்க மாட்டார்கள்.

அடுத்ததாக நாம் பார்க்க இருப்பது குற்றபரம்பரையினர்.

குற்றப்பரம்பரையினர் பழங்குடிகளைப் போலக் காடுகளில் வசிப்பதில்லை. ஆனால், காடுகளை ஒட்டியுள்ள சமவெளிகளிலோ அல்லது சில இடங்களில் நாகரிக மக்களோடு வசிக்கிறார்கள். ஹோலியஸ் தனது "ஐக்கிய மாகாணங்களில் குற்றப்பரம்பரையினர்" என்னும் நூலில் இவர்களின் செயல்பாடுகளைக் குறித்து விவரித்துள்ளார். அவர்கள் முழுவதுமாக் குற்றத்தையே வாழ்வாதாரமாகக் கொண்டு வாழ்பவர்கள். சிலர் விவசாயத்தில் ஈடுபடுவதாக வெளிவேடமிடுவர். ஆனால், இது அவர்களின் உண்மையான நடவடிக்கைகளை மூடிமறைக்கவே. அவர்களின் வன்கொடிய நடவடிக்கைகளில் வன்முறையின் வழி கொள்ளை, வழிப்பறி ஆகியவற்றில் நல்ல வாய்ப்புகள் உண்டு. ஆனாலும் ஒழுங்குமுறைக்குட்பட்டு குற்றங்களைச் செய்யும் சமூகமான இவர்களின் பிடியிலிருந்து எதுவும் தப்புவதில்லை. குறிப்பிட்ட பகுதியில் ஒரு கொள்ளையடிப்பதென்று தீர்மானித்துவிட்டால், கொள்ளையடிப்பதற்குரிய சரியான வீட்டைத் தேர்ந்தெடுக்க ஒற்றர்களை அனுப்பி கிராமத்து மக்களின் பொதுவான பழக்கவழக்கங்கள், அவர்களுக்கு ஏதேனும் ஊரிலிருந்து உதவி வருமானால் அந்த ஊரின் தொலைவு, மொத்த ஆண்களின் எண்ணிகை, துப்பாக்கிகளின் எண்ணிக்கை எல்லாவற்றையும் தெரிந்துகொள்வார்கள். முற்றுகை நள்ளிரவில் நடைபெறும். ஒற்றர்களின் தகவல்களின்படி செயற்பட்டு, கிராமத்தில் ஆங்காங்கே பல பகுதிகளில் ஆட்கள் நிறுத்தப்படுவர். அவர்கள் துப்பாக்கியை வெடித்து, ஏற்கனவே தீர்மானித்த குறிப்பிட்ட வீட்டை அல்லது வீடுகளைக் கொள்ளையிடும் முக்கியக் குழுவினரிடமிருந்து கிராமத்தினரின் கவனத்தைத் திசை திருப்புவர். இந்தக் குழுவில் பொதுவாக 30 அல்லது 40 பேர் இருப்பர்.

இந்த மக்களின் வாழ்வில் குற்றங்களின் முக்கியத்துவத்தைக் குறிப்பிட்டுச் சொல்வது அவசியமானது. இந்தக் கூட்டத்தில் பிறந்த சிறுவன் ஒருவன் நடக்கவும் பேசவும் ஆரம்பித்தவுடன் குற்றத்தில் ஈடுபடுத்தப்படுகிறான். சிறு திருட்டுகளில் சிறுவர்களை ஈடுபடுத்துவது நடைமுறையில் ஆபத்து குறைவானது. ஒருவேளை குற்றச்செயலில் மாட்டிக்கொண்டால் கட்டிவைக்கப்படுவான்.

ஆனால், பெரியவர்கள் என்றால் உடனடியாகக் கைதாகிவிடுவர். இதனால் நடைமுறையில் பெருமளவில் சிறுவர்களைக் குற்றங்களில் ஈடுபடுத்துகிறார்கள். பெண்களும் இக்குற்றச் செயல்களில் முக்கியப் பங்கை வகிக்கின்றனர். முற்றுகைகளில் அவர்கள் நேரடியாகக் கலந்துகொள்ளாவிட்டாலும் நிறையவே பொறுப்புகள் இருக்கின்றன. திருட்டுப் பொருட்களை விற்பதில் திறமையானவர்களாக இருப்பதோடு இந்தக் குற்றப்பரம்பரை இனத்தைச் சேர்ந்த பெண்கள் கடைகளில் திருடுவதில் வல்லவர்கள்.

ஒரு காலகட்டத்தில் இந்தக் குற்றப்பரம்பரை பழங்குடியினர் தொழில்முறையாகக் குற்றம் செய்வதற்கென்றே பிண்டாரிகள், தக்குகள் போல ஒருங்கிணைந்த அமைப்பை வைத்திருந்தனர்.

பிண்டாரிகள் ஆயுதம் தாங்கிய கொள்ளைக்கூட்டத்தினர். அவர்களது அமைப்புகள் 20000 அல்லது அதற்கும் மேற்பட்ட குதிரைப் படைகளைத் திரட்டக் கூடிய அளவுக்குக் கொள்ளையடிக்கும் சுதந்திரமான போர்புரியும் அமைப்புகளாகச் செயல்பட்டு வந்தன. அவர்கள் தளபதிகளின் கீழ் ஒருங்கிணைந்து செயல்பட்டனர். சிட்டு எனும் அதிகாரமிக்க தளபதியின் கீழ் 1000 குதிரைகளும் 5000 சிறந்த குதிரைப்படை வீரர்களும், இதுபோகக் காலாட்படைகள் துப்பாக்கிகள் எல்லாம் அவரது பொறுப்பில் இருந்தனர். பிண்டாரிகள் இந்த ஒழுங்கற்ற படைகளை எவ்வித இராணுவ நோக்கங்களும் இன்றி கொள்ளையடிப்பதற்காக மட்டுமே வைத்திருந்தனர். அவர்கள் பின்னர் தொழில்முறை கொள்ளையர்களாக வளர்ந்தனர். பிண்டாரிகளுக்கு வெற்றிகள் நோக்கமாக இருக்கவில்லை. அவர்களின் லட்சியம் கொள்ளையடிப்பதும் அந்தப் பணத்தையும் பொருட்களையும் வைத்துக்கொள்வதுமே. பொதுக் கொள்ளையும், சூறையாடுவதும் அபகரிப்பதுமே அவர்களின் தொழில். அவர்கள் எந்த ஆட்சியாளர்களையும் மதிப்பதில்லை. அவர்கள் யாருக்கும் குடிகளில்லை. யாருக்கும் விசுவாசமாகயில்லை. எவரையும் மதித்ததில்லை, உயர்ந்தோர், தாழ்ந்தோர், ஏழை, செல்வந்தர் என்ற வேறுபாடின்றி எல்லோரிடமும் உறுத்தலோ பயமோ இன்றிக் கொள்ளையடித்தனர்.

தக்குகள்[55] கொலை புரிவதைத் தொழில்முறையாகக் கொண்ட அமைப்பினர். 10 முதல் 100 பேர் வரை இந்தியா முழுக்க பல்வேறு

55. பிரித்தானியக் கலைக் களஞ்சியம் 11–வது பதிப்பு, தொகுதி – XXVI, பக்– 896.

வேடங்களில் அலைந்து திரிவர். கால்நடைப் பயணம் செல்லும் பணம் படைத்த வழிபோக்கர்களுடன் இணைந்து பயணித்து அவர்களின் நன்மதிப்பைப் பெற்று, சரியான சந்தர்ப்பம் அமையும்போது அவர்களின் கழுத்தில் கைக்குட்டையோ கயிறோ கொண்டு சுருக்கிட்டுக் கொன்று கொள்ளையடித்து அவர்களைப் புதைத்துவிடுவர். இவையெல்லாம் பழைய மரபின்படி சடங்காச்சாரங்கள் மீறாமல் சரியான முறைப்படுத்தப்பட்ட வடிவத்தில் சில மதச் சடங்குகளோடு நடைபெறும். படையலிட்டு தனக்கான பங்கை ஒதுக்கி சர்க்கரை பொங்கலிட்டுப் பூசைகள் நடத்துவர். அவர்கள் இந்துக்களின் அழிவுக் கடவுளாகிய காளியின் தீவிர பக்தர்கள். செல்வத்திற்காகக் கொலை புரிவது அவர்களின் மதக் கடமை. அவர்களைப் பொறுத்தவரை அது புனிதமான மதிப்புமிக்க தொழில் என்றும் கருதினர். அவர்களுக்கு உண்மையில் தாங்கள் செய்வது தவறென்றோ அல்லது இதைச் செய்வதற்கு அவர்களின் அறவுணர்வோ உறுத்துவதில்லை. காளியின் அழைப்பின் பேரில் விருப்பத்தின் பேரில் அவளின் சித்தப்படி அவளின் பெருமையைக் காக்க இதைச் செய்கிறார்கள். இதை மிகச் சிக்கலான வழிமுறைகள் கொண்ட சகுனங்களின்படி இந்தத் தொழிலை மேற்கொள்ளுகின்றனர். இதற்குக் கீழ்ப்படிந்து, தனக்குப் பலியாவோருடன் நூறு மைல்கள் நடந்துசென்று, அவர்கள் அறியும் படியும் சரியான சந்தர்ப்பத்தில் தங்கள் திட்டத்தை நிறைவேற்றிவிடுவார்கள். திட்டம் நிறைவேறியதும் அந்தத் துணைத் தெய்வத்திற்கு மரியாதை செலுத்தும் விதமாகப் பூசைகளும் சடங்குகளும் நடத்துவர். கொள்ளையடித்த பொருளின் ஒரு சிறந்த பகுதியை அந்தத் தெய்வத்துக்கு ஒதுக்கி வைப்பர். தக்குகளுக்குத் தனியே சங்கேத மொழி உண்டு. இந்தியா முழுக்க தொலைதூரம் வரை பரவியிருக்கும் தங்கள் கூட்டத்தினரை அடையாளம் கண்டுகொள்ளுவதற்குச் சில வகை தனித்துவமான செய்கைகளைப் பயன்படுத்துவர். வயது காரணமாகவோ அல்லது ஏதேனும் ஊனத்தின் காரணமாகவோ கொள்ளையில் பங்கேற்க இயலாத நிலையில் இருப்பவர்கள் கூடக் காவலாளிகளாக, வேவு பார்ப்பவராக, சமையல் புரிவோராக உதவி செய்வர். மிகக் கச்சிதமான அமைப்பு முறையால் அவர்களால் மதம் என்கிற போர்வையில் கொலைகளை மூடி மறைத்து ரகசியமாகவும் பாதுகாப்பாகவும் பல நூற்றாண்டு காலமாகச் செய்யமுடிகிறது. இதில் வேடிக்கையான உண்மை

என்னவென்றால் இந்தியாவை ஆண்ட இந்து, முஹம்மதிய ஆட்சியாளர்கள் கூடத் தக்குகளின் இந்தத் தொழிலை ஒரு முறையான தொழில் எனக் கருதியதுதான். தக்குகள் அரசுகளுக்கு வரி செலுத்தினர். அரசுகள் பதிலுக்கு அவர்களுக்கு எந்தத் தொந்தரவும் தராமல் விட்டுவிட்டனர்.

பிரிட்டிஷார் இந்தியாவில் ஆட்சிக்கு வந்தபோது இந்தத் தக்குகளை ஒடுக்கும் முயற்சியை மேற்கொண்டனர். 1835ஆம் வருடத்தில் 382 தக்குகள் தூக்கிலிடப்பட்டனர். 986 தக்குகள் நாடு கடத்தப்படுதலும் ஆயுள் தண்டனையும் பெற்றனர். 1879ஆம் வருடத்தின் இறுதியிலும் கூடப் பதிவு செய்யப்பட்ட தக்குகளின் எண்ணிக்கை 344 ஆக இருந்தது. 1904 வரை இந்திய அரசாங்கத்தின் சார்பில் தக்குகள் & கொள்ளையடித்தல் துறை இயங்கி வந்தது. அது பின்னர் மத்திய குற்றப்புலனாய்வுத் துறையாக மாறியது. குற்றப்பரம்பரையினர் குற்றம் செய்வதை அமைப்பாகக் கொண்டு இயங்க முடியாவிட்டாலும். குற்றம் செய்வதே அவர்களின் முதன்மையான தொழிலாக இருந்து வருகிறது.

இந்த இரண்டு வகை வகுப்பினரைத் தவிர மூன்றாவதாகத் தீண்டப்படாதோர் என்றொரு வகுப்பினர் இருக்கின்றனர்.

தீண்டப்படாதோருக்குக் கீழே அணுகப்படக்கூடாதோர் என்பவர் இருக்கின்றனர். தீண்டப்படாதோர் தொட்டால் மட்டுமே தீட்டு. அணுகக் கூடாதோர் ஒரு குறிப்பிட்ட தூரத்துக்கு அருகில் வந்தாலே தீட்டு. அணுகக் கூடாதோர் பட்டியலில் வரும் நாயாடிகள் எனும் மக்கள் இந்துக்களில் மிக இழிந்த சாதியினராகவும் நாய்களைத் தின்பவர்களாகவும் இருக்கின்றனர். இந்தச் சாதியினர் வழியில் படகுகளில் போவோர், வண்டியில் போவோர், நடந்து போவோர் ஆகியோரைப் பல மைல் தூரம் தக்க தூரத்தை மீறாமல் பின்பற்றிப் பின்தொடர்ந்து சென்று தானம் போடுமாறு பிடிவாதமாகக் கூக்குரலிட்டுக்கொண்டே செல்வர். அவர்களுக்கு ஏதேனும் தர விரும்புபவர், தரையில் வைக்க வேண்டும், வைத்துவிட்டுப் போதுமான தூரம் விலகிச் சென்ற பின், மிகுந்த பணிவுடன் பெறுபவர் வந்து எடுத்துக் கொண்டு விலகிவிடுவார்கள். திரு. தர்ஸ்டன்[56] இவர்களைப்

---

56. எட்கர் தர்ஸ்டன் (1855-1935), 1885 முதல் 1908 வரை மெட்ராஸ் அரசு அருங்காட்சியகத்தில் பிரிட்டிஷ் கண்காணிப்பாளராக இருந்தார், இந்தியாவின் விலங்கியல், இனவியல், தாவரவியல் துறைகளில் ஆராய்ச்சி ஆய்வுகளில் பங்களித்தார். மெட்ராஸ் மருத்துவக் கல்லூரியில் மருத்துவம் மற்றும் உடற்கூறியல் விரிவுரைகளை வழங்கினார்.

பற்றிக் கூறுகையில் "நான் ஆய்வுக்கு உட்படுத்திய இந்த மக்கள் (அதாவது நாயாடிகள்) ஷோரனூரைச் சேர்ந்தவர்கள். ஊரைச் சுற்றி மூன்று மைல் தூரத்தில் இவர்கள் வசித்துவந்தாலும், ஆற்றைக் கடக்க நீளமான பாலம் இருந்தபோதும், தீட்டாகிவிடும் என்கிற நெடுங்காலப் பழக்கத்தினால் பல மைல்கள் சுற்று வழியிலேயே செல்கின்றனர்."

அணுகக்கூடாதோருக்கும் கீழே பார்க்கக்கூடாதோர் என்பவர் உள்ளனர்.

மெட்ராஸ் மாகாணத்தின் திருநெல்வேலி மாவட்டத்தில் புரத வண்ணான் எனும் பார்க்கக்கூடாதோர் வகுப்பினர் உள்ளனர். அவர்களைப் பற்றி "இவர்கள் கண்ணில் பட்டாலே தீட்டு என்பதால் பகலில் இவர்கள் வெளியே வர அனுமதிக்கப்படுவதில்லை. இந்த துரதிர்ஷ்டம் பிடித்த மக்கள் இரவுப் பழக்கத்துக்குக் 'கட்டாயப்படுத்தப்பட்டு', அவர்களின் குடில்களை விட்டு இருட்டு நேரத்தில் வளைக்கரடிகள் போலவும் கழுதைப் புலிகள் போலவும், எறும்புத்தின்னிகள் போலவும் வெளியே வந்து தங்கள் வேலைகளை முடித்துவிட்டு பொழுது விடிவதற்குள் தங்கள் வீடுகளுக்குள் சென்று கதவடைத்துக் கொள்ள வேண்டும்."

இந்த மக்களின் மொத்த மக்கள்தொகையைக் கணக்கில் எடுத்துக் கொள்ளுங்கள். பழங்குடிகளின் எண்ணிக்கை மொத்தம் 2.5 கோடி, குற்றப்பரம்பரையினர் 45 லட்சம், தீண்டப்படாதோர் 5 கோடி, இவர்களின் மொத்த எண்ணிக்கை 7 கோடியே 95 லட்சம். இவர்கள் இந்து மதத்தால் சூழப்பட்டு அறம், பொருளாதாரம், சமூகம், ஆன்மீகம் என்னும் தளங்களில் எவ்வாறு தாழ்த்தப்பட்டு இருக்கிறார்கள் என்று கேட்டுப் பாருங்கள். இந்துக்கள் தங்கள் நாகரிகம் எல்லாவற்றையும் விடப் பழைமையான நாகரிகம் என்றும், எல்லா மதங்களையும் விட உயர்ந்த மதமென்றும் கூறிக்கொள்வார்கள். அப்படியென்றால் இந்துமதம் தெளிவும் நம்பிக்கையும் கொண்டு இந்த மக்களை உயர்த்தாமல் இருந்தது ஏன்? குற்றவாளிகளாகவும், கேவலத்திலும் கோடான கோடி மக்களை உழல விட்டுவிட்டு கைகளைக் கட்டிக்கொண்டு இருந்தது எப்படி? இதற்கான பதில்தான்

அவரது ஆரம்பக்காலப் படைப்புகள் நாணயவியல், புவியியல் பற்றியவை, இவை பின்னர் மானுடவியல் ஆய்வாளர்களால் பின்பற்றப்பட்டன. தென்னிந்திய குலங்களும் குடிகளும் இவரது புகழ் பெற்ற தொகுப்பு.

என்ன? இதற்கான ஒரே பதில் இந்துமதம் தீட்டு பட்டுவிடும் என பயந்து ஒடுங்கி கிடந்ததுதான். தூய்மைப்படுத்தும் ஆற்றல் அதற்கு இல்லை. தொண்டு செய்யும் உந்துதல் அதற்கு இல்லை. அதன் இயல்பிலேயே இந்துமதம் மனித நேயமற்றதாகவும், நல்லொழுக்கமற்றதாகவும் இருக்கிறது. மதம் என்று இதனைச் சொல்வதே ஒரு நகைமுரண். அதன் தத்துவம், மதமென்பது எதற்காக உள்ளதோ அதற்கு நேர் எதிரானது.

பொருளடைவு

மதத் தத்துவம்– Philosophy of religion
பண்டைய–Ancient
புராதன–Primitive
காடுவாழ் நிலை–Savage
பண்படா வாழ்நிலை –Barbarian
இறையியல்– Theology
முன்னறிவு–A priori
நெறிமுறைகள்/வழக்கங்கள்–Norms
சுயேச்சை–Arbitrary
தர்க்கரீதியான–Logical
எதிர்மறையாளர்–Antagonist
கொள்கைகள்–Doctrines
தொன்மங்கள்–Myths
சடங்குகள்–Customs
புரான/தொன்ம இறையியல்–Mythical Theology
சமூக/பொது இறையியல்–Civil Theology
இயற்கை இறையியல்–Natural Theology
வெளிப்படுத்தப்பட்ட இறையியல் –Revelational Theology
நல்லொழுக்கம்/ நன்னெறி–Moral
ஒழுக்கம்–Morality
பலபடித்தான–Motley
சடங்குகள்–Rites
மூதாதையர்–Ancestors
மந்திரங்கள்–Hymns
இயல் கடந்த–Metaphysical
நேர்மறை மதங்கள்–Positive religion
மதப் புரட்சி–Religious revolution
பேய்கள்–Demons
பேய் விரட்டுதல்–Exorcism
சடங்குகள்–Ceremonies

மாயம்/மாயாஜாலம்–Magic
குலத்தடை–Tabu / taboo
உருவ வழிபாடு–Fetish
குலக்குறி–Totem
கொள்ளைநோய்–Pestilence
புனிதப்படுத்தல்–Sanctify
புராதன–Antique
தந்தைமை–Fatherhood
புறச்சமயம்/வேற்று மதம்–Heathen religion
நடப்பிலுள்ள/நிலுவையிலுள்ள–Extant
பிரபஞ்சத் தோற்றவியல்–Cosmogony
புராணக் கதைகளுக்கு அறிவியல் விளக்கம் அளிக்கும் முறை– Euhemerism
தலை துண்டிக்கப்பட்ட தெய்வம்– Decapitated deity
நலிந்த நிலை–Infirmity
துணை–Vice
களியாடு–Revel
ஆலோசகர்–Counsel
அறுவடைக்குப்பின் மதுவுக்காகச் சேமித்து வைக்கப்படும் திராட்சைகள்– Vintage
பயன்–Utility
தாமதி–Demur
ஒப்பீட்டு மதம்–Comparative religion
ஊடுபாவு–Weft and warp
சுதந்திரம்–Liberty
சமத்துவம்– Equality
சகோதரத்துவம்–Fraternity
சுருக்கமான –Compendious
சித்தாந்தம் –Tenets
படிநிலை–Gradation

தரப்படுத்தல்-Ranking
விளக்கிக் கூறுதல்-Enunciating
முன்நிகழ்வு- Precedence
விதிக்கப்பட்ட-Ordained
தடங்கலற்ற-Unfettered
ரத்து செய்-Nullify
தூண்டு-Impel
சாய்வு-Inclination
தடை-Injunction
இருபிறப்பாளர்-Twice- born
பொய் சாட்சி-Perjury
கால்நடை-Kine
வாய்மை-Veracity
பழி கூறல்-Imprecating
களியாட்டம்-Dalliance
அவசரச் சட்டம்-Ordinance
அவதூறு-Defamation
கடுஞ்சொல்/வசை-Invective
அபராதம்-Amercement
எடுத்துரை-Propound
கீறல்-Slit
வாயு பிரித்தல்-Break wind
பிறர் மனை விழைதல்-Adultery
உடலளவு தண்டனை-Corporal punishment
மரணதண்டனை -Capital punishment
நீதி-Jurisprudence
புலனுணர்வு-Sentient
சேவகர்-Servitor
இழிநிலை-Baseness
புனிதச் சடங்கு-Sacraments
அற்ப-Trivial
உபநயனம்(பூணூல் அணிவிக்கும் சடங்கு)-Initiation
பட்டம் அளித்தல்-Investitute
துறவு-Renunciation
வரையறுக்கப்பட்ட-Confined
சீர்ப்படுத்து-Repose

பகுத்தறிவு வாய்ந்த - Rational
வெறுக்கத்தக்க/அருவருப்பூட்டும்- Abominal
வக்கிர-Perverse
முன்னோடி-Progenitor
முறை தவறிப் பிறந்த-Baseborn
வாரிசு-Progeny
முறையற்ற உறவு-Fornication
அவதூறு-Aspersion
பாலியல் தொழிலாளி/வேசி-Whore
தாழ்த்துதல்/தரமிறக்கல்-Debase
ஏற்றிச்சொல்லுதல்-Ascribe
இழிவான-Ignoble
மேம்படுத்தல்-Ennobling
சார்ந்திரு-Pertain
வெறுக்கத்தக்க-Contemptible
சிறப்புரிமை-Privilege
மாறாத- Perpetual
நிகழவிருக்கும்-Impending
இடர்-Peril
அறிவுறுத்தல்-Exhorts
எச்சங்கள்-Remnants
முன்தேவை/அடிப்படைகள்- Prerequisites
பயனற்ற தன்மை-Ineptitude
இரத்த உறவு-Consanguinity
போதுமான-Suffice
முன்னுரிமை-Precedence
சேர்ந்துண்ணல்- Commensuality
வெளிப்படுத்தல்-manifest
களங்கம்- Taint
பேராசை-Covetousness
மீறல்-Transgressing
படையல்-Oblation
உரிமையில்லா அதிகாரமடைதல்- Arrogated
சுத்தப்படுத்தல்- Consecrated
ஏமாற்றப்பட்ட- Deluded
வீரம் -Prowess

உற்சாகம் –Fervor
சீற்றம்கொள்ளுதல்– Incensed
பொருளாசை– Cupidity
வழிதிருப்புதல்–/Restrain
உலகியல்–Terrestrial
விண்ணியல்– celestial
மிதமான கண்டிப்பு–admonition
வேண்டுகோள்–solicitations
ஆசான்/குரு–preceptor
மறுப்பு/கண்டனம்–remonstrance
நீக்குதல்–purge
இடையீடு–interposition
தீவிரமான–fervid
பிரமுகர்–personage
தற்பெருமை–conceit
அனுமானம்–presumption
பதுங்கியிருக்கும் இடம் /மறைவிடம்
                            –lurking
திட்டமிடல்–devising
களங்கமற்ற–spotless
எரித்தல்–immolation
அடைதல்–attains
அடித்து வீழ்த்தப்பட்ட–smitten
இறையாண்மை/ஆட்சியுரிமை–
                            sovereignty
உடல் சார்ந்த–corporeal
பதிலடி–retorted
பதப்படுத்தப்பட்ட (உடல்)–embalmed
முரண்–conflict
மோதல்–clash
அதிசயமான–wondrous
அறுசுவை–dainties
ஏற்றிச்செல்லல்–ascribe
வீரியம்–vigor
வெல்லமுடியாத–invincible
(பசுவின்) கதறல்/உக்காரம்/ஓங்காரம்–
                            Bellow
சீற்றம்–fury
முறியடிப்பு–vanquished

தளபதி–regent
எடுதேற்றல்/ஏற்றெடுத்தல் –betook
புலனடக்கம்– austere
மேலே எழுப்புதல்–elated
அஸ்திரம்–mace
எதிரி–adversary
கவனமாகப் பார்த்தல்–behold
இழிவான–contemptible
தணிதல்–quenched
சுருக்கு/முடிச்சு–nooses
அனைத்தையும் விழுங்கும்–All-
                            devouring
திகைப்பு–Consternation
ஈட்டி/பாய்–Dart
சுடர்/ஜ்வாலை– Blaze
காட்டுத் தீ/கலக்கம்/கிளர்ச்சி–
                            Conflagration
செங்கோல்–Sceptre
ஒப்புக்கொள்–Acquiesce
யோசித்த–Ponder
துன்புறுத்தல்–Mortified
பாதுகாப்பு –Tutelary
ஆணவமான–Haughty
கண்டி–Rebuke
உண்மையான–Veracious
வெளிப்படுத்து–Shew
தக்க/உகந்த/சரியான/விரைவான–
                            Expedient
துணிகர முயற்சி செய்தல்–Venturing
பழி கூறல்–Imprecation
பக்தி–Piety
துக்கப்பட்டு/அலறு–Bewailing
வருத்தம் தெரிவிக்கும்–Commiserated
துதித்தல்–Eulogizing
இணக்கம்/ஒப்புதல்–Assent
கரண்டி–Ladle
மேலே தூக்குதல்– Aloft
அரிய–Arduous
அடைதல்/ஆட்படுதல்–Incurred

பணிவாக வேண்டி–Invoking
சமாதானம் செய்யும்–Conciliatory
பளபளப்பு–Lustration
நிலைத்தன்மை/முடிவில்லாத–
–Perpetuity
சீடர்–Protégé
தவம்–Penance
தீய சகுனங்கள்–Ill– omen
பரிகாரம்–Expiation
மன்றாடுதல்–Implore
தயவு/நல்லெண்ணம்/பரோபகாரம்–
Benevolence
ஏளனம்/பரிகாசம்–Derision
நறுமணத் தைலங்கள்–Unguents
பணயம்–Stake
அட்கொல்லுதல்/அடிமைப்படுத்தல்–
Subjection
ஏளனக் கோபம்/ஆத்திரம்–Indignation
மேல்முறையீடு–Appellation
இயலாமை–Impassibility
தோற்றமயக்கங்கள்–Allurements
முறியடிக்கப்பட்ட–Thwarted
திகைப்பு – Consternation
கவர்ந்திழுக்கப்பட்ட–Allured
ஒப்புக்கொள்ளுதல்–Concede
குழப்பமான–Confounded
அமைதிப்படுத்தப்பட்ட–Propitiated
தனிச்சிறப்புரிமைகள்–Prerogatives
வழிதவறி–Astray
ஒளிரும்/ஜொலிக்கும்–Resplendent
மனபலம்–Fortitude
பாசாங்கு–Pretence
பிழைத்துக் கிடத்தல்– Subsist
வலிப்பு நோயால் ஆட்படுதல்/
துடிதுடித்தல்– Convulsed
ஈடுபாடு– Indulgence
ஈமச்சடங்கு/ஈமக்கடன்–Obsequies
ஆற்றிவிட்ட–Satiated
இறந்தவர் ஆவி–Manes
கூடி வாழ்தல்–Cohabited
என்றெடுத்த/பெற்ற–Begotten
அவலமான/பயங்கரமான– Dismal
அடையாளம்/குறி–Symptomatic
உடன்பாடான–Affirmative
அனுகூலமான–Propitious
பங்குபெறும்–Partaking
குமட்டல்–Ad nauseum
பகையான–Inimical
படிநிலை அமைப்பாக்கல்–Stratification
அழிவுதரும்–Pernicious
ஊழ்–Predestination
வெறுப்பு/விரக்தி–Aversion
விலகு/நழுவு/தவிர் –Evade
கருகுதல்–Blighting
மூடத்தனத்திலிருந்து பாதுகாக்கப்பட்ட
Fool–proof
பொய்யிலிருந்து பாதுகாக்கப்பட்ட–
Knave–proof
தரிசு–Barren
முதன்மையான–Paramount
பொருத்தமான/ஏற்புடைய–Pertinent
கண்காணித்தல்/விழிப்பு– Vigil
இடைவிடாத–Incessant
கலப்பை–Ploughshares
இட்டுக்கட்டுதல்–Contrive
போதிய–Ample
சாபம்–Damnation
அழிவுதரும்–Devastating
அதிர்வூட்டும்–Resonant
பெரிதுபடுத்திய–Augmented
நடைபெற்ற–Perpetrated
இனப்பெருக்கம்–Procreation
தகா உறவு–Fornication
கம்பீரமான–Gallant
வெறுக்கத்தக்க–Odious
அருவருப்பூட்டும்–Loathsome
நொறுங்கிய–Crumbled

இழப்புக்கு ஆளான–Bereaved
களைப்புற்ற–Weary
இணங்கு/பலியாகு–Succumb
ஏற்கமறு–Repudiate
ஏதுமற்ற–Devoid
சுருக்கமாக–Nutshell
எதிர்ப்பு–Contention
தூய்மைக்கேடு–Defilement
பணிவிடை ஊழியம்–Sub serve
மாயத்தோற்றம்–Phantasmagoria
தளை/விலங்கு–Fetters
ஒற்றையாட்சி–Monarchism
உணர்ச்சியற்ற அரைகுறை மயக்கம்–Quasi-somnambulism
கண்டனம்–Denunciation
விளக்குதல்–Expound
மறுக்கமுடியாத–Incontrovertible
அதிவேகமான–Fleetest
வேட்டையாடும்–Predatory
ஆபத்தான–Precarious
வாங்கிக்கொள்ளக்கூடிய–Procurable
பரவல்–Dissemination
கருவி செய்யும் விலங்கு–Tool making animal
முள்ளற்ற–Fillet
மிகுதியாக–Profusely
கொடிய–Nefarious
வெளிவேடமிட்ட–Ostensibly
வழிப்பறி செய்வோர்=Freebooters
கொள்ளைப் பொருள்–Loot
சூறை–Rapine
உறுத்தல்/குற்றவுணர்வு–Compunction
நடைப்பயணம் செய்வோர்–Wayfarers
கூட்டுக்கொள்ளை–Dacoity
அணுகப்படாதோர்–Unapproachables
பார்க்கக்கூடாரோர்–Unseeables

சமஸ்கிருதச் சொற்கள்

Mritya– மரணம்
Kaala – காலன்
Nishaadaa– உட்கார்
Yajagas– யாசகம், பிச்சை
Chandaalaa– கீழானவன்
Ashram – வாழ்வியல் கோட்பாடு
Varnashram – சாதிநிலைப்படியான வாழ்வியல்
Chaturvarna– நால்வருணம்
Brahmacharyi– பிரம்மச்சர்யம்
Grahastha– இல்லறம்
Vanaprastha– வனம் ஏகுதல்
Sanyaasa– துறவு கொள்ளுதல்
Thuvija – இருபிறப்பாளர்கள்
Atipataka– கொடும் பாவங்கள்
Mahapataka– பெரும் பாவங்கள்
Anupataka– சிறு பாவங்கள்
Upapataka– குறு பாவங்கள்
Jatibramsakara– சாதி இழப்பு ஏற்படுத்தும் பாவங்கள்
Samkarikarana– சாதிக் கலப்பு ஏற்படுத்தும் பாவங்கள்
Apatrikarana– இரந்துண்ணச் செய்யும் பாவங்கள்
Malvaha– அசுத்தம் ஏற்படுத்தும் பாவங்கள்
Prakirnaka– இதர பாவங்கள்
Patak– பாதகம்
Patana– கீழே வீழ்தல்
Asowcha– அசுத்தமான
Bramman– பிரபஞ்சன்
Atman– தனியன்

பின்னிணைப்பு 1

சடங்குகள் - சம்ஸ்காரங்கள்

இந்துக்கள் தங்களின் வாழ்நாளில் மேற்கொள்ள வேண்டிய முக்கியமான சில சடங்குகளை தர்ம நூல்கள் வரையறுத்துக் காட்டுகின்றன. சடங்கு என்பது ஒரு முக்கிய நிகழ்ச்சி எனப் பொருள்படும். சடங்குகளை எளிமையான முறையில் மேற்கொள்வதே சிறப்பாகும். இவை சம்ஸ்காரங்கள் என்று அழைக்கப்படுகின்றன. இந்துக்களின் ஐந்து முக்கியக் கடமைகளில் 'சம்ஸ்காரமும்' ஒன்றாகும். 'சம்ஸ்காரம்' என்றால் முறைப்படுத்துதல் அல்லது தயார்படுத்துதல் எனப் பொருள்படும். கிரிய சூத்திர நூல் 16 புற சடங்குகளை விவரிக்கின்றது. இந்தப் பதினாறு சடங்குகளும் புறத்தில் செய்யப்பட வேண்டியவை. அகத்தில் செய்யப்பட வேண்டிய எட்டு சடங்குகளையும் இந்நூல் விளக்குகின்றது. இவை கௌதமர் தர்மசூத்திரத்தில் (8:14-8:25) விளக்கப்பட்டுள்ளன.

அகத்தின் எட்டு [8] சடங்குகள்:

1) எல்லா உயிர்களிடமும் கருணை
2) பொறுமை
3) பொறாமை இல்லாமை
4) மனத் தூய்மை
5) சாந்தம்
6) நல்ல எண்ணங்களைக் கொண்டிருத்தல்
7) தாராள குணம்
8) பேராசை இல்லாமை

புறத்தின் பதினாறு [16] சடங்குகள்:

1) திருமணம் (விவாகம்)
2) முதல் இரவு (கர்பதானம்)
3) கருவுற்றல் (பும்சவனம்)
4) வளைக்காப்பு (சீமந்தம்)
5) குழந்தை பிறந்த சடங்கு (ஜாதகர்மன்)
6) குழந்தைக்குப் பெயர்சூட்டுதல் (நாமகரணம்)

7) குழந்தையை முதன்முதலில் வெளியில் அழைத்துச் செல்லுதல் (நிஷ்கிராமணம்)

8) குழந்தைக்கு முதல் சோறு ஊட்டுதல் (அன்னபிராஷனம்)

9) குழந்தைக்குத் தலைமுடி நீக்குதல் (சூடாகரணம்)

10) குழந்தைக்குக் காது குத்துதல் (கர்ணவேதம்)

11) கல்வி ஆரம்பம் (வித்யாரம்பம்)

12) பாடசாலையில் சேர்த்தல் (உபநயனம்) ஆரம்ப காலங்களில் உபநயனம் என்பது ஒருவன் யஜ்ஞோபவிதம் (பூணூல்) அணிந்து முறையான குருகுல கல்வியில் ஈடுபடுதல் ஆகும்.

13) வேதங்களைக் கற்கத் தொடங்குதல் (வேதாரம்பம்)

14) பருவமடைந்த சடங்கு (கேஷாந்தம்)

15) பட்டம் பெறுதல் (சமாவர்தனம்)

16) இறுதிச்சடங்கு (அந்தயெஷ்டி)

சம்ஸ்காரங்கள்

சமஸ்காரங்கள் என்பது சடங்குகள் அல்லது தியாகங்கள் ஆகும்.

1. சம்ஸ்கார கர்பதன் (கருத்தரித்தல்)
2. பும்சவன் சன்ஸ்கார் (கருவை விரைவுபடுத்துதல்)
3. சீமான்தொண்ணையன் (முடி பிரித்தல்)
4. ஜாத்கர்ம் (பிறப்புச் சடங்குகள்)
5. நாம்காரன் (குழந்தைக்குப் பெயரிடுதல்)
6. நிஷ்கிராமன் (குழந்தையை வீட்டை விட்டு வெளியே அழைத்துச் செல்வது)
7. அன்னப்ராசனம் (முதல் உணவு)
8. சூடாகர்மா அல்லது முண்டன் (முதல் வலி)
9. கர்ணவேத் (காது குத்துதல்)
10. வேதாரம்ப் (தீட்சை)
11. உபநயனம் அல்லது யக்யோபவீட் (புனித நூல்)
12. சமவர்தனம் (பட்டம்)
13. பானிகிரஹன் அல்லது விவாஹ் (திருமணம்)
14. வானபிரஸ்தா (ஓய்வு)
15. சன்யாசம் (துறவு)
16. அந்தியேஷ்டி (மரணச் சடங்குகள்)

பின்னிணைப்பு 2

நூல் சுருக்கம்

இயல் I

மதங்களின் தத்துவப் பரிமாணங்களிலிருந்து தொடங்குகிறது நூல். இறையியல், மதப்புரட்சிகள், வாழ்வியல், லட்சிய அமைப்பு, கடவுள் கருத்து, விழுமியங்கள், சமூக ஒழுங்கமைவு, கடவுள்-மனிதர்களிடையேயான பிணைப்பு, கடவுள்- மனிதர்களிடையேயான ரத்த உறவு, கடவுள்-மனிதர்களிடையேயான இணக்கம், கடவுள் என்னும் தந்தை கோட்பாடு, உலகப் பொதுவான மதம் எனும் கருத்து, மதம் என்னும் நம்பிக்கை அமைப்பு, இனமாற்றம், குழுப் பாதுகாப்பு, தீவிர நம்பிக்கை, ஆதி மதத்தின் சடங்குகள் குறித்து விரிவாக பதிவு செய்கிறார் அண்ணல். ஸ்மித் அவர்களின் மேற்கோள்கள்; செமிட்டிக் மதங்களில் நடைபெற்ற மாற்றங்கள்; ஆதி மதங்களிலிருந்து நிலை பெற்ற மதங்கள் வரை சுட்டிச் செல்கிறார். இறுதியாக அறமும் நன்னெறியும் கொண்ட நெறிமுறைகளைகே கொண்டே இந்து மதத் தத்துவத்தை ஆராய கடைபிடிக்க விரும்புவதாக சொல்கிறார் அண்ணல்.

இயல் II

மதம் என்பது ஒரு சமூக விசை,சமூகத்தின் இயங்கு விசையாக அதுவே செயல்படுகிறது. தெய்வீக ஆட்சிமுறையில் ஒரு குறிப்பிட்ட மதம் எத்தகைய சமூக லட்சியத்தை முன்வைக்கிறது என்பது முக்கியமான கேள்வி. மதங்களின் ஒப்பீட்டாய்வு செய்பவர்கள் எல்லா மதங்களும் சிறந்தவைதான் எனச் சொல்லி தப்பிவிடுகிறார்கள். மதங்களின் சமூக லட்சியம் குறித்து ஆராய வேண்டும் என இந்த இயலில் முடிக்கிறார் அண்ணல்.

இயல் III

பயன்பாட்டு சோதனை (*test of utility*) நீதி சோதனை (*test of justice*) ஆகிய இரண்டு பரிசோதனைகளை இந்து மதத்தின் மீது பிரயோகிப்பதாக இந்த இயலில் அண்ணல் தொடங்குகிறார்.

அடுத்ததாக சுதந்திரம் சமத்துவம் சகோதரத்துவம் எனும் பௌத்த முக்கொள்கைகளை இந்துமதத்தோடு பொருத்தி ஒவ்வொன்றாக விரிவான, வீரியமான கேள்விகளை முன்வைக்கிறார்.

நீதி என்பதை சுதந்திரம், சமத்துவம், சகோதரத்துவம் என்பதாகவும் இந்துமதம் இந்த நீதியை அங்கீகரிக்கிறதா என்பதை மிக விரிவான ஆய்வுக்கு உட்படுத்துகிறார். மனுநீதியியின் வசனங்களை பொருத்தமான இடத்தில மேற்கோள் காட்டி படிநிலை, அடிமைத்தனம், திருமணம், சடங்குகள், சட்டவிதிகள் இவற்றில் எல்லாம் எவ்வாறு சமத்துவமின்மை கடைபிடிக்கிறது என்பதை ஆராய்கிறார். சாட்சிகள், பொய் சாட்சிகள் குற்றம், தண்டன இவற்றில் சமமின்மையும் அசமத்துவமான முறைமைகளையும் சுட்டுகிறார். 'சிலரின் கண்ணியத்தையும் சிலரின் இழிநிலையும் கட்டிக்காக்கும்' சட்டதிட்டங்கள் என அவற்றை வரையறுக்கிறார். சமூகச் சமத்துவமின்மையும் மதசமத்துவமின்மையும் ஒன்றோடு ஒன்று பிணைந்தது என சொல்கிறார். இதன் பிறகு சதுர்வருணம், ஆசிரமம் கோட்பாடுகளைக் குறித்து விரிவாக ஆராய்ந்து சொல்கிறார். மனிதனின் ஆளுமையை இழிவுபடுத்தல் மனுநீதியின் பிரதான நோக்கம் என்கிறார். பெயர் சூட்டுவதில் கூட பிராமணர் ஷர்மா (மகிழ்ச்சி) தேவ (தெய்வம்)என முடியும் பெயர்களையும்; க்ஷத்திரியர் தாஜா (அதிகாரம்) வர்மா(வீரம்) என முடியும் பெயர்களையும்; வைசியர் குப்தா(வளம்) தத்தா(கொடை) என முடியும் பெயர்களையும்; சூத்திரர்கள் தாசர் (அடிமை/பணிவிடை) என முடியும் பெயர்களையும் சூட்ட வேண்டும் என மனு சொல்கிறார். குறிப்பாக இந்துக்களாகக் கருதும் மக்கள் மனுவின் வார்த்தைகளை தங்கள் சாதிப்படிநிலையைப் பொறுத்து 'உயர்நிலையை குற்றவுணர்வோடும் இழிநிலையை எதிர்ப்புணர்வோடும்' புரிந்துகொள்ளவேண்டும்.

தனிமனிதத்துவம் சகோதரத்துவம் இரண்டும் எவ்வாறு இணைவு கொள்கிறது. இந்தியாவில் இருக்கும் எண்ணிக்கையிலடங்கா சாதிகள், உட்சாதிகள் அதில் உள்ள படிநிலைகள், சடங்குகள், பண்பாடு அடிப்படையில் அவற்றுக்கிடையே பிரிவுகள்பற்றி ஆழமாக விவரித்துவிட்டு . இந்திய சாதிகள் வேதோத்க முறை புராணோத்க முறை அடிப்படையில் பிரிக்கப்பட்டு அவற்றில் வேதோத்க முறை உயர்வானது என கற்பிக்கப் பட்டுள்ளதைச் சுட்டுகிறார். அதன் பிறகு உணவு நீர் இவற்றைப் பகிர்ந்து கொள்வதில் சாதிப் படிநிலை எவ்வாறு தொழிற்படுகிறது என விரிவாக விளக்குகிறார். ஒவ்வொரு சாதியையும் எந்தெந்த சாதியிடமிருந்து உணவை

நீரைப் பெற்றுக் கொள்ளலாம் என்பதுவரை திட்டவட்டமாகத் தீர்மானிக்கப்பட்டிருப்பதை சுட்டிச செல்கிறார்.

'சாதிப் படிநிலை ஏறுவரிசையில் வெறுப்பையும் இறங்குவரிசையில் அவமதிப்பையும் உள்ளடக்கியிருக்கிறது' என மேற்கொள்படுத்துகிறார். அதுபோல் பிராமணர்கள் க்ஷத்திரியர்களுக்கான முரண்கள் மோதல்களை புராண இதிகாச எடுத்துக் காட்டுகள் வழி விளக்குகிறார். முனி/ ரிஷி/ மகரிஷி/ ராஜரிஷி/ பிரம்மரிஷி எனும் பட்டங்களை க்ஷத்திரியரான விசுவாமித்திரர் அடைய ஏற்பட்ட மோதலகளை கொலைகளை விவரிக்கிறார்.

விரிவான புராணிய உதாரணங்களுக்குப் பிறகு இந்துமதத்தில் சகோதரத்துவம் இல்லாததற்கு இந்துமத் தத்துவமே பொறுப்பு எனக் குற்றம் சாட்டுகிறார். 'சகோதரத்துவம் பகிர்தலில் இருக்கிறது' இந்துமதத் தத்துவத்தின் அசமத்துவமும் படிநிலையும் துயரை, மகிழ்வை, திருமண உறவை, உணவைப் பகிர மறுக்கிறது ஆக மொத்தத்தில் சமத்துவம் என்பதே வேர் ஆனால் இந்துமதம் சமத்துவம், சுதந்திரம் , சகோதரத்துவம் மூன்றுக்கும் எதிரானதாகச் செயல்படுகிறது என்கிறார்.

பயன்பாட்டு நோக்கில் இந்துமதம் தோல்வியுற்ற ஒன்று என அண்ணல் குற்றம் சாட்டுகிறார். சதுர்வருணத்தின் படி குலத்தொழில் முறை கீழ்த்தட்டு மக்களை செயலற்றவர்களாக ஆயுதமற்றவர்களாக வைத்ததால் இங்கு புரட்சி நடைபெற வாய்ப்ப்பில்லை என தெளிவாக சொல்கிறார். பெரும்பான்மையினர் ஆயுதம் ஏந்த உரிமை மறுக்கப்பட்டதால் போர்களில் வீழ்ச்சி அடைந்து அந்நியர்களின் கையில் நாடு சிக்கியது என்கிறார்.

இயல் IV

மனித மையம் சமூக மையம் ஆகிய இரண்டையும் விளக்கிவிட்டு மனுநீதி பிராமணர்களை உயர் வகுப்பினராகக் கட்டமைத்ததை மேற்கோள்கள் வழி சொல்கிறார். நீட்ஷேவை மனுவோடு ஒப்பீடு செய்து இந்துமதத்தின் மையம் பிராமணர்கள் நலனேத் தவிர ஒட்டுமொத்த சமூக நலன் இல்லை என வாதிடுகிறார் நீட்ஷேவின் அதிமனிதர்களோடு பிராமணர்களை ஒப்பிட்டு 'இந்துமதம் அதிமனிதர்களின் சொர்க்கம் சாதாரண மனிதர்களின் நரகம்' எனக் கவித்துவமாக வருணிக்கிறார். ஸ்ருதிகள் வேதங்கள் ஸ்மிருதிகள் ஆகியவற்றை அறிமுகம் செய்துவிட்டு தனது ஆய்வின் மீதாக எழக்கூடிய விமர்சனங்களுக்கு மிகுந்த தர்க்கரீதியாக பதிலளிக்கிறார்.

சட்டம், ஒழுக்கநெறி, பாவங்கள் குறித்து ஸ்ருதிகள் வேதங்கள் ஸ்மிருதிகளின் விளக்கங்களைத் தொகுத்துவிட்டு, கீதை உபநிடதங்கள் ஆகியவற்றின் தோற்றம் இந்துமதத்தில் இவற்றின் தகுதிப்பாடு ஆகிவற்றை விவரித்துவிட்டு தனது ஆய்வுக்கான மூலங்களாக கீதையையும் உபநிடதங்களையும் எடுக்கதாதற்கான் காரணங்களையும் வெகு தர்க்க ரீதியாக முன்வைத்து விளக்குகிறார்.

இயல் V

அசமத்துவம் இந்துமதத்தில் எவ்வாறு தொழில்படுகிறது என்பதை மீண்டும் விமர்சித்துவிட்டு. மனிதகுல நாகரிக வரலாற்றில் பழங்குடிகள் வரலாறு, நெருப்பு/வில் அம்பு/ மண்பாண்டம்/ இரும்பு ஆகியவற்றின் கண்டுபிடிப்பு எவ்வாறு இடத்தை வென்றது அதன்பிறகு எழுத்து எவ்வாறு காலத்தை வென்றது என்பதை விவரித்துவிட்டு இந்தியாவின் பழங்குடிகளின் இன்றைய நிலையை விரிவாகக் காட்சிபடுத்துகிறார். அடுத்ததாக குற்ற பரம்பரையினர், தீண்டப்படாதோர், அணுகப்படாதோர், பார்க்கக்கூடாதோர் ஆகியோரின் நிலையைச் சொல்லி இறுதியாக இவர்களின் உயர்வுக்கு இந்துமதம் எவ்விதத்திலும் வழிகோலவில்லை என்று முடிக்கிறார்.